शतकोत्तर ५०

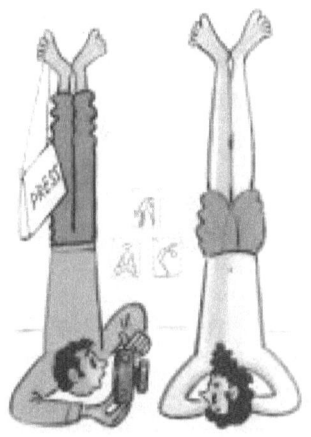

शतकोत्तर ५०

- वि. आ. बुवा -

दिलीपराज प्रकाशन प्रा. लि.

२५१ क, शनिवार पेठ, पुणे - ४११०३०.

- शतकोत्तर ५०
  Shatkotter 50

- प्रकाशक
  राजीव दत्तात्रय बर्वे
  मॅनेजिंग डायरेक्टर
  दिलीपराज प्रकाशन प्रा. लि.
  २५१ क, शनिवार पेठ, पुणे ४११ ०३०

- © **वि. आ. बुवा**

- **प्रथमावृत्ती** - १५ सप्टेंबर २०१०

- **प्रकाशन क्रमांक** - १८३१

- **ISBN** - 978-81-7294-837-5

- **मुद्रक -**
  Repro India Ltd,
  Mumbai.

- **टाईपसेटिंग -**
  पितृछाया मुद्रणालय,
  ९०९, रविवार पेठ, पुणे - ४११ ००२

- **मुद्रितशोधन** - मिलिंद बोरकर, पुणे

- **मुखपृष्ठ** - शि. द. फडणीस

- **Website:** www. diliprajprakashan.com
- **Email:** diliprajprakashan@yahoo.in

माय मराठीचे दोन अध्यात्मसूर्य
संतश्रेष्ठ श्री ज्ञानेश्वरमहाराज
आणि
संतश्रेष्ठ श्री तुकाराममहाराज
यांचे चरणारविंदी
माझी ही १५० वी साहित्यकृती
श्रद्धापूर्वक अर्पण

                        – वि. आ. बुवा

शतकोत्तर ५०

प्रिय राजीव बर्वे आणि सौ. मधुमिता बर्वे
तुम्ही माझी आतापर्यंत ३९ पुस्तके
प्रकाशित केली.
विशेष म्हणजे,
* शतकमहोत्सवी पुस्तक
* शतकोत्तर रौप्यमहोत्सवी पुस्तक
आणि आता हे
* शतकोत्तर सुवर्णमहोत्सवी पुस्तक
अशा माझ्या तीन महोत्सवी पुस्तकांचे
प्रकाशनही
तुम्हीच केलं आहे. मी पुस्तकरूपाने
येथवर पोहोचण्यास तुम्हा उभयतांचा,
प्रकाशक या नात्याने बहुमोल
सक्रिय सहभाग आहे.
'शतकोत्तर ५०' या पुस्तकाच्या प्रकाशन
प्रसंगी
मी उभयतांना कृतज्ञतापूर्वक आणि
अंतःकरणपूर्वक धन्यवाद देतो.
                                    – वि. आ. बुवा

कृतज्ञता

माझ्या साहित्यप्रवासाचा प्रारंभ साठ वर्षांपूर्वी प्रभाकर पाध्ये ('नवशक्ती'चे तत्कालीन संपादक) यांच्यापासून झाला आणि आता दिलीपराज प्रकाशनाचे बर्वे दाम्पत्याने प्रकाशित केलेल्या या 'शतकोत्तर ५०' पुस्तकापर्यंत मी येऊन पोहोचलो आहे. गेली साठ वर्षे लेखन अखंड सुरू आहे. या प्रदीर्घ काळात स्वा. सावरकर, सेनापती बापट, म. म. पां. वा. काणे, श्री. शं. नवरे, अनंत अंतरकर, अनंत काणेकर, पां. वा. गाडगीळ, ग. वा. बेहेरे, पु. वि. बेहेरे, कृ. पां. कुलकर्णी, आचार्य अत्रे, मधुकर पाटकर, चिं. वि. जोशी, य. गो. जोशी, कुसुमावती देशपांडे प्रभृती अनेक मान्यवरांचे प्रोत्साहन लाभले. ध्यन्यता वाटली. माझ्या सर्व प्रकाशकांनाही धन्यवाद. विविध नियतकालिके, दिवाळी अंक, विशेषांक यांच्यामुळे तर मी भरपूर लिहू शकलो. त्या सर्वांना धन्यवाद. आणि आता सर्वांत शेवटी असंख्य वाचक. ही संख्या फार मोठी आहे. त्यांच्या प्रेमामुळेच मी सहा दशके टिकून राहू शकलो. सर्व वाचकांना धन्यवाद. सर्वांच्या सदिच्छांवरच माझा पुढील साहित्यप्रवास सुरू राहील, असा माझा दृढ विश्वास आहे.

– वि. आ. बुवा

अनुक्रमणिका

•१•

संतमेळा

हल्ली वाईट-वाईट सिनेमे फार निघू लागले आहेत. त्यामुळे समाज बिघडत चालला आहे... वगैरे वगैरे. मी माझ्या मनाला वाटवून घेऊन, समाजावर सुसंस्कार घडविणारा एखादा चित्रपट काढावा, असं मी ठरवलं. सरकार पंधरा लाख रुपये अनुदान देतं; परंतु घर ते मंत्रालय, एका रिळाला दहा खेपा, या रेटनं खेपा घालाव्या लागतात, असं ऐकलं होतं. याशिवाय मधले कमिशन एजंट असतात म्हणे, असंही कानावर आलं होतं. मधेच कुणीतरी अधिकृत वाटावी अशी थाप मारली की, सिनेमाच्या फक्त पहिल्या रिळापुरते एक लाख रुपये सरकार देतं; ते रीळ पूर्ण झाल्यावर नेऊन दाखवायचं, मग दुसऱ्या रिळासाठी एक लाख रुपये देतं. बारा रिळं पूर्ण झाल्यावर मग पंधरा लाखांचं पूर्ण पेमेंट केलं जातं. खरं-खोटं देव जाणे! जो-तो अक्कलहुशारीनं 'अधिकृत थाप' मारू लागला. एक जण म्हणाला, "विनायकराव, सरकारकडे जाऊ नका. त्यांना पूर्ण स्क्रिप्ट दाखवावं लागतं. मग सरकार निरनिराळ्या पात्रांच्या तोंडी सरकारी प्रचाराची वाक्यं घालायला लावतं. 'गांडूळ खतामुळे झाडांना मोठी आणि पुष्कळ फळ येतात.'... 'तुम्ही बाळाला पोलिओचा डोस दिला आहे काय? नसल्यास...' हे डायलॉग बोलण्यापुरतं अमिताभ बच्चनला आणा. (खल्लास : सगळंच्या सगळं सरकारी अनुदान, चार इंच बाय चार इंच अशी चौकोनी पांढरी दाढी असलेल्या त्या बिग 'बी'लाच द्यावे लागणार!), 'अशिक्षित लोकहो, शिका आणि शहाणे व्हा', 'तुमच्या मृत्यूनंतर तुम्ही तुमच्या डोळ्यांचे नेत्रदान करा', 'एक मूल - एक झाड यावर भर द्या, म्हणजे वनसंपत्ती वाढेल' (तेवढीच लोकसंख्याही वाढेल, त्याचं काय?), 'एड्स होऊ नये म्हणून 'कुठं कुठं' जाण्याचं बंद करा.' असला प्रसार खुबीनं निरनिराळ्या संवादांतून करावा लागतो." शेवटी मी मंत्रालयाकडे फिरकलोच नाही. दुसरी काही सोय होती का, ते बघायचं मनाशी ठरवलं. त्यास अनुसरून विचार करू लागलो.

श्रीमंत व्यापारी, कारखानदार, उद्योजक, श्रीमंत बागायतदार, बिल्डिंग कॉन्ट्रॅक्टर, बाजारपेठेतील श्रीमंत दुकानदार, मोठ्या हॉटेलांचे मालक अशा मंडळींना गाठायचे. सर्व जण शक्यतो मराठी गाठायचे, म्हणजे योजना नीट समजावून सांगता येईल. त्यांना प्रमुख मराठी संत माहीत असतात. म्हणून ते फार किटकिट न करता पन्नास हजार, पंचवीस हजार, एक लाख रुपये देऊन 'संतमेळा' या मराठी संतपटाचे प्रायोजक होतील. मी सर्वत्र हिंडून सुमारे पन्नास श्रीमंतांची नावं, व्यवसाय, पत्ता वगैरे सर्व जमा केलं. एक पत्रक तयार केलं.

एकाच समान कालखंडातले निवृत्ती, ज्ञानेश्वर, सोपान, मुक्ताबाई, नामदेव, विसोबा खेचर, नरहरी सोनार, सावतामाळी, गोरा कुंभार, चोखा मेळा, सेना न्हावी, जनाबाई आदी संतांवर मी चित्रपट काढणार होतो. एकदा संत ज्ञानेश्वर, एकदा संत नामदेव, एकदा संत गोरा कुंभार— असा एक-एक संत घेऊन प्रत्येकावर स्वतंत्र सिनेमा काढणं फारच खर्चाचं होईल, म्हणून ही आयडिया काढली. मागं एका हुशार हिंदी निर्मात्यानं 'तीर्थयात्रा' सिनेमा दाखवून प्रेक्षकांना हिंदुस्थानातल्या सर्व प्रमुख देवस्थानांचं दर्शन सिनेमाच्या एका तिकिटात, घडविलं. पब्लिक खूष! दीड रुपयाच्या तिकिटात खुर्चीवर बसल्या जागी काशी विश्वनाथ, तीर्थराज प्रयाग, गया, अयोध्या, मथुरा, हृषीकेश, बद्रीकेदारनाथ, बद्रीनारायण, बारा ज्योतिर्लिंगे, पंचवटी, पांडुरंग, तुळजाभवानी, महालक्ष्मी, मीनाक्षी, तिरुपती वगैरे सर्व बघून प्रत्येक प्रेक्षक एकेक क्विंटल पुण्य घेऊन थेटरबाहेर पडत असे. आपल्या 'संतमेळा' या चित्रपटामुळे मराठी प्रेक्षकांना, गेला बाजार पंचवीस-पंचवीस किलो तरी पुण्य लाभेल, या अपेक्षेनं मी एकाच चित्रपटात एवढे संत दाटीवाटीनं बसविले, आलटून-पालटून सर्वांचे संवाद लिहिले. निवडक अभंग आणि ओव्या मधून-मधून पेरल्या. देव भक्ताघरी कसा राबतो, हेही माझ्या कथेत दखवलं.

ठरलं. मी माझा अनुभव आणि कल्पकता यांच्या साह्यानं संपूर्ण स्क्रिप्ट लिहिलं. कार्तिक वद्य एकादशीला समाधी घ्यायची, असं ज्ञानेश्वरांनी निश्चित केल्यावर शुद्ध एकादशीला पंढरपुरात सकल संत मेळावा भरवावा, सर्व संतांनी आपापल्या भक्तिरचना सादर कराव्यात. त्यांच्या सहवासात संपूर्ण दिवस घालवावा, असं यांनी ठरवलं. त्याप्रमाणे सर्व संत एकत्र जमले. 'काव्यशास्त्र विनोदेन कालो गच्छति श्रीमताम्' याच पद्धतीनं 'भक्तिरस अमृताने सर्व संत तृप्त झाले.'

अशी कल्पना करून मी चित्रपटाचं कच्चं लेखन तयार केलं. एकेका प्रायोजकाला हे एकत्र सकल संतदर्शन दाखवलं की, भराभर द्रव्य मिळेल, अशी माझी रास्त कल्पना होती. कमीत कमी पन्नास हजार रुपये तरी प्रायोजकानं द्यावेत,

जास्तीत जास्त आकाश ही मर्यादा. प्रायोजकाशी कसं बोलायचं, त्याला 'संतमेळा' या चित्रपटाची कल्पना कशी पटवून द्यायची, याची एक रेकॉर्डच तोंडपाठ करून ठेवली. त्याप्रमाणे मी एक चांगला दिवस निवडला. प्रायोजकप्राप्ती-अभियान सुरू केलं. इथवर सर्व ठीक झालं. होणारच. कारण सगळा कर्ता-करविता मी एकटाच होतो. इथून पुढं प्रत्येक प्रायोजकाशी गाठ होती. ते प्रसंग ग्रेट होते. अनुभव ग्रेटर होता आणि पश्चात्ताप ग्रेटेस्ट होता.

मी प्रथम माझ्या ओळखीच्या कापड-दुकानदाराकडे गेलो. मालकाला ही योजना समजावून सांगितली.

"बेस्ट आयडिया आहे! एकाच सिनेमात खूप मोठमोठे संत बघायला मिळणार. प्रत्येक संतावर निराळा चित्रपट काढला असता, तर लोकांचे पुन:पुन्हा तिकीट काढण्यासाठी पैस खर्च झाले असते."

"म्हणून तर सकल संतमेळा चित्रपट काढत आहे. मराठी लोकांना चित्रपट काढणं फार खर्चाचं पडतं; तुम्हाला माहीतच आहे. सरकारी पंधरा लाखांचं अनुदान म्हटलं की मंत्रालयात दीडशे खेपा घालाव्या लागतात, म्हणून प्रायोजकांच्या पैशातून सिनेमा काढावा, असं मी ठरवलं. संतपट असल्यामुळे खर्च कमी. त्यात बंगले, कार, मारामाऱ्या, विमानं, हॉस्पिटल, कोर्ट, बेडसीन, मधेच परदेशातले सीन वगैरे कसलेही पैसे खर्चायचे सीन नसतात. संतांचे साधे कपडे, धोतर, अंगरखा, पागोटं— झाला तयार एकेक संत. घराचं अंगण, साधं देऊळ, तिथंच भजन-कीर्तन सगळं कमीत कमी खर्चात होतं. जुने संत ज्ञानेश्वर, संत तुकाराम हे चित्रपट आठवून बघा. कसलाही भपका नाही, म्हणून तर मी कमी खर्चाचा संतमेळा चित्रपट काढायचं ठरवलं आहे."

"आता येणं कशासाठी केलंत, ते सांगा." मालक मुद्द्याला हात घालून म्हणाले.

"तुम्ही फिल्मच्या एका किंवा अर्ध्या रिळाचे प्रायोजक व्हावे, अशी इच्छा आणि विनंती एकत्रच करतो." मी सांगितलं.

"कितीची अपेक्षा आहे?" मालकानं विचारलं.

"शुभारंभ तुमच्यापासूनच करतो. पन्नास हजार द्या. पहिला सीन ज्ञानेश्वर महाराजांचा आहे. पांडुरंगाच्या मूर्तीपुढं उभा राहून ते म्हणतात. 'रूप पाहाता लोचनी, सुख झाले हो साजनी.' तुमच्या पैशातून असा शुभारंभ होणार आहे."

"दिले!" मालक म्हणाले, "पण एक गोड अट आहे. संत ज्ञानेश्वरांना आमच्या या कापडाच्या दुकानात येऊ द्या. एक छोटा डायलॉग टाका. संत ज्ञानेश्वर आल्यावर मी उठून नमस्कार करून म्हणत आहे.—

'साधू-संत येती घरा, तोचि दिवाळी दसरा!' महाराज, मी आपली काय

सेवा करू?

ज्ञानेश्वर म्हणतील, "भगव्या रंगाचं एक वस्त्र पाहिजे. सध्याचं जीर्ण झालं आहे."

मी लगेच दोन वस्त्रं त्यांच्या चरणावर ठेवून म्हणेन, 'माझ्या गरिबाची ही भेट गोड मानून घ्या.' ज्ञानेश्वर ती वस्त्रं घेऊन मग, 'रूप पाहाता लोचनी'चा सीन टाका. माऊलीबरोबर माझा एक डायलॉग टाका. पन्नास हजार वसूल. कॅमेऱ्यानं माझ्या कापड दुकानाचा एक क्लोजअप घ्या, म्हणजे मी धन्य होईन."

हे प्रकरण अवघड दिसतं. कापडाचं दुकान, ज्ञानेश्वरांबरोबर डायलॉग, हे सगळं चमत्कारिकच होतं. तरीही मी कामचलाऊ 'होय' म्हणालो. करणार काय? एकरकमी पन्नास हजार रुपये मिळणार होते.

किराणामालाचे दुकानदार यांचेकडे मी गेलो. मी संतमेळा चित्रपटाची योजना सांगितली. त्यांना ती योजना पसंत पडली. एक लाख रुपये द्यायला तयार झाले. तिथंही नेमकं तेच घडलं. त्यांच्या दुकानात जनाबाई, मुक्ताबाई आणि कान्होपात्रा अशा तिघी जणी येतात आणि किराणा वस्तू घ्यायच्या असल्याचं सांगतात. ते म्हणाले, मी आणि त्या संत देवता यांच्यात मी सांगतो तसा डायलॉग टाका.

मी : या या या! आजची सकाळ भाग्याची आहे. संतदेवीचं दर्शन घडतंय. काय पाहिजे?

मुक्ताबाई : आमच्या ज्ञानोबाला पुन्हा खूप वर्षांनंतर मांडे खायची इच्छा झाली आहे.

मालक : त्याचं काय आहे, काय काय लागतं याची यादी द्या. मी घरी पोहोचते करतो. तिथं माऊलीचं दर्शनही होईल.

जनाबाई : मला दहा शेर ज्वारी द्या. पांडुरंग आज दळायला मदत करणार आहे.

मालक : मी स्वत: घेऊन येतो. नामदेवांचं दर्शन होईल.

कान्होपात्रा : एक नारळ द्या. पांडुरंगाच्या पायांवर अर्पण करायचा आहे.

मालक : मंगळवेढ्याला जाणार की मुक्काम आहे?

कान्होपत्रा : आता इथंच... पांडुरंगाच्या पायी मुक्काम.

एवढे लांबलचक डायलॉग संतमेळा या चित्रपटात घातले, तरच एक लाख रुपये मिळणार होते. कठीण काम होतं. तरीही, पुढचं पुढं बघू, असं मनात म्हणून दोघांनाही एकमेकांना अनुक्रमे हे डायलॉग, मालक वगैरेसह घालण्याचे आणि एक लाख रुपये देण्याचे मान्य केलं. कठीण काम आहे. संतमेळा चित्रपटातले संत तेराव्या शतकात होऊन गेले आणि एकविसाव्या शतकातल्या दुकानातून मालकांबरोबर संभाषण करण्यास त्यांना भाग पाडायचं. नुसते प्रायोजन-धन देण्यास कुणीच तयार

नव्हता. त्या संतपटात स्वत:ला घुसखोरी करायची होती.

एवी-तेवी प्रायोजक मिळवण्याची मोहीमच काढली, तर आणखी काही व्यापारी-उद्योजक यांना भेटण्याचं ठरवलं. बांधकामाचे ठेकेदार-बिल्डर हल्ली गडगंज श्रीमंत असतात. त्यांच्याकडून दोन लाख तरी सहज मिळतील, या हेतूनं मी ओळखीच्या एका बिल्डरकडे गेलो. त्याला सगळी योजना समजावून सांगितली आणि दोन लाख रुपये देऊन प्रायोजक व्हावं, अशी इच्छा मी बोलून दाखवली.

"फक्त दोन लाख? दिले!" बिल्डर म्हणाला, "तुम्ही साधू-संतांवर सिनेमा काढता, पुण्याचं काम करता. तुम्हाला दिले तर पुण्य तरी लागेल. एरवी बेकायदा बिल्डिंग कायदेशीर करायला कुणाकुणाला किती किती लाख रुपये द्यावे लागतात, हे प्रसिद्धच आहे. इथं माझे दोन लाख सत्कारणी तरी लागतील."

मी खूष झालो. बिल्डर मला म्हणाला, "उद्या सकाळी याच वेळेला या आणि दोन लाख रुपये घेऊन जा. आता आमच्यासाठी तुम्ही एक काम करायचं, संतमेळा सिनेमातले सगळे संत सिनेमातल्या त्यांच्या-त्यांच्या वेषात मला भेटायला येतात, असा एक पाच मिनिटांचा सीन टाका. सीन असा असावा—

बिल्डर : ओहोहो! केवढा भाग्याचा दिवस! भागवत धर्माचे मोठमोठे संत या गरिबाकडे आले. बोला, मी काय सेवा करू?

ज्ञानेश्वर : आम्हाला तुमच्या खर्चानं एक 'साधू-संत का-ऑपरेटिव्ह हाउसिंग सोसायटी' बांधून द्या. आम्ही कोण कुठं, कोण कुठं राहतो.

चोखामेळा : होय ना! मी आणि कान्होपात्राबाई मंगळवेढ्यात राहतो.

सावतामाळी : मी अरण इथं राहतो.

नामदेव : आमचं कुटुंब आणि जनाबाई पंढरपुरात असतो.

गोरा कुंभार : मी तेर ढोकी इथं राहतो.

ज्ञानेश्वर : मी आणि भावंडं आळंदीला असतो. पंढरीनगरीत आम्हा सर्वांना एक हाउसिंग सोसायटी बांधून द्या.

नंतर बांधकामाचा एक सीन टाका. नंतर बिल्डिंग पूर्ण झाल्याचा सीन. त्यानंतर सर्व संतांसह माझा असा एक ग्रुप फोटो काढा. दोन लाखांपेक्षा जास्त खर्च लागला, तर मी द्यायला तयार आहे."

बिल्डर एकंदरीत सिनेमातली सलग पंधरा मिनिटं खाणार, हे लक्षात आलं. आणखी एक लक्षात आलं, ही बिल्डिंग सिनेमाच्या शूटिंगपुरती त्यांना तथाकथित ओनरशिपवर देणार. शूटिंग संपलं की संतांचा मेळावा पुन्हा बाहेर. दोन लाखांसाठी सर्व काही त्या वेळेपुरतं का होईना; मान्य करावं लागलं. कमीत कमी पंचवीस लाख जमवायचे होते. त्यामुळे प्रत्येकाला 'होय' म्हणावं लागत होतं. एक मराठी माणूस

खूप श्रीमंत असून त्याची मुंबईत दहा हॉटेल्स आहेत, असं समजलं. सगळंच 'वदतो व्याघात!' मराठी माणूस म्हणायचं आणि खूप श्रीमंत म्हणायचं. तो काय गुजराती-मारवाडी आहे? मराठी माणूस म्हणायचं आणि मुंबईत त्याची दहा मोठी हॉटेलं आहेत— किती परस्परविरोधी विधान? मुंबईत दहा हॉटेलं असायला तो थोडाच उडुपी हॉटेलवाला लागून गेला आहे? परंतु तशी वस्तुस्थिती होती खरी. अपवाद; दुसरं काय?

गेलो भेटायला. मालक धार्मिक प्रवृत्तीचे दिसले. कपाळावर गंध, गळ्यात बारीक रुद्राक्षांची माळ दिसत होती. नमस्कार करून येण्याचा उद्देश सांगितला, तेव्हा ते एकदम खूष झाले. ते म्हणाले, "असं करा, तुम्ही सर्व संतांना इकडे जेवायलाच घेऊन या. मी स्वत: त्यांना आग्रह करून वाढतो. पूर्वी ज्ञानेश्वरांना मांडे खायची इच्छा झाली होती. मुक्ताबाईंनी मांडे करून खाऊ घातले. मी सातशे वर्षांनंतर ज्ञानदेवाला मांडे खाऊ घालतो. जेवणाची फिल्म कमीत कमी दहा मिनिटं तरी चालू द्या. संतमंडळी आणि मी यांचे डायलॉग अशा प्रकारचे असू देत.

मी : ज्ञानोबा, तुम्ही सातशे वर्षांपूर्वी, स्वत:च्या सामर्थ्यानं अग्नी उत्पन्न केलात आणि मुक्ताबाईंनी तुमच्या पाठीवर मांडे केले, तो प्रसंग माझ्या लक्षात आहे.

ज्ञानोबा : अरे वा! कमाल आहे! ओहोहो! मुक्ताबाईनं केले होते तसेच मांडे रुचकर आहेत.

मी : सावतामहाराज, तुमच्या अभंगातील 'कांदा, मुळा, भाजी अवघी विठाबाई माझी...' कांदा घालून भाजी केली आहे आणि मुळ्याची कोशिंबीर केली आहे. 'लसूण, मिरची, कोथिंबिरी'सुद्धा तुमच्या अभंगातली आहे. जनाबाई, हे पीठ, तुम्ही आणि पांडुरंगानं जात्यावर दळलेलेच आहे. गोरोबा, थंड पाणी तुम्ही बनवलेल्या माठामधलंच आहे. भोजन सावकाश होऊ द्या.

हे डायलॉग आणखीही होते. सराफ, पादत्राण दुकानांचे मालक, हिंगांचे होलसेल व्यापारी, वेलदोडे-किंग, केशर-सम्राट यांना गाठले. सर्वांनी आर्थिक साह्य करण्याचे मान्य केले. परंतु सर्व संतमंडळी आणि ते-ते ठोक व्यापारी यांचे डायलॉग घातलेच पाहिजेत, किमान दहा-दहा मिनिटं तरी, त्यांनाही 'होय' म्हटलं. चित्रपट सुरू असताना एकूण पंचवीस प्रायोजकांचे जाहिरातरूपी डायलॉग असं एकंदर स्वरूप होणार होतं. सर्व प्रायोजकांचे डायलॉग-कम-त्यांच्या व्यवसायाची जाहिरात अशा एकत्र केल्या, तर नुस्त्या जाहिरातीच तीन तासांच्या वर जाणार होत्या. 'संतमेळा' चित्रपट कसा काय काढायचा? या डायलॉगी जाहिरातीसह मूळ चित्रपटाचे संवाद, विविध संतांचे अभंग हेही तीन तासांचे होते. एकूण चित्रपट सहा

तास. दहा-दहा मिनिटांच्या तीन इंटरव्हल्स—असं भलतंच ऐसपैस, अघळपघळ, अस्ताव्यस्त प्रकरण होणार होतं.

या बाबतीत मी दोन निर्णय घेतले. **(१)** 'संतमेळा' हा प्रायोजित सिनेमा काढण्याचा बेत एकदम खोल गाडून टाकणं, हे अगदी पक्क ठरलं. **(२)** तरीही 'अशा प्रकारचा' प्रायोजित सिनेमा काढला तर तो कसा असेल, याचं संपूर्ण स्क्रिप्ट लिहून काढणं. वाचून निदान करमणूक तरी होईल. मी त्याप्रमाणं केलं. त्याची थोडीशी झलक सादर करत आहे.

संतमेळा

मराठी प्रायोजित चित्रपट

(ज्ञानेश्वरकालीन सर्व संत एकत्र बसले आहेत. प्रत्येक जण आपापले अभंग सादर करत आहेत.)

गोरोबा कुंभार : ज्ञानोबा, तुम्ही वयानं माझ्यापेक्षा लहान आहात, पण मानानं सर्वांत मोठे आहात. काय मुक्तताबाई, बरोबर आहे ना?

मुक्ताबाई : होय दादा. म्हणा अभंग.

ज्ञानेश्वर : मी माझी आवडती वीराणी प्रथम म्हणतो—

'घनु वाजे घुणघुणा,
वारा वाहे रुणझुणा।
भवतारकु हा कान्हा, वेगी भेटवी ॥
चांदवो चांदणे, चावे वो चंदनु।'

मुक्ता : (बाहेर जाऊन येते, अशी खूण करते)

प्रायोजक

दुकानदार : या या, काय पाहिजे? नवीन दिसता?

मुक्ता : आम्ही आळंदीला असतो. माझं नाव मुक्ता. ज्ञानेश्वराची धाकटी बहीण. मला किनई चांगल्या-चांगल्या साड्या दाखवा.

दुकानदार : शालू, पैठणी, जॉर्जेट, कांजीवरम, इरकल, रेशमी, नायलॉन, ऑरगंडी... प्रत्येकी एक-एक नमुना घ्या.

मुक्ता : छे हो, आम्ही संन्याशाची मुलं. आमच्याकडे एवढे पैसे कुठून असणार?

दुकानदार : मी पैशाचं बोललो आहे का? तुमचे पाय दुकानाला लागले; धन्य झालो! सर्व प्रकारच्या साड्या तुम्हाला भेट म्हणून देत आहे. (जाहिरात : साडी महासागर. दहा हजार साड्यांचा प्रचंड स्टॉक. १० मिनिटांमध्ये साडी निवडणाऱ्या भगिनीस किमतीत २५ टक्के सूट.)

मूळ चित्रपट.

नामदेव : ज्ञानेश्वरा, तुम्हा कमाल केलीत. प्रारंभानंच सुंदर वातावरण निर्माण केलं आहे. कान्होपात्रा, आता तू म्हण.

कान्होपात्रा : लगेच मी? ठीक आहे, म्हणते.

पतित तू पावना, म्हणविसी नारायणा

तरी सांभाळी वचना, ब्रीद वागविसी जाणा

याति शुद्ध नाही भाव, दुष्ट आचरण स्वभाव

मुखी नाम नाही, कान्होपात्रा शरण जाई...

(लगेच प्रायोजक) सराफाचं दुकान

सराफ : या या! तुम्ही नवीनच दिसता?

कान्होपात्रा : मी मंगळवेढ्याला असते. पांडुरंगाच्या दर्शनाला नेहमी येत असते.

सराफ : ओहोहो! एवढ्या तरुण वयात एवढी भक्ती! तुमचं नाव काय?

कान्होपात्रा : माझं नाव कान्होपात्रा. माझी आई मंगळवेढ्यात पुरुषांचं मनोरंजन करण्याचा व्यवसाय करते. म्हणून तिच्यासाठी काही दागिने घ्यायला आले आहे.

सराफ : तुम्हाला काय काय पाहिजे सांगा—

कान्होपात्रा : पांडुरंग हाच माझा पृथ्वीमोलाचा दागिना आहे.

सराफ : तरीही मी चार सोन्याचे, चार मोत्याचे दागिने देतो. माझ्याकडून भेट म्हणून स्वीकारा.

मूळ चित्रपट

विसोबा खेचर : नामदेवा, तू एक अभंग म्हण. मी तुझा गुरू तुला आदेश देत आहे.

नामदेव : जशी आज्ञा.

देह जावो अथवा राहो, पांडुरंगी दृढ भावो।

चरण न सोडी सर्वथा, आण तुझी पंढरीनाथा ।

वदनी तुझे मंगळ नाम, हृदयी अखंडित प्रेम ॥

नामा म्हणे केशवराजा...

(प्रायोजकाची मुसंडी)

दुकानदार : या. काय पाहिजे?

नामदेव : आपलं दुकान पाहून थक्क झालो. दुकानात ब्रह्मांडातल्या वस्तू दिसतात.

दुकानदार : याला हल्ली मॉल म्हणतात.

नामदेव : मला फक्त पांढऱ्या रंगाची दोऱ्याची रिळं आणि पाच सुया द्या.

दुकानदार : तुम्ही टेलर आहात काय?

नामदेव : नाही— टेलर नाही, शिंपी आहे. पिढीजात.

दुकानदार : फार पूर्वी एक संत नामदेव होता, तोही शिंपी होता.

नामदेव : तोच मी, संतमेळा चित्रपटातला नामदेव आहे.

दुकानदार : आज मी धन्य झालो. मी तुम्हाला प्रत्येक रंगाची शंभर-शंभर रिळं, शंभर सुया, पाच शिलाई मशिन्स देतो. हे सर्व देत असताना आणि घेत असताना एक व्हिडिओ फिल्म घेऊन मला धन्य होऊ द्या. फिल्म सुरू.

मूळ चित्रपट

विसोबा : अरे, आपली जनाबाई राहिली की! ए जने, होऊन जाऊ दे तुझा र ट फ अभंग.

जनाबाई : र ट फ काय? मग म्हणते तसलाच अभंग.

अरे विठ्या, अरे विठ्या, मूळ मायेच्या कारट्या।

उभी राहून अंगणी, शिव्या देते दासी जनी।।

विसोबा : ए जने, जीभ आवर आणि चांगला अभंग म्हण.

जनाबाई : ये गं ये गं विठाबाई, माझे पंढरीचे आई।

भीमा आणि चंद्रभागा, तुझ्या चरणीच्या गंगा।

इतुक्यासह त्या बा यावे, माझे रंगणी नाचावे।

माझा रंग तुझिया गुणा, म्हणे नामयाची जनी।।

विसोबा : छान! छान! चोखोबा, तुमचाही एक अभंग होऊन जाऊ द्या. तुमचा तो 'ऊस डोंगा परी रस नव्हे डोंगा' होऊन जाऊ द्या.

चोखामेळा : ऊस डोंगा परी, रस नव्हे डोंगा

काय भुललासी वरलिया रंगा...

चोखा म्हणे परि...

(जाहिरातदारांचं आक्रमण)

॰॰॰॰

.२.

कथालेखन शिक्षणवर्ग

हल्ली विविध प्रकारचे वर्ग निघतात. विविध प्रकारची पुस्तकं निघतात. विविध प्रकारची शिबिरं भरतात. विविध प्रकारची वर्कशॉप्स भरतात. विविध प्रकारची मार्गदर्शक केंद्रे सुरू होतात. आणखीही असंच काही काही कुठं ना कुठं सुरू असतं. कुणीही काहीही सुरू करो; माणसं तिथं निष्ठापूर्वक येत असतात. पोहण्याचा वर्ग काढला, तर अर्धी चड्डी घालून पाच-पंचवीस मंडळी येतात. मराठी शुद्धलेखनाचा वर्ग काढला, तर दहा-वीस पेन्शनर त्या वर्गात दाखल होतात. (पेन्शनरच येतात याचं कारण तरुण मंडळी शुद्धलेखनाला उद्देशून, 'साला शुद्धलेखन को मारो गोळी' असे हिंसक उद्‌गार काढतात.) सुईत चटकन् दोरा कसा ओवावा याचाही वर्ग एकानं काढला. त्यालाही पाच-पन्नास जणांनी आश्रय दिला. दिवाळीमध्ये न उडालेल्या फटाक्यांध्ये पुन्हा नवीन वात बसविण्याचा वर्ग एका पेन्शनरानं काढला होता. विशेष म्हणजे, पंचवीस-पंचवीस जणांच्या चार बॅचेस करून हे शिक्षण द्यावं लागलं. सर्व विद्यार्थी होते. या वर्गात ते 'वातार्थी' होते. (वात बसवण्याचं शिक्षण घ्यायला आले, म्हणून वातार्थी.)

यावरून एक गोष्ट लक्षात येते की, कुणीही, कसलाही वर्ग सुरू करावा. अफाट पसरलेल्या समाजात ते शिक्षण घेण्याची इच्छा असणारे ज्ञानपिपासू असतातच. हेच तर सर्व शिक्षणवर्गाचं मूळ भांडवल असतं. म्हणून तर चतुर माणसं नेहमी कसले तरी वर्ग काढत असतात. मुंबईमध्ये मध्य रेल्वे आणि पश्चिम रेल्वे लोकल गाड्यांची मिळून जवळपास शंभर स्टेशनं आहेत. प्रत्येक स्टेशनाला कमीत कमी दोनपासून जास्ती जास्त आठपर्यंत (क्षत्रिय कुलवंत छत्रपती शिवाजीमहाराज मुंबई स्टेशनात तर पंधरा) प्लॅटफॉर्म आहेत. विचित्र प्रकार म्हणजे कोणत्या स्टेशनातला किती नंबरचा प्लॅटफॉर्म डाव्या बाजूला येतो आणि कोणत्या नंबरचा प्लॅटफॉर्म उजव्या बाजूला येतो, या बाबतीत नक्की कसलंच सुसूत्र धोरण नाही. म्हणून एका

चतुर माणसानं प्रत्येक स्टेशनावर उतरून कोणता प्लॅटफॉर्म डावीकडे आहे आणि कोणता प्लॅटफॉर्म उजवीकडे याची काटेकोरपणे नोंद केली. नकाशे तयार केले. त्या नकाशांवर स्टेशनांची नावं लिहिली. सर्व तयारी केली आणि बाहेरच्या बाजूला पाटी लावली— 'प्लॅटफॉर्म मार्गदर्शक वर्ग.' प्रत्येक बॅचला पंचवीस व्यक्तींनाच प्रवेश मिळेल. अशा किती तरी बॅचेस तिथून प्लॅटफॉर्मविषयीचं बहुमोल ज्ञान घेऊन बाहेर पडल्या. उदाहरणार्थ— 'प्रिय प्रवासी बंधूंनो, आता माटुंग्याचा धडा शिकू या. एक लक्षात ठेवा— दोन दादर आहेत आणि माटुंगाही दोन आहेत. एक मध्य रेल्वेचं आणि दुसरं पश्चिम रेल्वेचं. आताचा आपला धडा मध्य रेल्वेच्या माटुंगा स्टेशनाचा आहे. प्रवासी बंधूंनो, या स्टेशनात चार प्लॅटफॉर्म असून सर्व प्लॅटफॉर्म उजव्या बाजूचे आहेत. वगैरे.'

हे सगळं पाहिल्यावर मलाही असंच काहीतरी करण्याचा झटका आला. मी लेखक आहे. आपण आपलं लेखन मार्गदर्शक केंद्र काढावं, असं मी ठरवलं. त्याप्रमाणे मी कामाला लागलो. 'कथालेखन शिक्षणवर्ग' सुरू केले. प्रथम कथा कशी लिहायची, हे तिथं शिकवायचं आणि मग तीच कथा मूलाधार कथा. म्हणजे एक अभिनेता माणूस आहे. एकच अभिनेता ज्याप्रमाणे 'एकच प्याला'त सुधाकर होतो, 'सौभद्रा'त श्रीकृष्ण होतो, 'शाकुंतला'त दुष्यंत होतो, 'रायगडाला जाग'मध्ये शिवाजी होतो, 'स्वामी'मध्ये माधवराव पेशवे होतो, 'मानापमान'मध्ये धैर्यधर होतो; त्याप्रमाणेच मूलाधार कथेला निरनिराळी रूपं कशी द्यावीत, हे मी शिकवू लागलो. आता मी मूलाधार अशी एक सरळ-साधी कथा लिहितो. अगदी बाळबोध पद्धतीची. या कथेत संघर्ष, गुंतागुंत, भानगडी, गृहकलह, गृहत्याग, स्वत:च्या पायांवर उभी राहण्यासाठी कपड्यांनी भरलेली बॅग घेऊन घराबाहेर पडणं, बलात्काराचा बळी होणं, जीवनाची ससेहोलपट होणं, घटस्फोट, मुलांची वाटणी, आयुष्यभर परवड, श्रीमंतीकडून दारिद्र्याकडे— वगैरे काहीही नाही. डिस्टिल्ड वॉटर ज्याप्रमाणे टेस्टलेस, कलरलेस, ओडरलेस असतं; तशी ही मूलाधार कथा रुचिहीन, रंगहीन आणि गंधहीन आहे. अशा निर्विकार कथेवर निरनिराळे प्रयोग करायचे आहेत.

कथालेखन शिक्षणवर्ग सुरू करायचे, तर आधी विविध पाठ (लेखन) लिहून तयार पाहिजेत. एकच कथा कशी नाना रूपं घेते, हे या पाठांद्वारा समजेल. याशिवाय कमीत कमी शब्दांत जास्तीत जास्त भाव-भावना व्यक्त करणारी कथा कशी लिहावी याचाही एक पाठ असणार आहे. कथेचा जीव बारीक आहे, पण कथा मोठी करायची आहे. तर, त्या कथेत अवांतर भरताडाचं पाणी किती घालत राहायचं, त्याच कथेत पुन्हा बादली-दोन बादल्या पाणी घालून तिची लघुकादंबरी कशी करायची, वगैरे विविध प्रकारचे पाठही असतील. आता प्रत्यक्षच पाहा म्हणजे कल्पना येईल.

कथालेखन शिक्षणवर्ग

पाठ : १

साहित्यात कथा, कादंबरी, काव्य, नाटक, निबंध, प्रबंध वगैरे अनेक प्रकार असले तरी कथा हा साहित्यप्रकार सर्वांत आधी जन्माला आलाय. आदिमानव नव्हे, आदिम मानवापर्यंत कथा मागं-मागं नेता येते. एकानं दुसऱ्याला काय झालं, हे सांगणं म्हणजे कथा. कथेची ही मूलभूत व्याख्या आहे. पृथ्वीवर अगदी आदिम मानवाचं लेकरू आईला म्हणालं असेल, 'आई, मला भूक लागली.' मग आईनं बाळाला दूध आणि कंदमुळं दिली. पोट भरल्यावर ते बाळ खेळू लागलं. झाली कथा. आदिमानवाच्या काळातील कथनं आणि त्यातून निर्माण होणाऱ्या कथा अशाच काहीशा असतील. विद्यार्थी मित्रांनो, कथेचं हे झालं प्रागैतिहासिककालीन रूप. आता आपण अलीकडे येऊ या.

पाठ : २

'अद्भुत कथा' हा एक कथा-प्रकार आहे. अशक्य असणाऱ्या गोष्टी शक्य झाल्या, असं कुणी सांगितलं तर अद्भुत म्हणायचं. मुंग्यांनी मेरू पर्वत तर गिळला नाही ना? गडकऱ्यांच्या सिंधूनं सुधाकरापासून घटस्फोट घेऊन पोटगीसाठी दावा दाखल नाही ना केला? ऑलिंपिकमध्ये भारताने पन्नास सुवर्णपदकं तर मिळविली नाहीत ना? श्रेष्ठ नाटककारांनी इंग्लिश नाटकांवर डल्ला मारून ती स्वत:च्या नावावर खपवणं तर सोडलं नाही ना? असले प्रकार म्हणजे अद्भुतच! जे अशक्य ते शक्य, हे गृहीत धरून कथा लिहिली, तर काय होईल ते पाहा. खाली आणखी एक लघुत्तम कथा देत आहे. एका वाक्यातील कथा आहे.

'राज्यातील समाजवादी पक्षाच्या पंधराशे अनुयायांनी समाजवादी पक्ष सोडला.' झाली कथा. आता तिचं विश्लेषण. समाजवादी पक्ष— विशेषत: आपल्या राज्यातला समाजवादी पक्ष— हाच मुळात अल्पसंख्य पक्ष आहे. समाजवादी पक्ष आणि इतर राजकीय पक्ष यांत एक मूलभूत फरक आहे. इतर राजकीय पक्षांत पुढारी असतात आणि अनुयायीसुद्धा मोठ्या प्रमाणात असतात. परंतु, समाजवादी हा पक्ष असा आहे की, या अल्पसंख्य पक्षामध्ये जे कोणी आहेत, ते सर्वच्या सर्व जण पुढारीच आहेत. कोणीही अनुयायी नाही आणि कथेत म्हटलं आहे की, पंधराशे अनुयायी समाजवादी पक्षातून बाहेर पडले. यातील 'पंधराशे', 'अनुयायी' आणि 'समाजवादी पक्ष' हे तीन (चार) शब्द एकत्र येणे, हा खरोखरच अद्भुत प्रकार आहे.

पाठ : ३

'गुरुकथा' हा एक कथेचा फॉर्म आहे. आपल्या देशात प्राचीन काळापासून गुरू, साधू, महाराज वगैरे मंडळी अध्यात्माच्या क्षेत्रात भरपूर आहेत. गुरूचा मेकअप करून अध्यात्मावर चार थापा मारल्या की, धंद्यात छान जम बसतो. संन्यास घेऊन भगवी कफनी घातली, तर विचारायलाच नको. सुपर क्लास वन गुरुमहाराज म्हणून शोभून दिसतात. असल्या गुरुमहाराजांचं लीलामृत श्रवणीय असतं. त्यांच्या लीला बघितल्या की, गुरुमहाराज कसे बोगस आहेत, ते कळून येतं. याला संन्यासीही अपवाद नाहीत. नावाला यती, संन्यासी; बाकी सगळे धंदे सुरू असतात. या संदर्भामध्ये विद्यार्थी मित्रांनो, मी तुम्हाला आधीच सिद्ध असलेली एक कथा, कदाचित तुम्हाला माहीत नसेल, म्हणून सांगतो. याशिवाय गुरुकथा हा कथेचा फॉर्मही कसा असतो, हे तुम्हाला कळेल.

स्वामी कामानंद यांनी संन्यासाश्रम स्वीकारला होता. त्यांचं वय चाळिशीच्या आतच होतं. स्वामीजी एकदा रस्त्यानं चालले होते. त्यांना आमचे संसारी मित्र चिंतोपंत भेटले. तेव्हा दोघांत खालीलप्रमाणे सुखसंवाद झाला.

चिंतोपंत : स्वामीजी, आज एकादशीचा उपवास असूनही तुम्ही पान खाऊन तोंड रंगवलं आहे.

कामानंद : त्याचं काय आहे चिंत्तोपंत, चमचमीत मांसाहारी जेवण झाल्यावर मसालेदार पान पाहिजेच. त्याशिवाय मजा येत नाही.

चिंतोपंत : वा गुरू! तुम्ही एकादशीच्या दिवशी मांसाहारसुद्धा केलात की! कमाल आहे!

कामानंद : त्याचं काय आहे, मी आधी मद्यपान केलं होतं. मद्यपानानंतर मांसाहार भोजनाची लज्जत काही औरच असते.

चिंतोपंत : म्हणजे, तुम्ही एकादशीला मद्यपानही केलं?

कामानंद : वेश्येचा फारच आग्रह झाला, म्हणून मद्यपान करणं मला भाग पडलं.

चिंतोपंत : गुरुमहाराज, तुम्ही खरोखरच ग्रेट आहात! आज एकादशी असूनही तुम्ही वेश्यागमन केलंत?

कामानंद : चिंतोपंत, तुम्हाला माहीतच आहे. मी हल्ली संन्याश्रम स्वीकारला आहे. संन्याशानं आपल्या पूर्वाश्रमीच्या पत्नीशी संबंध ठेवणं अधम्य आहे.

चिंतोपंत : ते ठीक आहे हो. म्हणून काय सरळ उठायचं आणि वेश्येकडे जायचं? बरं दिसतं का असं करणं?

कामानंद : चिंतोपंत, मी एकदम कसा काय जाईन? मलाही नीतिमत्तेची काही चाड आहे की नाही?

चिंतोपंत : कसली अडचण आली म्हणून तुमचं पाऊल त्या जगद्भार्येकडे वळालं?

कामानंद : त्याचं काय आहे... जर भावजय माहेरी गेली असेल आणि मेहुणी सासरी गेली असेल, तरच आपद्धर्म म्हणून मी 'अखंड' सौभाग्यवतीकडे जात असतो.

चिंतोपंत : गुरुमहाराज, तुमची दोन्ही चरणकमळं जरा तिकडे करा. मला माझं मस्तक त्या 'पवित्र' चरणयुगुलावर ठेवून धन्य होऊ द्या.

विद्यार्थ्यांनो, गुरूंच्या दोन जाती असतात. एक म्हणजे सदगुरू— चांगला गुरू आणि दुसरा 'कागुरू'—म्हणजे वाईट गुरू. सत्पुरुष-कापुरुष वगैरे दोन प्रकार असतात ना, तसाच हा प्रकार आहे. 'कागुरू'ची कथा मुद्दाम आधी सांगितली. कारण 'दुर्जनं प्रथमं वन्दे' असं शास्त्रवचनच आहे. 'सज्जनं तदनंतरम' या उक्तीप्रमाणे आदर्श गुरू, सदगुरू— चारित्र्यसंपन्न गुरू कसा असतो, याचंही दर्शन झालं पाहिजे; नाही तर कामानंद गुरूलाच सद्गुरू म्हणाल! आदर्श गुरू कसा असतो, हे आपण पुढच्या पाठात पाहू या.

पाठ : ४

अमेरिकेतल्या शिकागो शहरी १८९३ मध्ये सर्व धर्म परिषद भरली होती. त्या वेळी आपल्या तेजस्वी व्यक्तिमत्त्वाने आणि अभ्यासपूर्ण भाषणानं स्वामी विवेकानंदांनी केवळ परिषदच नव्हे, तर अमेरिका गाजवली. विवेकानंद तरुण होते. त्यांच्या व्यक्तिमत्त्वावर एक सुंदर अमेरिकन तरुणी भाळली. एका चांगल्या हेतूनं तिनं स्वामींना विचारलं, "तुम्ही माझ्याशी लग्न कराल का? म्हणजे, तुमच्यापासून मला होणारा मुलगा तुमच्यासारखाच अलौकिक गुणांचा होईल." हेतू उच्च होता; प्रश्नच नव्हता. परंतु, विवेकानंद त्याहीपेक्षा उच्च कोटीतले होते. ते शांतपणे म्हणाले, "तुमचा हेतू फार चांगला आहे; कल्पनाही चांगली आहे. मग नऊ-दहा महिन्यांचा उशीर कशाला?"

"म्हणजे?" त्या स्त्रीनं अर्थबोध न झाल्यानं विचारलं.

"आपलं लग्न होऊन ज्युनिअर विवेकानंद जन्माला येईपर्यंत कमीत कमी नऊ-दहा महिने तरी निसर्ग-नियमाप्रमाणे लागतील. त्यापेक्षा असं करू या— हा सिनिअर विवेकानंदच तुमचा मुलगा व्हायला तयार आहे. तुम्हा मला 'बाळ' म्हणून हाक मारा आणि मी तुम्हाला 'आई' म्हणून हाक मारतो. तुम्हाला किती झटपट मातृत्वाला लाभ मिळेल, बघा!"

विद्यार्थी मित्रांनो, हा दुसरा आदर्श डोळ्यांपुढं ठेवा. कथावाङ्मयात 'बोधवादी' कथा हा एक प्रकार असतो. आताच्या दोन पाठांतून का-गुरू आणि सद्-गुरू यांच्या

कथा सांगितल्या. त्यातून योग्य तो बोध घ्या.

पाठ : ५

या पाठापासून पुढील काही पाठांत कथांविषयी निराळ्या प्रकारचं मार्गदर्शन केलं जाणार आहे. मी प्रथम एक बोळबोध पद्धतीची सोपी, साधी, सुटसुटीत कथा सांगणार आहे. साधी-सुधी, छोटीशी कथा घ्यायची, तिच्या झेरॉक्स प्रती काढायच्या आणि काही प्रसिद्ध साहित्यिक, निरनिराळ्या राजकीय विचारप्रणालींचे लोक, लेखिका, सामाजिक कार्यकर्ते वगैरे निरनिराळ्या लोकांकडे पाठवायच्या. कथेच्या त्या झेरॉक्स प्रतीबरोबर पत्रही पाठवायचं. त्या पत्रात त्यांना सांगायचं, 'सोबत पाठवलेली छोटी कथा तुमच्या विचारप्रणालीप्रमाणे आणि तुमच्या स्टाईलप्रमाणे विस्तार करून लिहून पाठवा.' मग काय होतं ते पाहू. ती एकच छोटी साधी कथा कशी निरनिराळी रूपे घेते, हे पाहणे. मनोरंजक ठरेल. या पाठात एवढंच पुरे.

विद्यार्थ्यांनो, मी पाठविलेल्या छोट्या कथेला फार चांगला प्रतिसाद मिळाला. त्या कथाच आता सांगणार आहे. पुढच्या पाठात मूलाधार कथा म्हणून एक अगदी साधी, सोपी, जोडाक्षरविरहित कथा सांगतो. ही कथा म्हणजे ही एक पाठच आहे.

पाठ : ६

मूलाधार कथा

काका, उठा. सकाळ झाली. दार उघडा. हा बघा रामा आला. रामा, गाईला चारा घाल. गाई, गाई, दूध दे.

अठरा शब्दांच्या जोडाक्षरविरहित या कथेचं पुढं (काय) होतं, ते आता पुढील पाठांतून बघा.

पाठ : ७

सेक्युलर स्टाईल

काका, उठा. चाचा, उठा. सकाळ झाली. दार उघडा. हे पाहा कोण कोण आले आहेत ते. पूर्वी फक्त रामाच येत असे, त्यामुळे काळातलं वातावरण जातीय वाटत असे; परंतु १९४७ मध्य वर्षी आपला देश स्वतंत्र झाल्यावर आपला देश सेक्युलर झाला आहे. राम, गाय हे शब्द एकत्र आले की जातीयता स्पष्टपणे दिसून येते. म्हणून हा जातीय धडा वाढवून सेक्युलर केला पाहिजे. रामबरोबर रहीमही आला आहे. रामा आणि रहीम दोघेजण आले. रामा, गाईला चारा घाल. रहीम, तू धारा काढ. गाई-गाई, रहीमलासुद्धा दूध दे. रहीमसुद्धा आपलाच आहे. काका, चारा, दार, रामा, रहीम, गाय— सगळे सगळे सेक्युलर आहेत. म्हणून दूधही

सेक्युलर आहे. रामा, सेक्युलर दूध पी; रहीम, सेक्युलर दूध पी. रामा, तू एक पेला दूध अरिहंत जैनाला दे. रहीम, तू एक पेला दूध राहुल बौद्धाला दे. रामा एक पेला दूध तू कर्तारसिंगला दे आणि रहीम, तू एक पेला दूध डेव्हिड ज्यूला दे. गाई-गाई, सर्वधर्मीयांनी तुझे दूध आपल्या पोटाला दिलं. गाई, तू सेक्युलर आहेस, म्हणून तुझं दूधही सेक्युलर आहे. हे सेक्युलर गोमाते, तू सेक्युलॅरिझमची गंगोत्री आहेस, सर्व काही तूच आहेस. हे गाई, तुला नमस्कार आणि सलाम आलेकुम असो. मुलांनो, आपण राज्यात नवीन सेक्युलर गवताची लागवड करू या. मग सगळ्या गाई ते गवत खाऊन सेक्युलर होतील. धार काढताना धारेतून धारोष्ण सेक्युलर दूध झर झर झर येईल. मुलांनो, सेक्युलर दूध जातीय दुधापेक्षा अधिक पौष्टिक असते. म्हणून मुलांनो, फेर धरून सेक्युलर दुधाचं गाणं म्हणा.

'या रे सारे फेर धरू या.
सेक्युलर दूध आपण पिऊ या'

पाठ : ८
साम्यवादी स्टाईल

काका, उठा. दार उघडा. काका, सकाळ झाली तरी लोळत पडलात? भांडवलदार लोक वैभवात लोळतात तसे तुम्ही लोळत आहात. काका, तुम्ही बूर्ज्वा आहात. तुम्हाला सगळं आयतं पाहिजे. रामा बिचारा गरीब कामगार आहे. तो ज्या गाईची धार काढतो, ती तर अक्षरशः पिळली जात आहे. पिळून-पिळून दूध काढता. गाईची लेकरं उपाशी राहतात. काका, तुम्ही रामा, कामगार, गाय आणि वासरू यांची रोज पिळवणूक करता. एक्स्प्लॉयटेशन करता. काका, तुम्ही ऐतपिऊ (चाल : ऐतखाऊ) आहात. घाम गाळणाऱ्या कामगारांना भांडवलदार ज्याप्रमाणे पिळतात त्याप्रमाणे तुम्ही गाईला पिळता. रामागडी कामाला येतो, तेव्हा तुम्ही लोळत असता. त्याचं काम सूर्योदयापासून सुरू होतं आणि गाईची संध्याकाळची पिळवणूक झाल्यावरच मग त्याची सुटका करता. रामाला बारा-बारा तास राबवून घेता. गाईच्या दुधावर दोनदा दरोडा घालता. काका, सगळे रामा आणि सगळ्या गाई येत्या ऑक्टोबरपर्यंत महान ऑक्टोबर क्रांती करतील. सगळीकडे रामा आणि गाई यांचा साम्यवादावर आधारलेला नवा समाज निर्माण होईल. काका, तेव्हा तुमची 'झारशाही' नष्ट होऊन गाईची 'धारशाही' निर्माण होईल. तेव्हा तुम्ही कळवळून ओरडाल, ''रामा, मला वाचवा— गाई, मला वाचव!'' (चाल : 'काका, मला वाचवा.'—नारायणराव पेशवे.) परंतु तोपर्यंत सगळीकडे साम्यवाद सुरू झाला की तुम्ही, रामा, गाय, दार, गवत सर्व काही समान होईल. तेव्हा देशातील

सर्व रामांचं, सर्व दारांचं, सर्व चाऱ्याचं, सर्व गाईंचं आणि सर्व दुधाचं राष्ट्रीयीकरण होईल. काका, तुमच्या गाईंचं दूध आधी सरकारी टँकरमध्ये नेऊन दिलं पाहिजे. मग तुम्ही दहा लिटर दूध दिलं असेल, तर त्यातलं दहा टक्के म्हणजे एक लिटर दूध सरकारी दूधकेंद्रावर रोख पैसे तुम्हाला देऊन विकत घ्यावं लागेल. त्यासाठी, तुम्ही या देशाचे नागरिक असल्याचं सर्टिफिकेट, पत्ता, व्यवसाय, वगैरे माहिती दूध पुरवठ्याच्या फॉर्मवर भरून द्यावी लागेल. त्या फॉर्मसाठी शिस्तीनं रांगेत उभे राहिल्यास अवघ्या अकरा किंवा बारा तासांत कोरा फॉर्म मिळेल. तो फॉर्म भरून दुसऱ्या रांगेत उभे राहावं लागेल. या रांगेतही साधारण तेवढाच वेळ उभा राहिल्यावर फॉर्म स्वीकारला जाईल. तिसऱ्या दिवशी रांगेत उभे राहिल्यावर तेवढ्याच वेळात तुम्हाला एक टोकन मिळेल. ते टोकन घेऊन रांगेत उभे राहिल्यावर तेवढ्याच वेळात तुम्हाला तुमच्या दहा लिटर दुधापैकी एक लिटर दूध मिळण्याचं कार्ड दिलं जाईल. याप्रमाणे आणखी दोन-तीन रांगा आहेत.

काका, एकदा का साम्यवाद सुरू झाला की, तुम्ही, गाय, म्हशी, बैल सगळे सुखी होतील. जिकडे-तिकडे रामराज्य होईल. रामराज्याला पर्यायी अशी एक आदर्श राज्यपद्धती आहे. आहे काल्पनिकच; पण कल्पनारम्य आहे. अशा राज्याचं नाव 'युटोपिया' असे आहे. तसलं युटोपिया राज्य आपल्याकडे सुरू होईल. अरेच्या! हे काय? युटोपिया या शब्दामागं क्यू (रांग) हे अक्षर लिहून कुणीतरी टारगटपणा केलेला आहे, असं दिसतं. काका, उठा. सकाळ झाली. आज रामाला सुट्टी द्या. तुम्ही गाईला चारा द्या. गाई-गाई, तू आजपासून जातीयवादी दूध न देता साम्यवादी दूध देत जा. म्हणजे साम्यवादी बालकं साम्यवादी गाईचं साम्यवादी दूध पिऊन आदर्श साम्यवादी होतील. काका, उठा. हा पाहा साम्यवादी रामा साम्यवादी गाईचं साम्यवादी दूध काढायला आला आहे.

पाठ : ९
हिंदुत्ववादी स्टाईल

आसेतु हिमाचल आणि आसिंधुसिंधूपर्यंत पसरलेल्या या आपल्या महन्मंगल, पवित्र आणि सुजला, सुफला (टीप : खते नव्हेत.) अशा या भरतखंडात राम हे नाव सर्वतोमुखी आहे. सकाळी सूर्योदयानंतरची वेळ म्हणजे रामप्रहर. एकमेकांना भेटल्यावरही 'राम राम' म्हणायची पद्धत आहे. आयुष्यभर रामस्मरण करणारा माणूच 'राम' म्हणताना 'राम' म्हणूनच तो राम म्हणतो. काका, अहल्या शिळा राघवे उद्धरीली, रामाय राम भद्राय राम, सीतापती राम, लक्ष्मणाग्रज राम, दशरथात्मज राम, कौसल्येय राम, भक्तजन - कल्पद्रुम राम, रावणान्तक राम, अयोध्या भूपती

राम, लवकुशजनक राम, आदर्श राजा राम याचं परमपवित्र नाव धारण करणारा रामा नामक सेवक आला आहे. पूर्वेला उदयाचलावर भगवान सहस्त्ररश्मी उगवत आहे. त्याच्या प्रकाशकिरणांनी दशदिशा उजळून निघाल्या आहेत. काका, घराचं महाद्वार उघडा. हे रामा गडी महोदय आले आहेत. उठा. खरं म्हणजे ही तुमची स्नान-संध्या, पूजा-अर्चा, जपजाप्य करायची वेळ. काका, आज उठायला उशीर का झाला? रात्री हिंदू धर्माची महत्ता सांगणारं पुस्तक वाचत होतात का? की, पुन्हा अखंड हिंदुस्थान होण्याची सुरम्य स्वप्नं रंगवत होतात? रामा, रामा, गोमातेला हरिततृण भक्षणार्थ दे. गोमाते, गोमाते, अमृततुल्य दुग्ध दे. या दुधाच्या प्राशनानं आमची हिंदू मनं सामर्थ्यशाली होवोत; आमचे बाहू अखंड हिंदुस्थान पुनरपि होण्यासाठी स्फुरण पावोत. बाहू स्फुरण पावून अखंड हिंदुस्थानचा ध्यास लागो. हिंदुत्व हेच राष्ट्रीयत्व व्हायचं असेल तर, काका तुम्ही उठा, दार उघडा. रामाला सांगून गाईला चारा घाला. रामा, तू धार काढ. गाय हा हिंदू धर्मभूषण, आर्यधर्म आभूषण, सनातन धर्म विभूषण असा अस्सल हिंदू प्राणी आहे.

काका, उठा. दार उघडा. रामा सेवक आला आहे. काका, महाभारतात गोमातेचं माहात्म्य वर्णन करताना भीष्म युधिष्ठिराला म्हणतात, "मातर: सर्वभूतांनां गाव: सर्वसुखप्रदा" (गाई ह्या सर्व प्राणिमात्रांच्या माता आहेत. त्या सर्व सुख देणाऱ्या आहेत.) काका, या गोमातेच्या उदरात तेहतीस कोटी देव राहतात. इतक्या बहुसंख्येनं देवांनी राहण्याचं, गोमातेचं उदर-कमल हे एकमेव ठिकाण आहे. अतएव काका, उठा. रामा, गोमातेला तृणाहार भषण करण्यासाठी दे. गोमाते, तू आम्हाला बलवर्धक दुग्ध दे.

पाठ : १०

धर्मनिरपेक्ष मत-सापेक्ष स्टाईल

काका, उठा. दार उघडा. हा पाहा अब्दुल आला. रामा अब्दुलला म्हणाला होता, "अब्दुल, आज तू गाईला चारा घाल." म्हणून आज अब्दुल आला आहे. अब्दुलनं गाईपुढं कडब्याची पेंडी सोडली. गाय आनंदानं तो धर्मनिरपेक्ष कडबा खात होती. 'अविंधा'चं धर्मनिरपेक्ष प्रेम पाहून गाईला खूप आनंद झाला. रोजच्यापेक्षा दुप्पट दूध देऊ लागली. जातीयवादी कुणी आला की पान्हा चोरणारी ती गाय धर्मनिरपेक्ष अब्दुल आल्याबरोबर दूध धो-धो देऊ लागली. काका, म्हणून श्रेष्ठींचा पक्ष सांगतो, नेहमी गाईलाच मत द्या. गाईवरच शिक्का मारा. तिच्याबरोबर असलेल्या वासरावर चुकून शिक्का मारू नका. कारण वासरू अजून लहान असून त्याला अद्यापि मताधिकार प्राप्त झाला नाही.

काका, धर्मनिरपेक्ष शासन, जातीयता नष्ट शासन, स्वजन-सुखाय, स्वजन-हिताय असं सरकार केंद्रात आणि राज्यांत आलं तर खऱ्या अर्थानं धर्मनिरपेक्ष राज्य निर्माण होईल. मतं फोडणं, मतं पळवणं किंवा मतं विकत घेणं, या त्रिसूत्रावर धर्मनिरपेक्ष राज्य सुरू आहे. काका, हा पाहा चारा.

अब्दुलला सौदी अरेबियातून आणला आहे. तो चार पवित्र भूमीतला आहे. अब्दुल, गाईनं तो चारा खाल्ल्यावर गाईची धार काढ. त्या वेळी गाय सार प्रवाही दूध न देता, आपल्या आचळातून 'कंडेन्स्ड' दूध देत जाईल. खूप दाट, गोड आणि स्वादिष्ट! काका, बघा बघा— गाय खुषीत आहे. आज रोजचा जातीयवादी रामा दूध काढत नसून एक धर्मनिरपेक्ष माणून काढत आहे. काका, सर्व धर्मांचे लोक, सर्व जातींचे लोक आपल्या गाईवरच मताचा शिक्का मारू इच्छितात. काका, अब्दुलला आणखी बऱ्याच ठिकाणी जायचं आहे. लवकर उठा. निवडणुकीच्या वेळी अब्दुलला प्रचंड मतांनी निवडून आणू आणि जातीयवादी पक्षांची ऐशी की तैशी करू. काका, सध्या सर्व सरकारांत, मंत्रालयात, विधान मंडळात कुठंही जा— सगळीकडे जातीय लोक भरले आहेत; परंतु आता मात्र त्यांचे दिवस भरले, असं म्हणावं लागेल. आपल्या पक्षाला पैशाची चणचण कधीच भासत नाही.

काका, गाईपुढं पशुखाद्य टाका. पशुखाद्याच्या व्यवहारात घोटाळा करून गडगंज संपत्ती मिळवू नका. त्यामुळे तुम्हीच घोटाळ्यात अडकून बसाल. एकसारखं पशुखाद्य खाऊ नका. गाईला रोजच्याप्रमाणे चारा घाला. गाई, चारा खा. रामा, धार काढ. गाई-गाई, चारा खा आणि खूप खूप कंडेन्सड् दूध दे. तुझे दूध पिऊन धर्मनिरपेक्ष राहिल्यानं सत्तेवर येण्याचा मंगळ आशीर्वाद दे. त्या मंगळ आशीर्वादानं चंगळ होणार आहे. काका, लवकर लवकर दूध काढा; नाही तर ते जातीयवाले लोक येतील आणि गाईलाच (चाल : बाईलाच) पळवून नेतील. अब्दुल, कर्तारसिंग डेव्हिड, जॉर्ज—तुम्ही सगळे जण एकेक तांब्याभर किंवा ग्लासभर पाणी आणून गाईपुढं ठेवा. गाय आवश्यक तेवढंच पाणी पिईल.

पाठ : ११
निबंध स्टाईल

काका, उठा. दार उघडा. सकाळ झाली. हा पाहा रामा आला. रामा, गाईला चारा घाल. गाई-गाई, दूध दे. ह्या बालकथेचं निबंधात रूपांतर करू या. अगोदर मुद्दे लिहा. निबंध लिहिताना आधी मुद्दे लिहायची चाल आहे. म्हणून आपणही मुद्दे लिहू. (१) काकांची माहिती (२) पुतण्याचं नाव काय? (३) रामा लवकर का येतो? (४) दार उघडा, असं सांगताना पुतण्या आत होता काय? (५) गाईला

चारा घालण्याचं काम मलाच का सांगितलं? (६) गाई गाई, चारा खा, असं का म्हणावं लागलं? (७) दूध दे, असंसुद्धा का सांगावं लागतं? त्या घरात काकू वगैरे बाईमाणूस कुणी दिसत नाही. (८) काकू माहेरी गेल्या की, काकांचं अजून लग्नच व्हायचं आहे? (९) दुधाचं पुढं काय झालं? (१०) गाय दररोज किती लिटर दूध देते?

विद्यार्थी मित्रांनो, निबंध लिहायचा म्हटलं की आधी कसे नंबरवारीनं मुद्दे काढावे लागतात. म्हणून आपण दहा मुद्दे काढले आहेत. मुद्द्याप्रमाणे आपण निबंध लिहू या. मुद्दे भरपूर काढून निबंध जर भिकार असेल, तरीही पैकीच्या पैकी मार्क मिळतात. निबंधलेखनात मुद्द्यांना असं महत्त्व असतं. आपण मुद्द्यावरून निबंध लिहू या.

१) काका हे त्या पुतण्याचे काका आहेत. २) पुतण्या त्या काकांचा पुतण्या आहे. ३) रामा लवकर येतो याचं कारण त्याची बायको त्याला त्याच्या घरातला शेणगोठा करायला लावते. ४) दार उघडायला सांगताना पुतण्या आतच होता, तो जागा होता आणि काका झोपलेले होते. म्हणून तो, 'काका, उठा, सकाळ झाली', असं म्हणाला. ५) गाईला चारा घालण्याचं काम रामाला करावं लागलं. याचं कारण, मागं पुरणकाळात कृष्णानं गोकुळातल्या गाईंना चारा घातला होता. म्हणून या खेपेला गाईला चारा घालण्याचं काम रामावर सोपवलं होतं. ६) गाईचं पोट आधीच गच्च भरलेले असेल किंवा दूध दिल्याशिवाय खायचं नाही, म्हणजेच अन्नग्रहण करायचं नाही, असं तिचं व्रत असेल. ७) दूध दे, असं का सांगावं लागलं? याचं कारण तिला मधून-मधून पान्हा चोरण्याची सवय असेल. असाच प्रसंग तेराव्या शतकात घडला होता. संत नामदेवांच्या घरातली गायही अशीच रुसून बसली होती. दूधच देईना. तेव्हा नामदेव आपल्या गाईला उद्देशून म्हणाले होते, "तू माझी गाईली, मी तुझे वासरू, नको पान्हा चोरू पांडुरंगे" स्वत: वासरू आहे, असं सांगितल्यावरच गाईनं पान्हा सोडला असावा, असं दिसतं. ८) ज्या अर्थी पुतण्या काकांना उठा म्हणतो त्या अर्थी काकू चार दिवसांसाठी माहेरी गेल्या असाव्यात. काकांचं लग्नच झालं नसावं, या म्हणण्याला अर्थ नाही. कारण सडाफटिंग माणूस हे गाईचं लचांड कशाला गळ्यात अडकवून घेईल? ९) दुधाचं पुढे काय झालं? तीन उत्तरं संभवतात. काकांनी दूध तापवलं असावं, काका दूध तापवायला विसरल्यामुळे ते नासलं असावं किंवा बोकोबा येऊन पिऊन गेला असावा. तिसरी शंका वास्तवाच्या अगदी जवळ वाटते. १०) काकांची गाय दररोज सकाळ-संध्याकाळ मिळून जेमतेम दीड-पावणेदोन लिटर दूध (फेसासहित) देत असणार. कारण ती गाय ऑर्डिनरी असणार. कारण जर्सी गाय पाळायला काका थोडेच

तालेवार लागून गेले आहेत?

मुलांनो, निबंध असा लिहायचा असतो. दहा मुद्द्यांच्या विस्तार करून सलगपणे लिहा.

पाठ : १२
आचार्य अत्रे स्टाईल

यंदा आचार्य अत्रे यांचं जन्मशताब्दी वर्ष आहे. म्हणून आपण हा धडा आचार्य अत्रे यांच्या पद्धतीनं तयार करू या.

काका, उठा. सकाळची उन्हं तुमच्या पार्श्वतनूवर आली आहेत तरी झोपलात? काका, तुम्हाला सदोबा पाटलाप्रमाणे रात्री कुठं कुठं जायची सवय आहे काय? काकू बिचारी साध्वी स्त्री! पण या हरामखोर काक्याला बाहेरख्यालीपणा करून तसल्या बाईच्या माडीवर (चुकून 'मा' वर अनुस्वार पडला तरी चालेल.), कारण काका आहेतच तसे चाप्टर. आमच्या पुतण्यातही काका आहेत. मेहुणी पुण्यात राहतात, पण मेहुणीशी कधीही लघळपणा करायचे नाहीत. त्यांचा लघळपणा दिल्लीतल्या 'तिकड'च्या स्वारीकडे नेहमी चालत असे.

पुतण्या-लहान लेकरू टाहो फोडून सांगतंय— काका उठा, काका उठा. एवढी करुण किंकाळी नारायणरावांनी मारली असती, तर रघुनाथरावही जागे झाले असते. पुतण्या काकांना दार उघडायला सांगतोय, त्या अर्थी काका आतमध्ये कडी लावून घेतात. मित्रहो, पुरुष काय आणि स्त्री काय, भानगड करायची झाल्यास अगोदर आतून कडी लावून घेतात. ती जी काकांनी आणली असेल, ती आधी नको-नको, मी त्यातली नाही, असं सांगत होती. पण काका बारा गावचं पाणी प्यायलेले होते. थोड्या वेळानं बाई वठणीवर आली. ती पुन्हाही मी नाही त्यातली, असंच म्हणत होती. पण तिनं पुढं आणखी तीन शब्द जोडले. आता तिचं म्हणणं असं होतं, ''मी नाही त्यातली, कडी लावा आतली.''

विद्यार्थ्यांनो, हा काका एक नंबरचा भानगडबाज आहे. काँग्रेसमध्ये असता, तर मिनिस्टर झाला असता. काँग्रेसला असलेच मिनिस्टर लागतात. दार उघडा, दार उघडा, असा पुतण्या बाहेरून टाहो फोडतोय; परंतु काकांचं आतून काहीच उत्तर नाही. रामा आला, असं सांगून पाहिलं. काकांनी तरीही दार बंदच ठेवलं. काका आत कसली भानगड करत होते, कुणास ठाऊक? पैसे मोजतात की बाईल मिठी मारून बसले आहेत की, दादाला मारामारीची सुपारी देत आहेत! या पक्षाच्या राज्यात लोकांना खायला मिळत नाही आणि आम्हाला 'प्यायला' मिळत नाही. इंग्रज सरकारच्या काळात प्यायला तरी भरपूर मिळायचं.

मुलांनो, बाईत रमलेला काका गाईकडे थोडंच लक्ष देणार? असले अनैतिक धंदे करून एड्सनं आजारी पडल्यावर कसलीही मेडिकल एड उपयोगी पडत नाही. गाईला चारा घालायचं कामही त्या लेकरावरच सोपवलं आहे. बालश्रमिक कायद्यान्वये असं लहान मुलांना शारीरिक श्रम करण्यासाठी राबवणं गुन्हा आहे. कोणताही गुन्हेगार भेटला की काकांच्या पक्षातले लोक त्याला कडकडून मिठी मारतात. आपलं प्रेमाचं माणूस फार दिवसांनी भेटल्यावर जो आनंद होतो, तो काकोबा नावाच्या बोकोबाला होतो. या राज्यात गायसुद्धा चारा नको म्हणते. तिला बळेबळेच, "गाई-गाई, चारा खा" अशा रीतीनं आंजारून-गोंजारून सांगावं लागतं. असल्या पापी लोकांच्या राज्यात गाईला अन्न तरी कसं गोड लागावं?

विद्यार्थी मित्रांनो, कथालेखन ही एक कला तुम्ही एकच कथा घेऊन तिचा दहा-बारा प्रकारांनी कसा फडशा पडता येतो, हे आपण आताच पाहिलं आहे. साधी चार ओळींची बाळबोध कथा; पण ती किती ढंगांनी सांगता येते, हे तुम्ही पाहिलंच आहे. आता तुम्हीही अशीच एक कथा घेऊन तिला चौऱ्यांऐशीच्या फेऱ्यातून घुमवून आणा.

तुम्हाला आताच सांगितलं आहे, आचार्य अत्रे यांनी ही कथा कशी लिहिली असती. तुम्ही काय करा, 'काका उठा, हा पाहा रामा आला...' ही कथा आहे ना, ती साहित्यिक वि. स. खांडेकरांनी कशी लिहिली असती, हरी नारायण आपटे कशी लिहितील, द. मा. मिरासदार कशी लिहितील, ना. सी. फडके कशी लिहितील याचं प्रात्याक्षिक तुम्ही करून आणा. त्यासाठी त्यांची लिहिण्याची स्टाईल कशी आहे याचा अंदाज करा.

मीही असंच बघून-बघून कथालेखन शिक्षणवर्ग केले आहेत. हे शिकून झाल्यावर, ऐतिहासिक स्टाईलपासून रटाळ स्टायलीपर्यंत सर्व काही शिकवलं जाईल.

•३•
चंद्रावर लोकशाही

भारत २०२० मध्ये महासत्ता होण्याचं स्वप्नं वगैरे. सानेगुरुजींनी मागेच लिहून ठेवले आहे. 'बलशाली भारत होवो, विश्वात शोभुनी राहो...' दोन हजार वर्षांपूर्वी (किंवा मागे-पुढे) मनूने लिहून ठेवले आहे, 'एतद्देशप्रसूतस्य सकाशादग्रजन्मन: स्वं स्वं चरित्रं शिक्षेरन् पृथिव्यां सर्वमानव:'' (या देशात जन्मलेल्या लोकांकडून पृथ्वीवरील सर्व मानवांनी पृथ्वीवरील आपापले धर्म शिकावेत.) भोजनाच्या प्रारंभी 'त्रिसुपर्ण' म्हणायची पद्धत आहे. (आहे म्हणजे, होती.) 'ये ब्राह्मणास्त्रिसुपर्णं पठन्ति, ते सोमं प्राप्नुवन्ति' त्रिसुपर्णाचे पठण करणाऱ्यांना सोमाची प्राप्ती होते. सोम म्हणजे सोमरस (मराठी अनुवाद : वाईन इज फाईन). सोम म्हणजे चंद्र. म्हणजे चंद्रावरसुद्धा जाऊन पोहोचतील. आपल्या संस्कृतीचे आणि चंद्राचे फार जुने संबंध आहेत. त्रिसुपर्णपठण केलं की, चंद्रलोक प्राप्त होतो. भाऊबीजेला भाऊ नसलेल्या स्त्रिया चंद्राला औक्षण करतात. संकष्टीला तर चंद्रोदय झाल्यावरच जेवण! रामाचा चंद्रासाठी हट्टापासून 'चांदोबा-चांदोबा', 'भागलास का' पर्यंत, 'तोचि चंद्रमा नभात' पासून 'मेरे सामनेवाले खिडकी में एक चाँद का टुकडा रहता है' पर्यंत, रामचंद्र-कृष्णचंद्र शरच्चंद्र-हरिश्चंद्रपर्यंत चंद्राने सर्वत्र संचार केला आहे. प्रियकर-प्रेयसी एकांतात प्रेम करत असतानादेखील, 'प्रिये, तो बघ चंद्र— आपले प्रेम ढगाआडून चोरून पाहत आहे'' या डायलॉगसाठीही चंद्राला ढगाआडून चोरून बघण्याचा फालतू उद्योग करावा लागतो.

तात्पर्य, आपले आणि चंद्राचे युगायुगाचे अतूट संबंध आहेत. प्रत्यक्ष चंद्रावर पदार्पण करून एक फेरफटका मारणे, एवढी एकच किरकोळ गोष्ट बाकी होती. सन १९६९ मध्ये २० जुलैला नील आर्मस्ट्राँगने पहिले मानवी पाऊल चांद्रभूमीवर ठेवले. पाठोपाठ मायकेल कॉलिन्स आणि एडविन आल्ड्रिन या दोघा सहकाऱ्यांनीही चंद्रावर आपल्या पदमुद्रा उमटविल्या. काही वेळ थांबले आणि

पोतेभर माती व दगड घेऊन परत आले.

अमेरिकन वीर तिकडे अंतरिक्षात आणि आपण मात्र ऑटोरिक्षात, ही गोष्ट तेव्हाच आपल्याकडच्या काही लोकांच्या मनाला लागली. आपणही काहीतरी केले पाहिजे, असे वाटू लागले. आपले शास्त्रज्ञही काही व्हिजन पाहू लागले. हे व्हिजन शास्त्रज्ञांचे शास्त्रशुद्ध पद्धतीचे आहे. उदाहरणार्थ, आपले थोर शास्त्रज्ञ असलेले राष्ट्रपती डॉ. ए. पी. जे. अब्दुल कलाम आणि त्यांचे सहलेखक वाय. एस. राजन यांनी नवीन सहस्त्रकाचा शोध घेणारे, 'इंडिया २०२० - ए व्हिजन फॉर दि न्यू मिलेनियम' हे पुस्तक लिहिले आहे. त्यांच्या दिव्य दृष्टीला भावलेले असे हे पुस्तक आहे. पुढील दोन दशकांत, म्हणजे २०२० पर्यंतचा भविष्यवेध त्यात घेतला आहे. म्हणून 'अर्थवेध'नेही हेच वर्ष दिवाळी अंकाच्या विचारमंथनासाठी निवडले असावे, असे वाटते. सन २०२० पर्यंत बलशाली भारत यासंबंधाची शास्त्रशुद्ध स्वप्नं रेखाटली जावीत, असा हेतू असावा.

इथून पुढे मी, आणि माझी एकेकेएएल. सर्वप्रथम मी २०२० ची ताबडतोब भविष्यकाळातून भूतकाळात बदली करून टाकली. ताबडतोब अशी बदली केली नसती, तर हे प्रकरण आणखी चौदा वर्षं रखडत राहिले असते. त्या वर्षाची बदली करूनही पाच वर्षं झाल्यावर मग हे लेखन करत आहे. (टीप : यापुढे सर्व क्रियापदे भूतकाळी.)

भारत एवढा बलशाली झाला की, त्याने २००० ते २००६ ही वर्षं आधारभूत धरून पुढचे सर्व काही करायचे, हे मुख्य धोरण ठरविले. आपले शास्त्रज्ञ तर इतर सर्व शास्त्रज्ञांपेक्षा श्रेष्ठ झाले. भारत ते चंद्र आणि चंद्र ते भारत अतिशीघ्र विमानसेवा सुरू केली. ही आयडिया चंद्रावर एकदा फिरून आलेल्या अमेरिकेलासुद्धा सुचली नाही. माणसांना राहायला सर्वतोपरी अुनकूल परिस्थिती आहे, हेही प्रथम आपल्या शास्त्रज्ञांनी शोधून काढले. आपली गंगा नदी तशी चंद्रावर चंगा नदी आहे. इंद्रायणी नदीप्रमाणे चंद्रायणी नदी आहे. सह्याद्रीप्रमाणे चंद्राद्री आहे. जमीनसुद्धा राहण्याला आणि शेतीला योग्य आहे, असेही दिसून आले. प्रारंभी विमानाच्या प्रत्येक फेरीत दहा निरनिराळे राजकीय पुढारी, दहा बिल्डर्स आणि दहा दादा लोक यांच्याबरोबर, जागा असेल तेवढे शास्त्रज्ञ नेले जात होते.

चंद्रावर धान्याची बियाणे आणि आपल्या लोकशाहीची बीजे रुजतील का याची पाहणी करण्यासाठी पुढारी गेले होते. एवढ्या लगबगीने जाण्याचे कारण, त्यांच्या आधी तिथे कुणी हुकूमशहा पोहोचून तिथे हुकूमशाही राज्यपद्धत सुरू करू नये. चंद्रभूमी ही लोकशाहीला अनुकूल अशी भूमी आहे. आपल्या लोकशाहीला

तर चंद्रभूमी फारच योग्य आहे. म्हणून पुढाऱ्यांची धडपड होती. लोकशाहीत कसे 'डेमॉक्रेटिक डेमॉक्रेटिक' वाटते. शिवाय, आपली लोकशाही कशी कुटुंबप्रधान लोकशाही वाटते. एकाच कुटुंबामधली माणसे राज्य करू लागली की, डिट्टो 'वसुधैव कुटुंबकम्' वाटते. वसुधैव कुटुंबकम् ही तर केवढी उदात्त कल्पना आहे. एकाच कुटुंबातल्या व्यक्तींनी राज्य केले; वंशपरंपरा राज्य केले तर कल्याण होते. (देशाचे की त्या कुटुंबाचे?) क्षुद्र लोक उगीच घराणेशाही म्हणून ओरडतात. 'घराणेशाही' लोकशाहीत कौटुंबिक जिव्हाळा असतो. तसला जिव्हाळा पाश्चात्त्य देशांतील लोकशाहीत नसतो. चंद्रभूमीवरही कौटुंबिक लोकशाही सुरू करण्याचा निश्चय पक्का झाला.

चंद्रभूमीसाठी पुढारी मिळाले, परंतु लोकशाहीचा राजा आणि जनताजनार्दन असे मतदार पाहिजेत. त्यांची चंद्रलोकात वसाहत केली पाहिजे. लोकशाहीत मतदार म्हणजे परब्रह्म. अशी लाखो परब्रह्मे चंद्रलोकात नेली पाहिजेत. पुढारी मंडळींना हे तंत्र बरोबर माहीत असते. सर्वश्रेष्ठ पुढाऱ्याचे व्याख्यान असले की असिस्टंट पुढारी ट्रकच्या मापाने वाटेल तेवढे ट्रक खचाखच भरून माणसे पुरवितात. हडकुळी माणसे, मध्यम साईजची माणसे आणि बॉडीवाली माणसे-सरमिसळ एकेका ट्रकमध्ये ५० माणसे कोंबून-कोंबून मावतात. या हिशेबाने एकेका चांद्र-विमानात किती माणसे (बायका-माणसे धरून) कोंबता येतात याचा हिशेब करून, पुढाऱ्यांनी त्या हिशेबाने विमानातून माणसे चंद्रलोकावर पाठविण्याचे ठरविले. पृथ्वीवरचे पुढारी आणि नाना प्रकारचे सप्लायर्स यांचे प्रेमळ संबंध असतात. त्यांना कंत्राटी विमानांनी चंद्रभूमीवर सोडण्याची कामे पुढाऱ्यांनी आपल्या पाव्हण्या-रावळ्यांना, पन्नास टक्के प्राप्तीचा अर्धा वाटा देणाऱ्या एजंटांना आणि आणखी कुणाकुणाला दिली. पृथ्वीवर, म्हणजेच आपल्या देशात भरपूर जाहिरात केली. 'पृथ्वी ते चंद्र विमानप्रवास फुकट! तिथे दर माणशी दहा हेक्टर जागा मोफत आणि घर बांधायला कर्ज... एवढे मिळेल. त्वरा करा! त्वरा करा! त्वरा करा!'

ही अप्रतिम, अपूर्व, अद्वितीय जाहिरात वाचून धाडसी माणसे बॅग, वळकट्या आणि बायको-मुले घेऊन चंद्रावर जायला तयार झाली. सर्वांची नावे लिहून घेण्यात आली. या मंडळींत जोशी, कुलकर्णी, देशपांडे, काळे, अत्रे, डांगे, गोखले, रानडे, कर्वे, बर्वे, परांजपे, जाधव, पवार, पाटील, शिंदे, भोसले, राणे, सावंत, कर्णिक, प्रधान, राजे, गुप्ते, मोहिले; याशिवाय सामान्यांचे प्रतिनिधी म्हणून घालतुके, मरतुकडे, किडमिडे, गिरमिटकर, पक्कडवार, मानतुकवे, चिंचबोरकर, खिसमिसकर, पिंपळखुट्टे, हळकुंडे, हाणकिरे, खाजकुले, कंडोमराव, मिसळकर वगैरे वगैरे लोक चंद्रगमनोत्सुक होते. पृथ्वीवासीयांचा हा अत्यंत उत्साह पाहून पुढाऱ्यांना विशेष

आनंद वाटला. कारण पृथ्वीवरचे आजचे नागरिक हे उद्याचे चंद्रलोकावरचे मतदार असणार.

'जन्ते'च्या माहितीसाठी चांद्रीय माहिती प्रसिद्ध करण्यात आली. त्यातला महत्त्वाचा भाग असा होता—

पृथ्वीपासून अंतर : ३८४४०३ कि.मी.

व्यास : ३४७५ कि.मी.

परिघ : १०९२७ कि. मी.

उष्णतामान : १३४० से. - १७०० से.

पृथ्वीभोवती प्रदक्षिणा : २७ दिवस ७ तास ४३ मिनिटे ११.४७ सेकंद

पृथ्वीप्रदक्षिणेचा सरासरी वेग : ताशी ३७०० कि.मी.

वय : सुमारे ४.६ अब्ज वर्षे

आकार : पृथ्वीच्या १/४

ही आहे अधिकृत माहिती. यानंतर आमच्या संशोधकांनी आणि शास्त्रज्ञांनी 'नवनवीन शोध' लावले. त्यांतील महत्त्वाचे शोध असे आहेत—

-चंद्रावर वातावरण आहे. जीवनावश्यक ऑक्सिजन आणि नायट्रोजन मुबलक आहे.

-प्रशांत महासागर आहे. ओझोनही आहे.

-विविध प्रकारच्या वनस्पती आहेत.

-लहान-मोठ्या नद्या आहेत.

-विशेष म्हणजे, तिथल्याही समुद्राचे पाणी खारे असून नद्यांचे पाणी गोड आहे.

-जास्तीत जास्त जमीन शेतीला योग्य आहे.

-पृथ्वीवरची बियाणे तिथल्या जमिनीत पेरली, तर चंद्रभूमीतूनही उत्तम पिके येऊ शकतील, असा पृथ्वीवरच्या कृषितज्ज्ञांचा दावा आहे.

-तिथले ढगही वर जातात आणि तिथून चंद्रभूमीवर पाऊस पडतात. पृथ्वीवरच्या ढगांप्रमाणेच, चंद्रभूमीवरचे ढग पाणी साठवून न ठेवता पुन्हा पावसाच्या स्वरुपामधून परत देतात. (आदानम् हि विसर्ग; कालिदास रघुवंश)

-चंद्रभूमीची काही जमीन हापूस आंब्यासाठी उपयुक्त आहे, असे कृषिशास्त्रज्ञांचे म्हणणे आहे. रत्नांग्री जिल्ह्याला सुखद वार्ता.

-दगड आणि चुनखडीचे डोंगर खूप आहेत. त्यामुळे घरबांधणीत कसलीच अडचण येणार नाही.

-रसायनशास्त्रज्ञांच्या दाव्याप्रमाणे चंद्रभूमीतही सोने, चांदी, पोटॅशियम, सोडियम, मॅग्नेशियम, मँगेनीज, आयर्न, बेरियम, कॉपर, टिन, झिंक, कॅल्शियम,

कोबाल्ट इत्यादी मूलद्रव्ये मुबलक प्रमाणात मिळतील. (ही संधी साधून एका बोगस शास्त्रज्ञाने चंद्रभूमीवर स्टेनलेस स्टील, पितळ, ब्राँझ यांच्याही खाणी आहेत, अशी थाप मारली होती; पण त्याचे पितळ लगेच उघडे पडले.)

या सर्वांचे सार म्हणजे, चंद्रभूमी ही विस्तारित पृथ्वीच आहे, असे आपल्या शास्त्रज्ञांनी दाखवून दिले. नाही तर अमेरिका आणि त्यांचा तो नील आर्मस्ट्राँग— काय केले, ते साऱ्या जगाला माहीतच आहे. गेला, थोडा वेळ राहिला, परत पृथ्वीवर आला. क्वारंटाइनमधून शारीरिक तपासणी झाल्यावर अमेरिकेतल्या घरी गेला. संपले.

आता चला— १) पुढारी २) बिल्डर्स ३) दादा लोक या त्रिमूर्तीकडे. एकेक मूर्ती वज्रदेही आहे. एक वेळ वज्रही मोडेल, पण यांचा देह मोडणार नाही. प्रत्येकाचे शरीर हायली टेंपर्ड स्टीलचे बनविलेले आहे. (समांतर उदाहरण : मराठा मोडेल, पण वाकणार नाही, हे सुप्रसिद्ध आहे.) तासाला एक लाख किलोमीटर असा सुपरसॉनिक गुणिले बरीच मोठी गुणक संख्या, अशा वेगाने आणि एकेका वेळी एकेक हजार माणसे नेण्याची क्षमता असलेली विमाने तयार करण्यात आली. पृथ्वीचा विषुववृत्तावरील परीघ ४००६६ कि.मी. आहे. अवघ्या २४ तासांत पृथ्वी स्वांगपरिभ्रमण करून एवढे अंतर काटते. म्हणजे ताशी दीड हजारपेक्षाही वेगाने पृथ्वी स्वत:भोवती फिरते. ते सोडा. आपला सूर्यही आपल्या म्हणजे होम गॅलॅक्सीच्या केंद्राभोवती फिरत असतो. किती वेगाने? प्रत्येक सेकंदाला २५० कि.मी. या वेगाने. (तरीसुद्धा त्याच्या जन्मल्यापासूनच्या ५ अब्ज वर्षांपासूनच्या) फक्त २२ प्रदक्षिणाच पूर्ण झाल्या आहेत.) हे सर्व एवढ्याचसाठी सांगितले की, २०२० वर्षीच आपल्याकडे ताशी एक लाख किलोमीटर वेगाने जाणारी विमाने आपल्या देशात होती. उगीच भारत बलशाली झाला नाही.

विविध राजकीय पक्षांच्या पुढाऱ्यांनी स्वतंत्ररीत्या आपापल्या पक्षाला अनुकूल अशा पृथ्वीवरील नागरिकांना विमानांतून चांद्रभूमीवर आणून सोडले. थोडासा क्रम मागे-पुढे झाला, बरे का. सर्वांत प्रथम पुढारी, बिल्डर्स आणि दादालोक यांनी चांद्रभूमीवर नाना प्रकारच्या इमारती बांधल्या. मोकळ्या जागा दादालोकांनी स्वयंभू मालकी तत्त्वाने बळकावल्या. मग वर सांगितल्याप्रमाणे विमानांतून माणसे धो-धो-धो चांद्रभूमीवर ओतली.

आता एकदम पाच वर्षांची उंच आणि लांब हनुमान उडी. चंद्र, चांद्रभूमी वगैरे नावे जाऊन, 'रिपब्लिक ऑफ चंद्रलोक' असे या नवीन 'देशा'चे नामाभिधान करण्यात आले. देशाच्या नावातही 'लोक' हा शब्द घातल्यामुळे लोकशाही पक्की झाली. जोडीला रिपब्लिक शब्द घातल्यामुळे लोकशाही मागून-पुढून पक्की झाली.

चंद्रलोकावर लोकशाही नाही, असे कुणी म्हणायला नको. चंद्रलोक देशाची राज्यघटना तयार केली गेली. प्रीम्बलमध्ये 'वुई दि पीपल ऑफ चंद्रलोक इंटु ए सॉव्हरिन डेमॉक्रेटिक रिपब्लिक...' वगैरेमुळे चंद्रलोक सार्वभौम लोकशाही प्रजासत्ताक देश आहे, असे अधिकृतरीत्या ठरविण्यात आले. यावरून लोक, लोकशाही, सार्वभौम, प्रजासत्ताक, लोकांचा, लोकांकडून आणि लोकांकरिता असा हा चंद्रलोक देश आहे.

उच्च तत्त्वं नेहमी देव्हाऱ्यात, सोवळ्यात ठेवावीत. प्रत्यक्ष व्यवहारात व्यवहार सांभाळावा, हे मूलभूत तत्त्व हा तर लोकशाहीचा प्राण आहे. त्याप्रमाणे चंद्रलोकाची राज्यघटना रेशमी सोवळ्या वस्त्रात पोथीप्रमाणे बांधून ठेवण्यात आली. चंद्रलोकाच्या प्रजासत्ताकदिनी या सोवळ्यातल्या राज्यघटना पोथीची गंध-फूल वाहून पूजा करण्यात येते. पूजा झाली की, पोथी पुन्हा जागच्या जागी! घटना-पोथी कायम बांधूनच ठेवलेली असते.

पाच वर्षांत चंद्रलोकावरची लोकशाही छान रुळली. राज्यकर्ते राज्य करत होते. बिल्डर्स जागा रिकामी दिसली की बेकायदा इमारती बांधत होते. सब भूमी गोपालकी या चालीवर, 'सब भूमी बिल्डरोंकी और दादा लोगोंकी' अशी नवीन पद्धत चंद्रलोकावर फोफावली. राज्यकर्ते राज्य करत होते. बिल्डर्स बेकायदा घरे बांधत होते आणि दादालोक सरकारी मोकळ्या जागा व्यापून बेकायदा झोपडपट्ट्या निर्माण करत होते. चंद्रलोकाची वस्ती भरमसाट वाढली. तिकडेही नऊ महिन्यांचेच गरोदरपण होते. बघता-बघता दुपटी-तिपटीने लोकसंख्या वाढत होती. एकमेकांचे राजकीय विरोधी असे पक्ष या बाबतीत मात्र गप्प बसतात. कारण आज जन्माला आलेले मूल उद्याचा आपला महनीय, आदणीय, प्रात:स्मरणीय मतदार आहे याचे भान ठेवून सर्वच राजकीय पक्ष संततिनियमनाच्या बाबतीत मात्र गप्प बसतात.

चंद्रलोक म्हणजे पृथ्वीची झेरॉक्स प्रत वाटावी, असे सगळीकडे दिसत होते. काही ठिकाणी तर ही झेरॉक्स प्रत 'प्रत्यक्षाहुनि प्रतिमा उत्कट' इतकी उठून दिसत होती. चंद्रलोकावरच्या जवळजवळ ८५ टक्के इमारती बेकायदा बांधलेल्या आहेत. काही सज्जन, काही पापभीरू, काही धार्मिक प्रवृत्तीचे जे लोक चंद्रलोकावर राहण्यासाठी गेले; तेवढ्यांनीच आपली घरे कायद्याप्रमाणे बांधली, नगरपालिकेमधून 'एन.ओ.सी.' मिळविले. बाकी सगळा आनंदी आनंद होता. चंद्रलोकावरचे ८५ टक्के लोक बेकायदा इमारतीत राहत होते. कुणी एका सज्जनाने तिथल्या उच्च न्यायालयात जनहित याचिका दाखल केली. कोर्टाने चौकशी केली आणि खात्री पटल्यावर कोर्टाने सर्व बेकायदा इमारती पाडण्याचा सक्त आदेश चंद्रलोक सरकारला दिला. सरकारने ताबडतोब नोकरीतील अभिनयपटू इंजिनिअर्स आणि अभिनयपटू सरकारी कर्मचारी यांनी नृत्यनाटिका सादर करावी, अशा आकर्षक स्टाइलीत एक

हातोडा अशा पद्धतीने बांधकाम तोडणे सुरू झाले. हायकोर्टाचा आदेश कार्यवाहित आणल्याचे प्रतीकात्मक पुण्य संपादन केले.

शेवटी काही झालं तरी काय झालं; सरकार लोकशाही पद्धतीचे आहे—फॉर दि पीपल, ऑफ दि पीपल अँड बाय दि पीपल. (चंद्रलोकातली स्पेलिंगे FAR, OFF आणि BUY अशी केली जातात.) बेकायदा इमारतीत राहणारे लाखो लोक कुणी का असेनात; ते मतदार आहेत, साक्षात् बँक ऑफ व्होट्स आहेत. बँक ऑफ व्होट्स ही रिझर्व्ह बँक ऑफ चंद्रलोकपेक्षाही श्रेष्ठ बँक आहे. ही बँक सुरक्षित, तर खुर्ची सुरक्षित. परंतु मतदार हे कारण होऊ शकत नाही. 'चंद्रलोक पीनल कोड' आणि 'चंद्रलोक क्रिमिनल प्रोसिजर कोड'मध्ये मतदार हा शब्दच नाही. त्यामुळे दयाबुद्धी, माणुसकी, अनुकंपा ही कारणे पुढे करून प्रथम ताबडतोब एक वटहुकूम काढून सर्व बेकायदा (८५ टक्के) इमारतींवर जीवदानाचे मंत्रपुष्प टाकून सर्व इमारतींना वाचविले. पुढल्या अधिवेशनात सोइस्कर शब्दांत बिल मांडून तो वटहुकूम रॅटिफाय करण्यात आला. त्यामुळे त्याचे आपोआप कायद्यात रूपांतर झाले. या प्रकारे बेकायदा इमारती वाचल्या, बिल्डर्स वाचले, संबंधित अधिकारी-कर्मचारी वाचले. मुख्य म्हणजे, मतदार वाचले. मतदार वाचले की महन्मंगल लोकशाही वाचली. मतदार वाचल्यामुळे लोकशाहीचा अपमृत्यूही टळला. चंद्रलोकावर लोकशाही इ. स. २०२० मध्ये सुरू झाली आणि त्यानंतर २०२५ मध्ये लहान वयातच 'परिपक्व' झाली, या आनंदाप्रीत्यर्थ बिल्डर्सनी लोकप्रतिनिधींपासून थेट थोरले अधिकारी, मधले अधिकारी, धाकले अधिकारी, कर्मचारी सर्वांना त्यांच्या त्यांच्या योग्यतेप्रमाणे प्रेमोपाहार म्हणून गुप्तधन दिले.

पृथ्वीवर परमपरिचित असलेली अशा प्रकारची लोकशाही चंद्रलोकावरही जशीच्या तशी आहे, हे पाहून चंद्रलोकातील नवनागरिकांना कसे 'स्वग्रही' (चाल : स्वगृही) असल्यासारखे वाटले. चंद्रलोक अवघ्या पाच वर्षांत 'पृथ्व्या कलेला' पाहून त्यांना संतोष झाला. पृथ्वी आणि चंद्रलोक यांच्यातले ३,८४,४०३ कि.मि. अंतर एकदम शून्य किलोमीटर इतके संकुचित झाले.

बिल्डर्संनी बेकायदा इमारती बांधण्याचा सपाटाच लावला. नदीच्या दोन्ही काठांपर्यंत नवीन इमारती जाऊन भिडल्या. मीठी मीठी बाते करत नदीला चिकटून इमारती उभ्या राहिल्या. पावसाळ्यात पूर आला. लगेच 'महा' विशेषण पुरामागे लागले. मीठी मीठी बाते करनेवाले बिल्डर्स गायब झाले. महापूरग्रस्तांना त्या चांद्र नदीचं नाव माहीत नव्हते. मीठी बाते करून ते त्या नदीलाच मीठी नदी म्हणू लागले. शिवाय या नदीने चिकटून असलेल्या इमारतींना मिठी मारली. त्यामुळे नदीचे नाव दुहेरी सार्थ झाले. लोकशाही सरकारने ताबडतोब समिती नेमून, नदीने

इमारतींना वेढा घालून अतिक्रमण का केले, हे पाहाण्यास सांगितले. अहवाल पुढल्या पावसाळ्याचाही हातासरशी अभ्यास करून एकदमच दिल्यास खर्चात बचत होईल, असे सांगण्यात आले. बिल्डर्सचे कर्तृत्व सर्वत्र दिसून येत होते.

चंद्रलोकावर फुकट जायला आणि राहायला मिळणार म्हणून, गरिबांचे लोंढेही विमाने भरभरून जात होते. हे गरीब तिथे गेल्यावर दादालोक त्यांचीच वाट पाहत होते. दादालोक म्हणाले, ''तुमच्यासाठी झोपड्या तयार आहेत. प्रत्येक झोपडी सेल्फकंटेन्ड आहे— फक्त संडास-बाथरूम सोडून. भाडे अमुक अमुक रुपये. आणि मुख्य अट, निवडणुकीच्या वेळी मी सांगतो त्या माणसालाच मते द्यायची. स्वत:ची अक्कल दाखवून दुसऱ्याला मते दिलीत, तर याद राखा. मुझे गुंडोंका शहेनशहा और खतरनाक लोगोंका बादशहा कहते हैं। चंद्रलोक पर रहना है, तो हम लोक बोलते है वैसा करना पडेगा!'' कुणाची हिंमत आहे दुसऱ्या कुणाला मत देण्याची? अस्सल पहिल्या धारेची लोकशाही म्हणतात, ती इथे आहे. ती टिकविण्यासाठी 'मी सांगतो त्यालाच मते दिली पाहिजेत,' असा एच.ए.जी.वाय.ए.ए. दम दिल्याचा परिणाम झाला. प्रचंड बहुमतांनी दादाचा उमेदवार निवडून आला. विरोधी सर्व उमेदवार डिपॉझिट घालवून बसले. नवनिर्वाचित 'लोकप्रिय' उमेदवाराची प्रचंड मिरवणूक काढण्यात आली.

चंद्रलोकावरील एकूण लोकसंख्येपैकी ६० टक्के लोक झोपडपट्टीत राहतात. त्यामुळे आडमार्गाने दादालोकच किंगमेकर्स होतात. दादा खूष, तर लोकशाही सुखरूप! चंद्रलोकावरची नुकतीच सुरू झालेली लोकशाही २०३० पर्यंत बिनधास्त आहे. पृथ्वीवरची हवा आणि चंद्रलोकावरची हवा यात साम्य किती आहे, असा प्रश्न विचारला असता, ''डिट्टो पृथ्वीवरच्या सारखी आहे,'' असे उत्तर मिळते. या हवेला पृथ्वीवरच्या सारखे द्रव्यभक्षण करणे पचते की पोटात गॅसेस निर्माण होतात, जुलाब होतात का याची चौकशी केली असता; डॉक्टरांनी सांगितले की, या हवेत दगड खाल्ले तरी (सभेतले किंवा अन्न म्हणून) पचतील. दोन्ही दोन्ही हातांनी पैसे खा. जनतेचा कररूपाने आलेला पैसा अजीर्ण होईपर्यंत खाणे सुरू होते. यामुळे 'लोकशाही' या शब्दाला एक नवीन अर्थ मिळाला. ''लोकशाही म्हणजे, लोकांच्या (कररूपी) पैशांवर लोकप्रतिनिधींनी शाही पद्धतीने चैनीत राहण्याची राज्यपद्धती म्हणजे लोक-शाही.''

चंद्रलोकावर खड्डे बरेच आहेत, हे पाहिल्यावर सार्वजनिक बांधकाम खात्याला आनंद झाला. खड्डे बुजविण्यासाठी पृथ्वीवरून योग्य ती माहिती मिळविली. एकेक खड्डा मेगाखड्डा होता. तो बुजवायचा म्हणजे लाखो, कोट्यवधी रुपये लागणार. शासनाने संबंधित खाते आणि कॉंट्रॅक्टर यांच्यात 'त्वयार्धं मयार्धम्' असा अलिखित

करार झाला. पाठोपाठ कार्यवाहीही झाली. कॉंट्रॅक्टरने पुढल्या पावसाळ्यात सुलभपणे खड्डे पडण्याची तरतूदही त्या बुजवणे-प्रक्रियेत करून ठेवली होती. याला म्हणतात— भविष्यकाळाचीही आतापासूनच सोय करणे.

शासन, बिल्डर्स आणि दादा हे त्रिवर्गीय लोक म्हणजे चंद्रलोकाचे सर्वेसर्वा आहेत. 'ट्रिओ', 'त्रिकूट' किंवा 'त्रिमूर्ती म्हटले तरी चालेल. तिघेही परस्परांवर अवलंबून असतात. 'सह नाववतु, सह नौ भुनक्तु सह वीर्यं करवाव है' हा तैत्तिरीय उपनिषदातला आदेश चंद्रलोकावरसुद्धा हे त्रिकूट निष्ठापूर्वक पाळत असते. (आपण एकत्र राहावे, एकत्र खावे, (दोन्ही, दोनही हातांनी), सामर्थ्यही एकत्र दाखवावे) याशिवाय ऋग्वेदाच्या समाप्तीचा आदेश— 'सं गच्छध्वं संवदध्वम् संवोमनासि जानताम्' म्हणजे, मिळून चाला, मिळून बोला, सगळे काही मिळून करा, हा आदेशही तिन्ही मंडळी पाळतात.

कुटुंबीय-कम्-घराणीय लोकशाही ही सर्वोत्कृष्ट लोकशाही आहे याचा पुन:प्रत्यय चंद्रलोकावरही फार लवकर आला. वंशपरंपरा लोकशाही आणि आप्तजन लोकशाही, 'स्वजन हिताय, स्वजन सुखाय' असते. हे तत्त्व चंद्रलोकातही मान्य झाले आहे. यामुळे 'अ' लोकप्रतिनिधी दिवंगत झाला की लगेच याची बायको/मुलगा/पुतण्या/मुलगी/जावई यांपैकी (त्या वेळची सोय पाहून) एकाला पद्धतशीर निवडून आणले जाते. म्हणजे घराण्याच्या बाहेर सत्ता जात नाही. चंद्रलोकातही हे महत्त्वाचे तत्त्व पाळले आहे.

चंद्राचे आणि आपले अनेक कारणांनी जवळचे आणि सलोख्याचे संबंध आहेत. अगदी प्राचीन काळापासून समुद्राच्या भरती-ओहोटीसाठीही चंद्रच लागतो. संकष्टीचा उपवास सोडणे असो, नाही तर ईदचा रोजा सोडणे असो; चंद्रदर्शन झाल्याशिवाय सोडता येत नाही. चंद्र उगवलाच पाहिजे आणि दिसलाही पाहिजे (आपण मात्र सोइस्कर पर्याय नडी-अडीसाठी राखून ठेवला आहे.) पावसाळी हवेमुळे चंद्र दिसला नाही, तर सहाणेवर गंधाने चंद्राचे चित्र काढायचे आणि जेवायला बसायचे. संकष्टीचा उपवास करणाऱ्यांची एक सोय मात्र चंद्रलोकात झाली आहे. चंद्रोदय किती वाजता आहे, हे पाहायलाच नको. आपणच चंद्रलोकात आहोत; आता कसला बघायचा चंद्रोदय? (पाने घ्या जेवायची!) एक मात्र गोष्ट आहे. भाद्रपद शुद्ध चतुर्थीला संपूर्ण रात्र ब्लॅक आऊट करण्यात येतो. तो दिवस गणेशचतुर्थीचा असतो. त्या दिवशी चंद्र बघायचा नसतो, म्हणून असा बंदोबस्त करण्यात येतो.

सन २०२० मधील बलशाली भारत पाहायचा होता काय? पाहा. रशियाची लायका नावाची कुत्री नुकतीच अंतराळात चक्कर मारून आली. रशियाचा युरी

गागारिन तोही अंतराळात फेरफटका मारून आला. अमेरिकेचे नील आर्मस्ट्राँग प्रभृती तिघे जण पिकनिकला गेल्यासारखे गेले आणि काही तासांत परतीच्या प्रवासाला निघाले. आमच्या स्वप्नातल्या भारताने मात्र चंद्रलोकात कोट्यवधी लोकांना चंद्रावर नेऊन भारतीय ढंगाची लोकशाहीसुद्धा तिथे प्रस्थापित केली. बोला आता! स्वप्न ताणून-ताणून किती मोठे करायचे? आचंद्रसूर्य नांदो, चांद्रीय लोकशाहीत!

.४.
पाहुणे आणि प्रमुख पाहुणे

पाहुणे या अर्थी संस्कृतमध्ये 'अतिथी' हा चपखल, योग्य अर्थ दर्शविणारा शब्द आहे. अ म्हणजे नाही आणि तिथी म्हणजे दिवस. पाहुणा कधी नेमका येईल, हे नक्की सांगता येणं कठीण असतं. पाहुणा केव्हाही अचानक उपटतो आणि वैताग आणतो. पाहुण्याचा येण्याचा नक्की दिवस नसतो, नक्की तिथी नसते; म्हणून पाहुण्याला 'अ-तिथी' म्हणतात. विशेष म्हणजे, कोणताही पाहुणा अ-तिथी या शब्दाला जागून अचानकपणे टपकत असतो. अतिथी शब्द ऋग्वेदामध्येसुद्धा अनेक वेळा आला आहे. अग्नीला अतिथी असं सन्मानपूर्वक म्हटलेलं आहे.

'परकुलानि यजमानगृहाणि य: अभ्येति स: अतिथि:' अशी अतिथीची व्याख्या केलेली आहे. असो.

अतिथी हा शब्द पूर्वापार सन्मानदर्शक असाच मानला गेला आहे. मुद्दाम निमंत्रित केलेल्या व्यक्तींनाही अतिथी असंच आजसुद्धा म्हटलं जातं. पाहुणा हा शब्द अतिथी म्हणून होता तोपर्यंत ठीक होतं; परंतु अतिथीचं जेव्हा पाहुणाकरण झालं, तेव्हा मात्र अतिथीला निराळंच वळण लागलं. पाहुणा म्हटलं की आणखी एका शब्दाचं साहचर्य असलंच पाहिजे. काही शब्दांच्या साहचर्यसूचक जोड्या ठरलेल्या असतात. कप म्हटलं की बशी येतेच. नवरा म्हटलं की पाठोपाठ बायको असते. सूट म्हटलं की लगेच बूट हजर असतात. असे जोडीचे अनेक शब्द सांगता येतील. त्याचप्रमाणे अतिथी म्हटलं किंवा पाहुणा म्हटलं की, यजमान येतो. किंबहुना, आधी यजमान म्हणावं, मग पाठोपाठ पाहुणा येतोच.

पाहुण्याला काही क्रियापदं माहीत असतात, तर काही क्रियापदं तो विसरलेला असतो. इसापनीतीतल्या एका गोष्टीत एका सिंहाच्या गुहेत जाणाऱ्या प्राण्यांच्या पावलांचे ठसे जमिनीवर उमटलेले दिसत असत; पण परत जाताना जशी पावलं दिसायला पाहिजे होती, ती मात्र दिसत नव्हती. पाहुण्यांचंसुद्धा तसंच असतं.

पाहुण्यांची पावलं यजमानाच्या घरात गेलेली तेवढी दिसतात; परंतु यजमानाच्या घरातून बाहेर पडणारी पाहुण्यांची पावलं कित्येक दिवस दिसतच नाहीत. पाहुणा यजमानाच्या घरी तळ ठोकून बसलेला असतो; मग त्याच्या परतीची पावलं बाहेर दिसणार कशी?

कधी कधी असं वाटतं की, अॅस्प्रो-अॅनासिन आदी डोकेदुखी थांबविणाऱ्या गोळ्या टीव्हीवरच्या सगळ्या चॅनल्समुळे उद्‌भणाऱ्या डोकेदुखीमुळे खूप खपत असतील, असं नव्हे; तर पाहुण्यांच्या आगमनामुळे अनेक यजमानांची डोकेदुखी सुरू झाल्यावर, त्यांनाही याच गोळ्यांची आवश्यकता वाटत असावी. डोकेदुखीपेक्षा हल्ली असल्यास नैसर्गिक डोकेदुख्या फार झाल्या आहेत. पाहुणा म्हटलं की, पोटात गोळा येतो, पाहुणा म्हटलं की, काळजात धस्स होतं. पाहुणा म्हटलं की, पाय थरथरू लागतात. पाहुणा म्हटलं की, तोंडचं पाणी पळतं. पाहुणा म्हटलं की चेहरा दीनवाणा, कसनुसा होतो. पाहुणा म्हटलं की डोळे मलूल होतात... काय काय म्हणून सांगावं? एका पाहुणा शब्दामुळे यजमानाच्या शरीरात एवढी प्रचंड उलथापालथ होत असते. या शब्दाचं असं सामर्थ्य असतं. सतत नको वाटणारा, पण सतत येणारा प्राणी म्हणजे पाहुणा. पाहुणा हा नेहमी बॅग, वळकटी घेऊन नेहमी फिरतच असतो, असं दृश्य नेहमी डोळ्यांपुढं येत असतं. पाहुणा टांग्यातून किंवा रिक्षातून उतरल्यावर टांगेवाल्याशी किंवा रिक्षावाल्याशी भाड्याच्या प्रश्नावरून हुज्जत घालत आहे, असंही दृश्य नजरेपुढे येतं. पाहुणा आला की, गावात मलेरियाची साथ नसतानाही अंगात हुडहुडी भरते. सर्वांत अप्रिय कोण असेल, तर तो पाहुणा होय.

हवाहवासा वाटणारा पाहुणा म्हणजे फारच दुर्मिळ योग असतो. मागल्या जन्मीचं पुण्य आपल्या गाठीला बऱ्यापैकी असलं, की मधून-मधून चांगले पाहुणेसुद्धा येतात. प्रत्येक पाहुणा येऊन गेला की, तेवढ्या प्रमाणात आपलं पुण्य खर्ची पडतं. बरं, तेवढं पुण्य पुन्हा जमा करावं, तर पाहुण्यांच्या बाबतीत या जन्मीचं पुण्य उपयोगी पडत नाही. त्यासाठी नेहमी मागल्या जन्मीचंच पुण्य संग्रही असावं लागतं. या जन्मी जे पुण्य आपण करू, ते पुढल्या जन्मी, मागल्या जन्मीचं पुण्य या नात्यानं उपयोगी पडेल. पुढल्या जन्मीचं पुण्य कुणी बघितलं? सध्या तरी या जन्मीच्या पाहुण्यांना तोंड द्यावं लागतं. या जन्मात सर्व काही नाशवंत आहे. परंतु परमेश्वर आणि पाहुणा हे दोन 'प'कारच चिरंतन आहेत. रामाच्या काळातसुद्धा कैकेयीच्या माहेरची माणसं अयोध्येच्या राजवाड्यात सतत मुक्काम ठोकून असणार; कारण दशरथ राजाकडे कैकेयीची वट्ट दांडगी असल्यामुळे कैकेयीच्या माहेरचे कितीही पाहुणे आले, तरी दशरथ काहीही बोलू शकत नव्हता.

स्त्रैण स्वभावामुळे दशरथाला कैकेयीपुढं हार खावी लागत असणार. नाही म्हणायला कैकेयीचा मुलगा भरत मात्र कैकेयीच्या माहेरी (म्हणजे भरताच्या आजोळी) चार दिवस राहायला गेला होता. केव्हा माहीत आहे का? रामाला युवराजाभिषेक करायच्या वेळी. (पुरावा : 'भरत जवळि नाही मातुलग्रामवासी, भरतजननि धाडी कानना राघवासी' - वामन पंडित)

कुणाच्याही माहेरचे पाहुणे आले की, चमत्कारिक स्थिती होते. बायकोचे नातेवाईक असल्यामुळे अवघड होऊन बसतं. तुमचं-आमचं काय घेऊन बसलात; एवढा मोठा धृतराष्ट्र—पण गांधारीच्या माहेराहून आलेला तिचा भाऊ शकुनी हा कायमचा हस्तिनापूरच्या राजवाड्यात मुक्काम ठोकून बसला होता. मुक्काम ठोकून बसलेले पाहुणे म्हणजे भयंकर पीडादायक असतात. ते नुसते राहत नाहीत; काड्या घालत बसतात, नाही-नाही त्या उचापती करतात, भानगडी करतात आणि ते सगळं आपल्याला निस्तरावं लागतं. कधी कधी निस्तरणंही कठीण होऊन बसतं. धृतराष्ट्राची तशीच गोची होऊन बसली होती. शकुनी पाहुणा तर धृतराष्ट्राच्या घरात फॅमिली मेंबरच होऊन बसला होता. शकुनी तसा भणंग इसम नव्हता. गांधार देशाचा तो राजा होता. टीव्हीवरच्या 'महाभारत' मालिकेत तर त्याला सतत गांधारनरेश असंच म्हटलं आहे. (फक्त दुर्योधन-दुःशासन हे दोन भाचे तेवढे त्याला मामाश्री असं म्हणायचे) तो गांधारनरेश असला तरी दोन्ही वेळच्या जेवणाच्या वेळी मात्र दुर्योधनाच्या मांडीला मांडी लावून बसत असे. तिकडे गांधार देशाचं काय होत होतं, कोण जाणे! इकडे हस्तिनापूरचं वाटोळं करण्याचं काम शकुनी नामक गांधारहून आलेला पाहुणा करत होता.

(जाता जाता : अफगाणिस्तान म्हणजे, महाभारतकाळामधला गांधार देश. तिथलं सध्याचं कंदाहार शहर म्हणजे मूळच्या गांधार या शब्दाचे अपभ्रष्ट रूप आहे. या मामाश्री पाहुण्यानं काय वैताग आणला होता, हे बी. आर. चोप्रांच्या 'महाभारत' सीरियलमुळे सर्वांना माहीत झालं आहे. (अनेक लोकांच्या घरांत, स्वतः पैसे खर्चून पुस्तकं विकत घेण्याची चाल नसते. त्यांना 'महाभारत' सीरियलवरून का होईना, ही मंडळी कोण होती, हे कळून आलं.)

माझा मेहुणा आहे. त्याचं नाव आहे प्रकाश. रंगानं मात्र अप्रकाश आहे. देशस्थांत प्रकाशमान पाहुणे, नातेवाईक कुठून मिळणार? असो. प्रश्न प्रकाशच्या शरीराच्या कांतीचा नसून, प्रत्यक्ष प्रकाशाचा आहे. प्रकाश पाहुणा म्हणूनच येतो आणि असा काही लांबलचक मुक्काम टाकतो की, 'अवघे विश्वचि माझे घर, ऐशी मती जयाची स्थिर' याचीच मला आठवण करून देतो. प्रकाश आला की, इतके दिवस राहतो की, त्याला चुकून माझं घरच आपलं घर आहे, असं वाटत असावं

आणि मधून-मधून चार-आठ दिवस स्वत:च्या घरी जातो, तेव्हा मात्र त्याला वाटतं की आपण पाहुणे म्हणून चार दिवस इथं राहायला आलो आहोत. प्रकाशचं प्रत्येक वागणं म्हटल्यास वैताग आणणारं असतं आणि म्हटल्यास आध्यात्मिक पातळीवरचं असतं.

'पातंजल योगदर्शना'मध्ये योग्याच्या दृष्टीनं पाच महत्त्वाच्या गोष्टी 'साधनपाद' या प्रकरणात सांगितल्या आहेत. त्या अशा : 'अहिंसासत्यस्तेय ब्रह्मचर्यापरिग्राहम यमा:' अहिंसा म्हणजे हिंसा न करणं. प्रकाश पांढरपेशा असल्यामुळे जातिवंत नेभळट आहे. तो कसली डोंबलाची हिंसा करणार? त्यामुळे त्याच्याकडून अहिंसेचं पालन आपोआपच होतं. सत्याचं पालन तो करतो. कारण उत्तमपैकी लबाड बोलायला जे बुद्धिचातुर्य लागतं, त्याचा त्याच्याकडे अभाव आहे. (काही लोकांच्या प्रामाणिकपणाचा गवगवा होतो, त्याचंही हेच कारण तर नसेल ना? नसो! नसो!) अस्तेय म्हणजे चोरी न करणं. चोरी करायला मनात श्रेष्ठ प्रतीचं धारिष्ट्य असावं लागतं; ते प्रकाशकडे नाही. त्यामुळे अस्तेय व्रताचं पालनही सहजासहजी होत असतं. चौथी गोष्ट ब्रह्मचर्य. प्रकाशचं ब्रह्मचर्य अजूनही सुरूच आहे. नोकरी नाही म्हणून लग्नासाठी छोकरी मिळत नाही. त्यामुळे प्रकाशकडून अपरिहार्यपणे ब्रह्मचर्यही पाळलं जातं. आता राहिलं अपरिग्रह, म्हणजे कशाचाही संग्रह न करणं. प्रकाश हे पाचवं तत्त्वही कसोशीनं पाळत आला आहे. माझ्यासारखा मेहुणा लाभल्यावर तो स्वत:चा संग्रह कशाला करील? मुनिवर पातंजली वरील सूत्र, इतर सूत्रांबरोबरच सांगून गेले. पातंजलींनाही पत्ता नसेल की, भविष्यकाळात विसाव्या शतकाच्या अंतिम चरणात प्रकाश नामक एक तरुण पाचही गोष्टींचं पालन करणारा निघेल.

माझा मेहुणा प्रकाश 'ठेविले अनंते तैसेचि राहावे, चित्ती असो द्यावे समाधान' या संतवृत्तीचाही आहे. खरं म्हणजे, अशी महान विभूती मला मेहुणा म्हणून लाभली याचा मला साभिमान आनंद वाटला पाहिजे. पण मीच नतद्रष्ट, संसाराच्या डबक्यातच अडकून पडलेला सामान्य प्राणी! मला मेहुण्याची महत्ता कुठून कळणार? नातेवाईक काय आणि नातेवाईकेतर लोक काय, व्यापक अर्थानं सर्व जण 'पाहुणे' या शब्दातच मोडतात. कारण या दोन्ही प्रकारच्या मंडळींचा उपद्रव सारखाच असतो. पाहुण्यांनी यजमानांना वैताग आणलाच पाहिजे, असा ईश्वरी संकेतच आहे की काय, कळत नाही. टांगेवाल्यांशी किंवा रिक्षावाल्यांशी 'प्रश्न पैसे देण्याचा नाही, प्रश्न तत्त्वाचा आहे', या मुद्द्यावर पाहुणा भांडत असतो. आजूबाजूचे शेजारी हा बिनपैशाचा तमाशा बघत असतात. आपल्या घरासमोर आणखी तमाशा नको, म्हणून यजमानच टांगेवाल्याचे किंवा रिक्षावाल्याचे पैसे देऊन टाकतात. पाहुण्याला तेच पाहिजे असतं. म्हणून, प्रश्न तत्त्वाचा आहे, असं म्हणत-म्हणत भांडण

चिघळत ठेवतो.

माझा मेहुणा प्रकाश आहे ना, तो जेव्हा जेव्हा माझ्या घरी येतो ना, तेव्हा तेव्हा पातंजल योगदर्शनामधल्या अपरिग्रहवृत्तीनंच येत असतो. त्यांच्याकडे बॅग, वळकटी, छत्री— काही म्हणजे काहीही नसतं. साधी पिशवीसुद्धा नसते. लोकरीतीमुळे अंगात बुशशर्ट असतो आणि लज्जारक्षणार्थ पँट घातलेली असते. याला म्हणतात जातिवंत अपरिग्रह वृत्ती. स्वत:चं म्हणून काही बाळगायचं नाही आणि आणायचं नाही. या अपरिग्रहवृत्तीचं कारण निराळं आहे. माझ्यासारखा मेहुणा असताना स्वत:च्या वस्तूंचा संग्रह कशाला करायचा? त्यामुळे प्रकाशचं आध्यात्मिक वागणं मला नेहमी महागात पडत असतं. परमेश्वरसुद्धा पाहुणेधार्जिणा असतो की काय, कळत नाही. कारण प्रकाशची आणि माझी उंची सारखीच आहे. दोघांच्याही शरीराचा बांधाही अगदी सारखाच आहे. दोघांचे तळपायही सारख्याच लांबीचे आहेत. त्यामुळे प्रकाशची चांगलीच सोय होत असते. माझे सर्व कपडे जणू काही त्याच्या मापानंच शिवले आहेत इतके त्याला फिट बसतात. म्हणून तर तो नेहमी फक्त अंगावरच्या कपड्यांवरच येत असतो. बाकीच्या वस्तू म्हणजे छत्री, हातरुमाल, रेनकोट या वस्तू कुणाच्याही कुणाला चालतात. प्रकाश आला की, तो माझ्याच वस्तू सर्रास वापरतो. एवढंच काय, त्याच्या अंगातला बुशशर्ट आणि पँट हे दोन कपडेही मुळात माझेच होते. मी एकदा ते परत मागितले तेव्हा माझी बायको कम् त्याची बहीण मला म्हणाली, "तुम्ही तर कमालच करता! या दोन कपड्यांवाचून तुम्ही उघडे बसणार आहात काय? लेकरू वापरतंय, तर वापरू दे."

प्रकाश नावाचा मेहुणा-कम्-पाहुणा हा असा आहे. मित्राबरोबर पिकनिकला जायचं असेल; तर जादा एक पँट, शर्ट, लेंगा, बनियन, गॉगल, बॅग, बॅगेतले कपडे, हातरुमाल, बूट, कॅमेरा, थर्मास, वॉटर बॅग, टिफिन बॉक्स, पायमोजे— सर्व काही माझंच घेऊन जातो. परत येतो तेव्हा प्रत्येक वस्तूची आपापल्या परीनं वाट लागलेली असते. शर्ट फाटलेला असतो. पँटची झिपच असहकार पुकारते. कॅमेऱ्याचं साध्या डबड्यात रूपांतर झालेलं असतं. थर्मासचं आतलं काचेचं भांडं फुटलेलं असतं. वॉटर बॅगचं झाकण हरवलेलं असतं. गॉगलची एक काडी गलितगात्र झालेली असते. बॅगची एक बिजागरी तुटलेली असते. अशा प्रकारे माझ्याकडून नेलेल्या प्रत्येक वस्तूला काही ना काही तरी इजा झालेली असते. असला मेहुणा-कम्-पाहुणा महागात पडतो.

मी मुंबईत राहतो याचा काय हिसका असतो, तो मी इतर लाखो मुंबईकरांप्रमाणे भोगतच असतो. त्यात पाहुण्यांची भर पडत असते. बाहेरगावाच्या पाहुण्यांना या अफाट मुंबई शहरात फक्त एकच घर आहे आणि बाकी काही नाही, असं वाटत

असावं. बाहेरगावचा जो पाहुणा येतो, ते थेट माझ्याच घरी. एकेक नमुने बघा. हल्लीच केशवराव जिंतीकर हे पाहुणे येऊन गेले. आल्या-आल्याच ते म्हणाले, "बरं का विनायकराव, मुंबईला आल्यावर तुमच्याकडे राहिलं की स्वगृहीच राहिल्यासारखं वाटतं. मुंबईत चितळे आणि मेहेंदळे नावाचे दोन मित्र आहेत, पण मी त्यांच्याकडे जात नाही. कारण ते दोघेही कोकणस्थ आहेत. त्यांच्याकडची शिस्त, व्यवस्थितपणा, काटेकोरपणा हे सगळं आपल्याला परवडणारं नाही. आपण दोघेही देशस्थ आहोत. माणसं जोडणं, प्रेम वाढवणं, भेटायला येत जाणं, चार-आठ दिवस राहून प्रेम वृद्धिंगत करणं, हे आपल्याला आवडतं."

मी हे कोकणस्थ-देशस्थ पुराण ऐकून मनात म्हणालो, 'परमेश्वरा, मलासुद्धा एखाद्या चितळे, मेहेंदळे, आपटे, परांजपे, लेले, नेने, गोखले, गोगटे, रानडे वगैरे एकारांत आडनावाच्या घराण्यात जन्माला घातलं नाहीस? म्हणजे केशवराव, जिंतीकरांचा त्रास तरी चुकला असता.'

"बरं का विनायकराव, आमची ही बऱ्याच दिवसांपासून म्हणत होती, एकदा मुंबई दाखवा, मुंबई दाखवा. तेव्हा मी म्हटलं, चल... बरोबर आपल्या शकूलाही घेऊन जाऊ, तिच्यासाठी मुंबईतच एखादं स्थळ बघू. म्हणून शकूलाही आणलं. शकू नंबर दोनची मुलगी आहे. आता म्हटलं, शकूला मुंबईला देऊ."

केशवराव, सौ. आणि चि. सौ. कां. शकू पंधरा दिवस मुक्काम ठोकून होते. त्यांची 'स्थळ'यात्रा रोज सुरू होती. माझ्या बायकोला म्हणायचे, "स्वयंपाक लवकर करा. जेवूनच जातो आणि डब्यात पोहे किंवा शिरा करून द्या, म्हणजे मधल्या वेळेत खाता येईल. रात्री जेवायच्या वेळेपर्यंत परत येऊच. पोहे, शिरा एवढ्यासाठीच द्या की, हल्ली मुंबईत जिकडे-तिकडे अन्नातून विषबाधा होत आहे असं पेपरात वाचलं. म्हणून घरातूनच काही तरी नेलेलं बरं."

केशवराव जिंतीकर आहे की नाही ड्यांबिस? बाहेरचा हॉटेलचा खर्च वाचविण्यासाठी अन्नविषबाधेची थाप मारतोय. केशवराव असेपर्यंत त्यांनी उच्छाद मांडला होता. ते कधी जातील, असं आम्हा सर्वांना झालं होतं. जगात एक गोष्ट चांगली आहे. कोणत्याही वाईट गोष्टीला कधी ना कधी शेवट असतो. केवढी ही मनाला दिलासा देणारी गोष्ट आहे! केशवराव बायको-मुलीसह गेल्यावर आम्ही आनंदोत्सव साजरा केला. त्या दिवशी श्रीखंड-पुरीचा बेत केला.

आणि दुसऱ्या दिवशीही पुन्हा श्रीखंड-पुरीच करावी लागली. कारण पाहुणे म्हणून आलेल्या वसंतराव देशपांडे यांना श्रीखंड-पुरी फार आवडते. त्यांना श्रीखंड-पुरी आवडते, तर सर्वांना वसंतराव देशपांडे आवडतात. वसंतराव आले की मुलंही खूष असतात. ते येतात तेव्हा रिक्षावाल्याशी हुज्जत घालत नाहीत. मुलांसाठी खाऊ

आणतात. एखादी नवीन वस्तू भेट म्हणून आणतात. येता-येता फळं घेऊन येतात. बाजारात गेल्यावर दोन-तीन प्रकारच्या भाज्या आणतात. भाज्या निवडायला मदत करतात. गप्पांचा, जोक्सचा स्टॉक त्यांच्याकडे भरपूर आहे. येताना त्यांच्या बायकोनं डबाभर लाडू, चिवडा दिलेला असतो. तो माझ्या बायकोच्या हवाली केला जातो. हे सगळं करतात म्हणून आम्हाला वसंतराव आवडतात, असं नाही. वस्तू देऊन प्रेम वाढतं, असं नाही. तो एक आपुलकीचा भाग असतो. वसंततरावांचं आम्हां सर्वांवर मनापासून प्रेम आहे. अडचणीच्या वेळी, नको म्हटलं तरी निरपेक्ष बुद्धीनं मदत करतात. स्वभाव पारदर्शक आहे. अगदी स्वच्छ, सरळ स्वभाव आहे. म्हणून आमच्या घरी वसंतराव आले की अक्षरश: वसंतोत्सवच सुरू होतो. ते असेपर्यंतचे चार-सहा दिवस अतिशय आनंदात जातात. ते जायला निघाले की, विरह जाणवू लागतो.

केशवराव जिंतीकर आणि वसंतराव देशपांडे या दोन भिन्न जातीच्या पाहुण्यांना लागू पडणारं एक सुरेख इंग्लिश वाक्य आहे. अगदी भिंतीवर लावून ठेवण्यासारखं आहे. ते वाक्य असं आहे—

"Some people bring happiness wherever they go and Some people bring happinees whenever they go."

यातला पूर्वार्ध वसंतराव देशपांडे यांना लागू पडतो आणि उत्तरार्ध केशवराव जिंतीकर यांना लागू पडतो. दोघांच्या पाहुणेपणात व्हेअरेव्हर आणि व्हेनेव्हर या दोन शब्दांतील व्हेअर आणि व्हेन या अर्ध्या शब्दांचाच काय तो फरक आहे. पण हा फरक तसा फार-फार मोठाह ी आहे.

घरगुती पाहुण्यांचा अनुभव सर्वांनाच असतो. कोणताही पाहुणा आला की, काहीतरी मन उद्विग्न करणारी एखादी का होईना, आठवण ठेवून जातोच. पाहुण्यांना हे नाही जमलं, तर त्यांचं पाच-सहा वर्षांचं अति लाडावल्यामुळे वाह्यात झालेलं कार्टं तरी कायमची आठवण ठेवून जातं. असल्याच एका कार्ट्यानं उच्छाद मांडला होता. टीव्हीवर 'लंकादहन' हा सिनेमा लागला होता. मारुती आपल्या पेटलेल्या शेपटीनं लंका जाळत होता. उड्या मारत-मारत इमारती पेटवत होता. सगळीकडे ज्वालाच ज्वाला पसरल्या होत्या. त्या वेळी घरात मोजकीच माणसं होती. जी होती, ती दुपारची वामकुक्षी करत होती. हे कार्टं तेवढं जागं होतं. त्यानं कपडे वाळत टाकायची अंगणातली दोरी आणली. स्वत:च्या शेपटीसाठी पुरेल एवढी दोरी कापली. त्या दोरीचं शेपूट करून ते शेपूट चड्डीच्या मागल्या बाजूला खोचलं. झाला वीर हनुमान! त्या शेपटीच्या दुसऱ्या टोकाला स्टोव्हचा काकडा रॉकेलमध्ये बुडवून बांधला, मग काकडा पेटवला. एका हातानं ती जळती शेपटी हातात धरली आणि

हॉलमध्ये उड्या मारत, 'जय श्रीराम, जय श्रीराम, जय श्रीराम' असा जल्लोष करत काहीतरी जाळायला सुरुवात केली. काहीतरी जळल्याचा वास आला, धूर आला, म्हणून माणसं जागी झाली. 'काय करतोस?' असे विचारलं असता ते कार्टं म्हणालं, "मी पण लंकादहन करतोय! जय श्रीराम!" असं म्हणून त्या पोरट्यानं टीव्हीवरच्या लंकादहनात हेही दहन समाविष्ट केलं. या मारुतीरायाला मोठ्या मुश्किलीनं आवरावं लागलं. पाहुण्यांची असली पोरं उच्छाद मांडतात. पाहुण्यांची पोरं म्हणून काही बोलता येत नाही. बरं तर बरं, थोडक्यात बचावलं; नाही तर त्या दिवशी टीव्हीवरचं लंकादहन टीव्ही दहनासहित पार पडलं असतं.

काही पाहुणे बरेच उपद्व्याप करून जातात. काही पाहुणे जाता जात नाहीत. काही पाहुणे 'आज बटाटेवड्याचा बेत होऊन जाऊ द्या वहिनी', 'आज गुलाबजाम करा वहिनी', 'बऱ्याच दिवसांत तुमच्या हातचे बेसनाचे लाडू खाल्लेले नाहीत, वहिनी आज बेसनाचे लाडू करा', 'वहिनी, तुम्ही मागं घरातच पाव-भाजीचा झकास बेत केला होतात. त्याची चव परवा-परवा पर्यंत जिभेवर रेंगाळत होती. आज पुन्हा पावभाजीचा बेत करा, म्हणजे आजची चव पुढं आणखी काही दिवस जिभेवर रेंगाळत राहील.' असले पाहुणे आले की दिवाळंच काढतात. 'अमुक खावं, तर वहिनीच्या हातचंच' हे पालुपद मात्र कायम असतं. घरगुती पाहुण्यांचा अनुभव सर्वांनीच खूप घेतलेला असतो.

आता थोडंसं सार्वजनिक पाहुण्यांकडे वळू या. एक वेळ घरगुती पाहुणे परवडले. ते तुमच्या-आमच्यासारखेच सर्वसामान्य असतात. पण सार्वजनिक कार्यक्रमासाठी जेव्हा प्रमुख पाहुणे म्हणून एखाद्या प्रसिद्ध, सुप्रसिद्ध, ख्यातनाम व्यक्तीला बोलावलं जातं (शिवाय ती व्यक्ती लोकप्रियही असते); तेव्हा संयोजकाची फारच चमत्कारिक स्थिती होऊन बसते. हे ख्यातनाम सन्माननीय प्रमुख पाहुणे संस्थेच्या संयोजकांना खिंडीतच पकडतात. संयोजकांची मोठी पंचाईत होऊन बसते. प्रमुख पाहुणे महाराष्ट्रभर सुप्रसिद्ध असतात आणि संयोजक बिचारे लोकल सर्वसाधारण कार्यकर्ते असतात. गावात काही तरी साहित्यिक, सांस्कृतिक, सामाजिक कार्यक्रम व्हावेत, या चांगल्या हेतूनं, घरचं खाऊन निरपेक्षबुद्धीनं एखादी संस्था काढतात. दारोदार हिंडून वर्गण्या गोळा करतात. प्रायोजक मिळवतात, जाहिराती मिळवतात. बरंच काही करतात. मग एखादी आठ-दहा दिवसांची व्याख्यानमाला सुरू करतात. अशा वेळी प्रत्येक दिवशीचा प्रमुख पाहुणा असा भेटतो की, हिंदी भाषेमधील 'नानी याद आ गयी', असं संयोजकांना होऊन जातं. आपल्याच नशिबाला दररोज हे असले कसले प्रमुख पाहुणे आले, असं त्यांना वाटतं. 'आपल्याच नशिबाला' हे त्यांचं अज्ञानापोटी वाटणं असतं. गावोगावच्या संयाजेकाच्या नशिबीही असलेच

पाहुणे आलेले असतात. कारण हेच लोक गावोगावी प्रमुख पाहुणे म्हणून जात असतात. प्रत्येक गावी हे लोकप्रिय, ख्यातनाम प्रमुख पाहुणे भाषणापेक्षा इतर अनेक बाबतींत फार वैताग आणतात. 'दुरून डोंगर साजरे' अशी म्हण आहे. याच चालीवर, 'दुरून प्रमुख पाहुणे साजरे', ही म्हण तयार केली, तर ती म्हण डोंगरापेक्षाही सार्थ ठरेल.

एका ज्येष्ठ साहित्यिकाला प्रमुख पाहुणे म्हणून (समजा नाशिकला) बोलावलं होतं. (समजा) ते लोणावळ्याला राहत होते. नाशिकच्या व्याख्यानमालेनं त्यांचं एक व्याख्यान— करायचं ठरवलं. लोणावळा-कल्याण- नाशिक असा दोन्ही वेळचा रेल्वेचा प्रवासखर्च आणि (समजा) पाचशे रुपये मानधन, अशा व्यावहारिक गोष्टी पत्रानं ठरल्या. त्या गोष्टी संयोजक आणि प्रमुख पाहुणे म्हणून येणारे सुप्रसिद्ध, ख्यातनाम, ज्येष्ठ (लोकप्रिय राहिलंच की) साहित्यिक या दोघांनाही मान्य होत्या. इथवर सगळं सुरळीत, व्यवहाराला धरून चाललं होतं.

ठरलेल्या दिवशी प्रमुख पाहुणे नाशिक रोड स्टेशनवर उतरले. संयोजकांनी त्यांचं स्वागत केलं. नाशिक रोडहून नाशिक शहर सुमारे दहा किलोमीटर लांब आहे. प्रमुख पाहुण्यांना टॅक्सीनं न्यायचं संयाजेकांनी ठरवलं. प्र. पा. साहित्यिक म्हणाले, "तुम्ही काय करा, घरी जा. मी एका लग्नाला जाऊन तिकडूनच परस्पर संध्याकाळी बरोबर साडेपाच वाजता व्याख्यानाच्या ठिकाणी येतो. तुम्ही सहाला सुरू करा." संयोजकांना बरं वाटलं. प्रमुख पाहुणा असावा तर असा! आपल्याला कसलाही त्रास नाही, तकलीफ नाही. खरा देव माणूस आहे. संयोजक काही टॅक्सीनं गेले नाहीत. ते बसनं नाशिकला गेले. संध्याकाळच्या व्याख्यानाच्या तयारीला लागले. (पर्यायी वाक्य : घरचं खाऊन लष्कराच्या भाकरी भाजण्याचं काम करू लागले.)

सुखद आश्चर्याची गोष्ट म्हणजे प्र. पा. म्हणून आलेले ते ज्येष्ठ, लोकप्रियफेम साहित्यिक टॅक्सीनं खरंच साडेपाचच्या ठोक्याला व्याख्यानाच्या ठिकाणी आले. असला प्र. पा. पाहिल्यावर संयोजकांना गहिवरून आलं. असल्या प्र. पा. ला साध्या पंचारतीनं ओवाळावं की पंचप्राणांच्या कुरवंड्या कराव्यात, असा गोड संभ्रम संयोजकांना झाला. संयोजकांना पंचप्राण माहिती होते; पण कुरवंड्या म्हणजे नेमकं काय आणि कुरवंड्या करण्याची नेमकी प्रक्रिया काय असते, हे माहीत नसल्यामुळे त्यांनी पंचप्राणांची कुरवंडी करण्याचा बेत रद्द केला. पंचारतीनं ओवाळावं, तर पाच निरांजने, पाच सुवासिनी त्याही सांस्कृतिक नऊवारीवाल्या आयत्या वेळी मिळणं कठीण. म्हणून पंचारतीचा बेतही रद्द करण्यात आला. दोन्हीच्या बदली नुसता आनंद व्यक्त करण्यावरच भागवून नेण्यात आलं.

प्र. प्रा. (प्रमुख पाहुणे) ज्येष्ठ साहित्यिक भाषणासाठी माईकपुढं उभे राहिले. दणक्यात भाषण हाणलं. मध्येच काही वाक्यं काळजालाच गचकन् हात घालणारी फेकली. थोड्या वेळानं तेच हात डोळ्यांना लावणारी पाच-सहा दर्दभरी वाक्यं अलगद सोडून दिली. श्रोते हातांनी डोळे पुसतात न पुसतात तोच दोन्ही बाहू ताडताड स्फुरण पावावेत, अशी फटाफट दहा-बारा वाक्यं फेकली. त्यामुळे डोळ्यांवरच्या हातांना लगेच बाहू होऊन स्फुरण पावावं लागलं. (टीप : हात कधी स्फुरण पावत नसतात. स्फुरण पावायचं असेल, तर हातांना बाहू हा प्रतिशब्द आधी धारण करावा लागतो. मगच खरं स्फुरण चढतं) बाहू स्फुरण पावतात न पावतात तोच, असहाय तरुणीवर अन्य धर्मीयानं केलेल्या बलात्काराचं (पाशवी म्हणायचं राहून गेलं) डोकं सुन्न करणारी वीस-पंचवीस वाक्ये श्रोत्यांच्या कानांत गेली. दोन्ही कानांच्या शेजारीच डोकं असल्यामुळे डोकं लगेच सुन्न झालं. डोकं सुन्न झालं की, हाताला डोकं धरून बसण्याची नवीन ड्युटी करावी लागली. प्र. प्रा. ज्येष्ठ साहित्यिकांनी भाषणात अशा नाना प्रकारच्या करामती करून श्रोत्यांना आणि त्यांच्या हातांना पाच मिनिटं काही स्वस्थ बसू दिलं नाही. बाकीच्या ऑर्डिनरी वक्त्यांच्या भाषणाच्या वेळी बहुतेक श्रोत्यांची एक झोप सुखेनैव होत असते. पण हे पडले प्र. पा.! ते श्रोत्यांना थोडंच झोपू देणार? भाषण संपलं.

प्र. पा. ज्ये. लो. प्रि. साहित्यिक आणि संयोजक आर्थिक व्यवहार पूर्ण करण्यासाठी आतल्या खोलीत बसले. ठरल्याप्रमाणे प्रवासखर्च आणि मानधन मिळवून जे पैसे झाले होते, ते त्यांनी पाकिटात ठेवले होते. व्हाऊचर स्वाक्षरीसाठी पुढे ठेवलं. व्हाऊचरवर योग्य तीच रक्कम लिहिली होती. पाकिटातही तेवढ्याच नोटा ठेवल्या होत्या. संयोजकांनी सर्व काही ठरल्याप्रमाणे व्यवस्थित केलं होतं. पण व्हाऊचरचा आकडा बघून प्र. पा. म्हणाले, "पैसे आणखी द्यायला पाहिजेत."

"पत्रात ठरले होते तेवढे दिले आहेत." संयोजक म्हणाले. "त्याचं काय आहे", प्र. पा. ज्ये. साहित्यिक म्हणाले, "काय खर्च झाला, ते मी सविस्तर सांगतो. तुमचं व्याख्यान ठरलं तेव्हा मला एक महत्त्वाचं काम पुण्यात होतं. ते व्याख्यानाच्या दिवशीच खरं होतं. पण तुमचा खोळंबा होऊ नये, म्हणून मी आदल्या दिवशी पुण्याचं काम उरकून पुण्याहूनच निघालो."

"म्हणजे प्रथम तुम्ही लोणावळ्याहून पुण्याला उलट्या दिशेला गेलात?" संयोजक म्हणाले.

"होय, पण तुमचा खोळंबा होऊ नये म्हणूनच गेलो होतो." प्र. पा. ज्ये. साहित्यिक पुढं सांगू लागले. "पुढं पुणे-लोणावळा-कर्जत आणि मग कल्याण. कल्याणला न उतरता मुंबईला गेलो. तुमच्या व्याख्यानाला खोळंबा होऊ नये म्हणून

हातासरशी माझं मुंबईचं कामही उरकून आलो. म्हणून तुम्ही मला लोणावळा-कल्याण-नाशिक असा पहिल्या वर्गाचा प्रवासखर्च न देता पुणे-मुंबई-नाशिक असा पहिल्या वर्गाचा प्रवास खर्च द्या. दुसरं म्हणजे, मी नाशिक रोड स्टेशनवर उतरल्यावर टॅक्सीनं एका लग्नाला आणि जेवायला गेलो होतो. तुमच्या व्याख्यानाचा खोळंबा होऊ नये म्हणून तडक टॅक्सीनं इथं आलो. या दोन्ही वेळचा टॅक्सी खर्चही तुम्ही दिला पाहिजे.''

''पण आपलं असं ठरलं नव्हतं.'' संयोजक म्हणाले.

''म्हणून काय झालं?'' प्र. पा. ज्ये. साहित्यिक म्हणाले, ''हे सगळं तुमच्या व्याख्यानाचा खोळंबा होऊ नये, म्हणून मी केलं होतं.''

''पण बाकीची सगळी तुमची खासगी कामं होती.'' संयोजक म्हणाले.

''पण तुमच्या व्याख्यानाचा खोळंबा होऊ नये, म्हणूनच मी हे सगळं भराभर उरकलं. या कामात माझे स्वतःचे पैसे खर्च झाले आहेत. पुणे-लोणावळा पहिल्या वर्गाचे भाडे, कल्याण-मुंबई पहिल्या वर्गाचे भाडे, नाशिकमधील टॅक्सी खर्च— सर्व मिळून मला आणखी साडेचारशे रुपये द्या.''

''कार्यकारिणीनं ठरलेले पैसे दिले आहेत. मी जास्त पैसे देऊ शकत नाही.'' संयोजक नम्रपणे म्हणाले.

''आणखी साडेचारशे रुपये दिल्याशिवाय मी इथून हालणार नाही.'' प्र. पा. ज्ये. साहित्यिक म्हणाले.

संयोजकानं नम्रपणानं चांगल्या शब्दांत नाना प्रकारे पटवून देण्याचा प्रयत्न केला; पण व्यर्थ!

संयोजक म्हणाले, ''ठीक आहे. मी पैसे देतो. माझ्या खिशातले देतो. तुम्ही आधी या व्हाऊचरवर स्वाक्षरी तरी करा.''

प्र. पा. ज्ये. साहित्यिक, 'जितंमया'च्या रुबाबात खूष झाले. त्यांनी व्हाऊचरवर स्वाक्षरी केली. संयोजकानं ते व्हाऊचर खिशात ठेवलं. मानधनाचं पाकीट त्यांच्या हातात दिलं. आणि संयोजक म्हणाले, ''मी शेजारच्या दुकानदाराकडून पैसे आणतो आणि तुम्हाला देतो.'' पायऱ्या उतरता-उतरता म्हणाले, ''तुम्हीही या.'' प्र. पा. ज्ये. साहित्यिक आले. दोघे रस्त्यावर आले. संयोजक स्कूटरवर बसले आणि म्हणाले, ''रस्त्याच्या त्या— त्या बाजूला ते मोठं दुकान आहे ना, तिथून पैसे आणतो, इथंच थांबा.'' असं म्हणून संयोजकानं स्कूटर सुरू केली. संयोजक म्हणाले, ''रिक्षा आली की रिक्षात बसून कुठं जायचं तिकडे जा. ठरलेलं मानधन मी तुम्हाला दिलं आहे. तुमच्या स्वाक्षरीचं व्हाऊचर खिशात आहे. अच्छा! टाटा!'' स्कूटर भुर्रकन गेलीसुद्धा!

प्रमुख पाहुणे ज्येष्ठ साहित्यिक असले प्रकारसुद्धा करतात. प्रमुख पाहुणे वाटतात तेवढे सोज्वळ नसतात. काही काही प्रमुख पाहुणे दुरूनच शोभून दिसतात. माझे एक प्रसिद्ध मित्र दिवंगत झाल्यावर त्यांच्या कुटुंबीयांनी प्रत्येक वर्षी ज्येष्ठ साहित्यिकाला बोलावून त्याचं व्याख्यान ठेवून शाल, श्रीफळ, एक हजार रुपये मानधन देण्याचा स्तुत्य उपक्रम सुरू केला. पहिली दोन वर्ष सज्जन साहित्यक आले. तिसऱ्या वर्षीचे प्रमुख पाहुणे म्हणून लोकप्रिय साहित्यिक आले. आले ते आले, पण बरोबर त्यांच्या प्रेमात पडलेली दुसऱ्याची बायको घेऊन आले. दोघांचे आचरट चाळे होत होते. तिलाही स्टेजवर बसण्याचा हट्ट केला. सगळ्या कार्यक्रमाचं गांभीर्य, प्रतिष्ठा, त्यामागच्या कुटुंबीयांच्या भावना या सर्वांची या प्रमुख पाहुण्यानं वाट लावून टाकली. झक् मारली आणि असला प्रमुख पाहुणा बोलावला, असा पश्चात्ताप मुलगी, पत्नी, सून या सर्वांना झाला.

ज्येष्ठ साहित्यिकांची चव घेऊन झाली, म्हणून पुढल्या वर्षी याच कुटुंबीयांनी संगीतक्षेत्रातल्या एका ज्येष्ठ-ज्येष्ठ म्हणजे पंचाहत्तरीच्या पुढच्या ज्येष्ठ व्यक्तीला प्रमुख पाहुणे म्हणून बोलावलं. ते गृहस्थ आले. कार्यक्रमाला निघण्यापूर्वी ते प्रमुख पाहुणे म्हणाले, "अगोदर मद्यपानाची व्यवस्था करा. माझे मित्र आले आहेत. त्यांचंही तेच म्हणणं आहे. अगोदर तीर्थ प्राशन होऊ द्या. मग कार्यक्रमाचं बघू." आपल्या वडिलांच्या, पतीच्या स्मरणार्थ या मंडळींनी श्रद्धेनं, प्रेमानं हा कार्यक्रम आयोजित केलेला होता. त्यांना पुन्हा वाईट अनुभव प्रमुख पाहुण्यांनी आणून दिला. हे कुटुंब शुद्ध शाकाहारी आणि मद्यपान न करणारं आहे. सुसंस्कृत कुटुंब आहे. प्रमुख पाहुण्यांनी त्यांची पंचाईत करून टाकली. यातून मार्ग तरी कसा काढायचा? कार्यक्रमाला निमंत्रित मंडळी येऊन बसली. हॉल भरला. प्रमुख पाहुणे म्हणतात—'अगोदर मद्यपानाचा कार्यक्रम आणि मग तुमचा कार्यक्रम.'

त्यांना हात जोडून विनंती करण्यात आली. "आम्ही त्या पंथातले नाहीत. त्यामुळे या गोष्टीची आम्हाला माहिती नाही. खरं म्हणजे, आम्ही मद्यपानाच्या अतिशय विरुद्ध आहोत. तरीही आम्ही तुम्हाला आमच्या वडिलांच्या स्मृतिप्रीत्यर्थ प्रमुख पाहुणे म्हणून सन्मानपूर्वक निमंत्रित केलं आहे. (या वाक्याचं ग्राम्य भाषांतर : तुम्हाला बोलावून आम्ही झक् मारली आहे.) तरी अगोदर कार्यक्रम होऊ द्या. तोपर्यंत माझ्या ओळखीच्या माहीतगार व्यक्तीला सांगून तुमच्या पिण्याची व्यवस्था करतो. कृपा करा, हात जोडून विनंती करतो. आधी कार्यक्रम होऊ द्या. मद्यपानाची नक्की व्यवस्था करतो."

मोठ्या नाखुषीने का होईना, प्रमुख पाहुणे कार्यक्रमाच्या ठिकाणी आले. प्रास्ताविक वगैरे झालं. प्रमुख पाहुण्यांचा शाल, श्रीफळ, हार, मानधन देऊन

सत्कार केला आणि दिवंगत व्यक्तीचे चिरंजीव तिथून निघाले. दारूबद्दलची माहिती असणाऱ्याला गाठलं. प्रमुख पाहुण्यानं कार्यक्रम सुरू होण्याआधी त्यांना आवडणाऱ्या व्हिस्कीचं नाव कानात सांगितलं. तो बिचारा वडिलांचा स्मृतिदिन आदरानं, कृतज्ञताबुद्धीनं साजरा करण्याऐवजी ती व्हिस्की कुठं मिळते याच्या मागं लागला. ओळखीच्या माहीतगारानं सुचवलं, "प्रमुख पाहुण्यासाठी अर्धा किलो खारे काजूपण घ्या, नाही तर प्रमुख पाहुणे (ग्राम्य भाषांतर : हरामखोर, पाजी, हलकट) तुम्हाला पुन्हा ते आणण्यासाठी पिटाळतील. त्या वेळी दुकानं बंद झालेली असणार.'

चिरंजीवांनी ती व्हिस्की (किंमत साडेसातशे रुपये), खारे काजू (दोनशे रुपये), ग्लास वगैरे जे-जे लागतं, ते सर्व माहीतगारामार्फत आणवून ठेवलं. हे सर्व होईपर्यंत प्रमुख पाहुण्यांचा कार्यक्रमसुद्धा संपला होता. कार्यक्रम संपल्यावर आभार दुसऱ्यानंच मानले. लोक निघून गेले. प्रमुख पाहुणे आणि त्याचे मित्र (योग्य शब्द : टोळभैरव) एवढेच शिल्लक होते.

चिरंजीवांनी त्यांना हॉलच्या आतल्या खोलीत नेलं. दारूची बाटली आणि तदनुषंगिक सर्व वस्तू तिथं ठेवल्या. चिरंजीव म्हणाले, "तुमचे चालू द्या. मी बाहेर बसतो."

हे प्रमुख पाहुणे आणि टोळभैरव मित्र गप्पागोष्टी करत चवीनं दारू पीत बसले. त्या वेळी रात्रीचे बारा वाजले होते. पहाटे तीनपर्यंत धुमाकूळ सुरू होता. वडिलांचं पुण्यस्मरण करत चिरंजीव बाहेर ताटकळत बसले. झोप अनावर झाली होती; पण प्रमुख पाहुण्यांना बोलावण्याचा गाढवपणा करून बसला होता ना! वडिलांचा स्मृतिदिन साजरा करता काय? प्रमुख पाहुण्यांना निमंत्रित करता काय? भोगा त्याची फळं!

आणखी एक प्रमुख पाहुणे. या दोन शब्दांपुढं ज्येष्ठ साहित्यिक हे दोन शब्द जोडा. ते राहत होते कोल्हापुरात (गाव काल्पनिक, खरं गाव दुसरंच) त्यांना व्याख्यानाचं निमंत्रण आलं होतं मनमाडहून. प्रमुख पाहुणे हा सन्मान आपोआप चिकटतोच. कोल्हापूर ते मनमाड जाता-येताचा रेल्वेचा पहिल्या वर्गाचा प्रवासखर्च, पाचशे रुपये मानधन या व्यावहारिक गोष्टी उभय पक्षी ठरल्या होत्या. पण प्रमुख पाहुण्यांनी दोन दिवस आधी कळवलं, तब्येत बरोबर नाही, म्हणून येणार नाही.

मोठ्या लोकांना बोलावून ते नाही आले, तर स्थानिक रिकामटेकडे लोक संयोजकांचीच टिंगल-टवाळी करतात. म्हणून संयोजकांनी एक माणूस मनमाडहून कोल्हापूरला पाठवला. प्रमुख पाहुणे ज्येष्ठ साहित्यिक यांच्या घरी तो माणूस गेला. ते प्र. पा. आरामात सिगारेट फुंकत बसले होते. तब्येतीला काही धाड नव्हती, हे स्पष्ट दिसत होतं, तरीही 'मला प्रवासाची दगदग झेपणार नाही', असं सांगितलं.

पाहुणे आणि प्रमुख पाहुणे ❒ ५३

"महाराष्ट्र एक्सप्रेस कोल्हापुराहूनच निघते आणि मनमाडवरून पुढं जाते. गाडी बदलण्याचाही प्रश्न नाही. शिवाय तुमचा प्रवास फर्स्ट क्लासचा आहे."

"नाही जमणार. शिवाय माझी मेहुणी दोन दिवस राहायला आली आहे." प्रमुख पाहुणे म्हणाले.

"तुम्हाला व्याख्यान झालं की लगेच गाडीत बसवून देतो." तो माणूस म्हणाला.

"जमणार नाही." प्र. पा. म्हणाले. हा घोळ काही वेळ सुरू होता. नंतर प्रमुख पाहुणे ज्येष्ठ साहित्यिक यांनी निराळंच पिल्लू सोडलं. ते म्हणाले, "कोल्हापूर ते मनमाड मला स्पेशल टॅक्सी करून न्या आणि त्याच टॅक्सीनं परत आणून सोडा. माझी तब्येत बरी नाही (काय धाड भरली) म्हणून देखभाल करायला माझी मेहुणीही बरोबर येईल. दिवसा मला उन्हाचा त्रास होतो, म्हणून टॅक्सीनं रात्रीच न्या."

तो माणूस कोपरापासून हात जोडून म्हणाला, "नमस्कार! मी येतो." (बसा मेहुणीला घेऊन मांडीवर!)

दुसरे एक प्रमुख पाहुणे. कार्यक्रमापूर्वी एका सुखवस्तू साहित्यप्रेमी सद्‌गृहस्थांच्या घरी जेवणाची व्यवस्था करण्यात आली होती. त्या गृहस्थांनी प्रमुख पाहुण्यांच्या पंक्तीला आपले चार सज्जन, प्रतिष्ठित मित्रही बोलावले होते. शाकाहारी जेवणाचा उत्कृष्ट बेत होता. नुसतं ताट बघून मन तृप्त व्हावं, असा हा बेत होता. त्या गृहस्थानं आणि त्याच्या पत्नीनं मोठ्या हौसेनं हे सगळं केलं होतं.

प्रमुख पाहुण्यांनी गुण उधळायला सुरुवात केली. ते म्हणाले, "जेवणाआधी मला थोडंसं मद्य घ्यायची सवय आहे." (थोडंसं मद्य कसलं? भरपूर दारू ढोसायची सवय आहे.) त्या गृहस्थांची पंचाईत झाली. ते गृहस्थ 'त्यातले' नव्हते. पण शेजारीच एक ख्रिश्चन सद्‌गृहस्थ राहत होते. त्यांच्याकडून योग्य ती बोलणी करून प्रमुख पाहुण्यांची मद्यपानाची सोय केली. त्यांना लगेच चढली. जेवायला बसले. आणखी सात-आठ माणसं पंक्तीला होती. यजमान पती-पत्नी नम्रपणे, 'सावकाश होऊ द्या.' अशी विनंती करत होते. सर्व मंडळीही आनंदात होती. एवढ्यात प्रमुख पाहुणे पचकले. ताटभर सुंदर जेवणाकडे बघून ते म्हणाले, "हा झाडपाला, गवत, पाला-पाचोळा कशाला वाढला? मला मटणाचं जेवण पाहिजे." असं म्हणून त्या भरल्या ताटातच प्रमुख पाहुण्यांनी ग्लासातल्या पाण्यानं चूळ भरली आणि उठले.

सगळे लोक अवाक् झाले. पण मन घट्ट करून गप्प बसले. प्रमुख पाहुणे ना! (खरं तर नानाची टांगच) जेवणानंतर भाषणाचा कार्यक्रम होता. कार्यक्रमाच्या ठिकाणी श्रोते भरपूर होते. कारण ते सुप्रसिद्ध, ख्यातनाम वगैरे होते ना! प्रमुख पाहुणे बोलायला उठले. झुकांड्या जात होत्या. जीभ अडखळत होती. कसंबसं अडखळत दहा-पंधरा मिनिटं बोलले (बरळलेच) 'एवढं बोलून मी माझं लांबलेलं

भाषण संपवतो', असे म्हणून खुर्चीवर धडपडले.

प्रमुख पाहुणे ही अफलातून चीज असते. जिथं जातील तिथं काही तरी गुण उधळून येतात. काही प्रमुख पाहुणे आपल्या बायकोलाही बरोबर आणण्याचा हट्ट धरून बसतात. म्हणजे, संयोजकांना तिच्या प्रवासखर्चाचा भुर्दंड! लॉजमध्ये सिंगल खोलीऐवजी डबल बेडची खोली बुक करण्याचा खर्च. शिवाय आणखी काय खर्च वाढेल, ते सांगता येत नाही. काही प्रमुख पाहुण्यांची बायको हौशी व्याख्याती असते (नवऱ्याच्या जीवावर फुकटचा सोस). प्रमुख पाहुणा म्हणून जाणारा तो ज्येष्ठ, ख्यातनाम, संयोजकांना कळवतो, 'माझ्याबरोबर माझी पत्नीही येणार आहे. माझ्या भाषणाच्या आधी तिचंही छोटंसं भाषण होईल. (अजून ती ॲप्रेंटिसशिप करते ना? छोटंसंच भाषण करणार) तिला शंभर रुपये मानधन दिले तरी चालेल.' काही प्रमुख पाहुणे आपल्या बायकोचीही अशी (परस्पर खर्च भागवणारी) वर्णी लावून ठेवत असतात.

काही प्रमुख पाहुणे निराळ्या पद्धतीनं पिडतात. त्यांचं भाषण वगैरे चांगलं होतं; पण जवळपासची प्रेक्षणीय स्थळं व्याख्यानाच्या आधी किंवा नंतर दाखवा, असं शुक्लकाष्ठ संयोजकांच्या मागं लावतात. म्हणजे, प्रेक्षणीय स्थळं फुकटात पाहून होतात. उदाहरणार्थ, औरंगाबादला व्याख्यान असलं, की अजिंठ्याची लेणी दाखवून आणा, असं सांगायचं आणि संयोजकाला ते करण्यास भाग पाडतात. नंदुरबारला गेलं की, तापी नदीकाठी असलेलं प्रकाशी तीर्थक्षेत्र दाखवा म्हणायचे. मेहेकरला गेलं की, लोणार तलाव दाखवून आणा म्हणायचं.

प्रमुख पाहुणे नांदेडला गेले तर संयोजकाला म्हणतील, 'अर्धापूरचा केशवराज मठ दाखवा, देगलूरचा धुंडामहाराजांचा मठ दाखवा, हदगावचं दत्त मंदिर दाखवा, कंधारचा किल्ला दाखवा, कुंडलवाडीचं कुंडलेश्वर मंदिर दाखवा, माहुरचं रेणुकादेवीचं मंदिर आणि दत्ताचं जन्मस्थान दाखवा, मालेगावचं खंडोबाचं मंदिर दाखवा, मुदखेडची अपरंपार स्वामींची समाधी दाखवा, मुखेडचं दशरथेश्वर महादेव मंदिर दाखवा, तामसाचं बारलिंग मंदिर दाखवा, उनकदेवचं उनकेश्वर मंदिर आणि गरम पाण्याची कुंडं दाखवा— अगदीच काही नाही तरी नांदेडमधलं गुरुद्वारा तरी दाखवाच!' घरगुती पाहुणे काय आणि सार्वजनिक कार्यक्रमाचे प्रमुख पाहुणे काय, दोघांची जातकुळी एकच! यजमानांना विविध प्रकारे छळणं, हाच त्यांचा प्रमुख स्वभावधर्म असतो.

৩৫৫৫

•५•
आद्य नवरा ते अद्य नवरा

कुमारी काशीताई अष्टपुत्रे, एम्. ए. या मुंबईमधील एका कॉलेजात प्राध्यापक आहेत. सध्या त्यांच्या वयाच्या पंचविशीला नुकतंच पंधरा सरून सोळावं लागलं. काशीताई हे नाव दोन परस्परविरोधी शब्दांत अडकून पडलं आहे. डावीकडे कुमारी हा अवस्थादर्शक शब्द आहे, तर उजवीकडे अष्टपुत्रे हा जुन्या पद्धतीचा आशीर्वाद खरा करून दाखविणारा आडनावदर्शक शब्द आहे. दोन शब्दांच्या कचाट्यात काशीताई सापडलेल्या आहेत. चाळिशी ओलांडल्यामुळे लग्नाचा विचारच त्या करत नाहीत. त्यांचं लग्न झालं असतं, तर कुमारी आणि अष्टपुत्रे हे दोन्ही शब्द आपोआपच निवृत्त झाले असते आणि त्यांच्या जागी सौभाग्यवती आणि नवऱ्याचं आडनाव अशा दोन नवीन शब्दांची नियुक्ती झाली असती. पण आता लग्न हा विषयच संपला.

स्वत:चं लग्न हा विषयच संपला. त्यामुळे नवरा, संसार, मुलंबाळं— सगळंच टळलं. काशीताई आयुष्यभर कुमारी अष्टपुत्रे राहणार. (याला व्याकरणात वदतो व्याघात— परपस्परविरोधी गोष्टी एकत्र आणणं, असं म्हणतात.) त्यांना कुमारी अष्टपुत्रे, मिस् अष्टपुत्रे अशी हाक मारताना हाक मारणाऱ्यालाच कसं तरी वाटतं. काशीताईंना मात्र काही वाटत नाही. आणि वाटून तरी काय उपयोग? दोन्ही शब्द आयुष्यभर साथ देणारे आहेत. 'संगच्छवम्' असं काशीताईंना सांगणारे आहेत. काशीबाई कॉलेजात समाजशास्त्र शिकवतात. समाजशास्त्राच्या दृष्टिकोनातून काय योग्य आहे, काय अयोग्य आहे याचं विश्लेषण करून शिकवतात. समाजशास्त्राच्या माध्यमातून मानवी स्वभावाचे नमुने अभ्यासावेत; त्यावर निबंध, लेख वगैरे लिहावेत, असं त्यांना वाटत असतं. पण समस्त पुरुषजातीचा अभ्यास करणं आणि त्यावर संशोधनात्मक लेखन करणं, हे फारच आवाक्याबाहेरचं काम आहे, हे लगेच काशीताईंच्या लक्षात आलं. दुसरा एखादा आपल्या आवाक्यातला विषय घेऊन

सर्वेक्षण करावं, असं काशीताई यांनी ठरवलं.

'नवरा : एक चिकित्सक अभ्यास' हा विषय प्रा. काशीताई यांनी निवडला. या विषयावर पीएच. डी. करायचं, असं त्यांनी ठरवलं. त्याप्रमाणे त्या कामाला लागल्या. नवरा म्हटलं की तो दुसऱ्या स्त्रीचा, हे ओघानंच आलं. अशा अनेक दुसऱ्या स्त्रियांच्या मुलाखती घेऊन त्यांना आपापल्या नवऱ्याविषयी काय वाटतं, हा एक भाग त्यांनी ठरवला. दुसरं म्हणजे, प्रत्यक्ष विविध नवऱ्यांच्याच मुलाखती घेऊन त्यांचं म्हणणं काय आहे, हे पाहणं. हे सगळं करण्यापूर्वी अगोदर काही प्रश्न तयार करणं आवश्यक होतं. काशीताईंनी स्त्रियांना विचारायची प्रश्नावली तयार केली आणि दुसरी प्रश्नावली विविध नवऱ्यांना विचारण्यासाठी. बरोबर एक कोरी वही घेतली, उत्तरं टिपून घेण्यासाठी. अशी खूप टिपणं तयार झाल्यावर निरनिराळ्या स्वभावांच्या, निरनिराळ्या वयोगटातल्या नवऱ्यांप्रमाणे त्याचं वर्गीकरण करायचं. मग त्यातून विविध निष्कर्ष काढायचे. नवऱ्यांचा आर्थिक गट, असाही एक गट त्यांनी तयार केला होता. याशिवाय प्रत्यक्ष काम करताना आणखी काही नवीन प्रकार करावे लागले, तर त्या करणार होत्या. पूर्वतयारी झाली. प्रत्यक्ष कार्यासाठी काशीताई निघाल्या.

"तुमचं नाव?" काशीताईंनी विचारलं.

"सौ. प्रमिला वसंत जोशी." त्या ज्या कुणी सौ. प्रमिलाबाई होत्या, त्या म्हणाल्या. यापुढं प्रश्न म्हणजे काशीताई, हे पक्कं लक्षात ठेवा आणि उत्तरं देणारी स्त्री वेळोवेळी निराळी असेल. तिचं नाव एकदाच सुरुवातीला सांगितलं जाईल. नंतर तीच स्त्री पुढं उत्तरं देते, असं समजून घ्यावं. त्यामुळे, "काशीताईंनी प्रश्न विचारला आणि टिंबटिंब बाईंनी उत्तर दिलं", ही दोन वाक्यं वारंवार लिहिण्याचा (आणि वाचण्याचाही) त्रास वाचेल. असो.

"तुमचे मिस्टर वसंतराव हे स्वभावानं कसे आहेत? उदाहरणार्थ, सज्जन, पापभीरू, मातृपितृभक्त, पत्नीवर अफाट प्रेम करणारे, प्रामाणिक वगैरे पाच-पंचवीस सद्गुणांनी युक्त आहेत की, बदमाष, हरामखोर, पाजी, स्मगलर, वीरप्पनप्रमाणे चंदन तस्कर, डाकू गब्बरसिंगप्रमाणे दरोडेखोर, ऑफिसातल्या पैशांची अफरातफर करणारे आहेत?"

"इश्श! काही तरीच काय? 'इकडून' ऑफिसातल्या पेन्सिलीचं थोटूकसुद्धा घरी आणणं होत नाही. पेपरमध्ये दरोड्याच्या बातम्या नेहमी येतात. त्या वाचून त्यांना दरोडा शब्द माहीत झाला. परंतु दरोडा म्हणजे नेमकं कसलं सत्कार्य असतं, त्याचा विधी काय काय असतो याची त्यांना अजिबात कल्पना नव्हती. माझ्या मिस्टरांनी मलाच विचारलं की, 'प्रमिला, पेपरात रोज दरोडा पडतो. दरोडा म्हणजे

नेमकं काय, हे तूच सांग.' मग मी सांगितलं, दरोडा म्हणजे अमुक अमुक आणि अमुक अमुक झाल्यावर तमुक तमुक असं केलं की एक सुरेख दरोडा पडतो.''

"म्हणजे तुमचे वसंतराव चोर, लफंगे, दरोडेखोर, मवाली, गुंड, खिसेकापू, डाकू, बदमाष, बद्तमीज, चारशे वीस, आठशे चाळीस, सोळाशे ऐंशी, तस्कर, चाप्टर वगैरे वगैरे आणखी असलंच आठ-दहा नाहीत तर?''

"छे हो! माझे हे अगदी मवाळ आहेत. संध्याकाळी दिवेलागणीला घरी येतात. हातापाय धुऊन देवांना नमस्कार करतात. शुभंकरोति म्हणतात, मग रामरक्षा स्तोत्र म्हणतात. त्यानंतर गणपती अथर्वशीर्ष म्हणतात. हे म्हणून झालं की, गीतेचा बारावा आणि पंधरावा अध्याय म्हणतात. यातच खूप वेळ जातो. मग त्यांना दरोडा घालायला वेळच कुठं उरणार? जागरणं सहन होत नाहीत म्हणून लवकर झोपतात. चोरी तर मध्यरात्र उलटून गेल्यावर करायची असते, असं शास्त्रवचन आहे. मग माझा नवरा चोरी करणारच कसा? अगदी बाळबोध आहे.''

"इतका बाळबोध नवरा आहे म्हणताय; मग नवरा-बायको या नात्यानं रात्री प्रेमबीम करता की नाही? की त्याचं तोंड पश्चिमेकडे आणि तुमचं पूर्वेकडे?''

"त्याचं काय आहे, ते माझी फार काळजी घेतात. मी दिवसभर काम करून खूप दमते. पुन्हा रात्री प्रेमबीम करत जागं राहिलं, तर माझी झोपमोड होईल म्हणून, ते क्वचितच रात्री प्रेमबीम करतात.''

"मुलं किती?''

"सांगते काय मघापासून? प्रेमबीम क्वचितच करतात. म्हणून अजूनही आम्ही दोघेच आहोत.''

"वसंतराव 'पितात' का?''

"फक्त पाणी.''

"अभक्ष्य भक्षण करतात का?''

"शंभर टक्के शाकाहारी आहेत. जन्मल्या दिवसापासून आज मितीपर्यंत त्यांच्या पोटात शाकाहारी अन्न आणि नळाचं पाणी याव्यतिरिक्त तिसरा पदार्थ गेला नाही. कमालीच्या बाहेर सोवळे आहेत.''

"समोरच्या बिल्डिंगमधल्या, या बिल्डिंगमधल्या किंवा रस्त्यानं जाणाऱ्या निवडक सुंदर, तरुण स्त्रियांकडे हळूच पाहतात काय?''

"छे हो! या बाबतीत त्यांनी थोरले आबासाहेब यांचा आदर्श डोळ्यांपुढं ठेवला आहे. कोणतीही सुंदर तरुण स्त्री दिसली की लगेच हे म्हणतात, 'आमच्या माँसाहेब इतक्या सुंदर असत्या, तर आम्हीही असेच सुंदर झालो असतो.' ...वदले छत्रपती, या चालीवर वदले माझे पती, असं मी म्हणते.''

"त्यांचं चारित्र्य कसं आहे?"

"प्रदूषणपूर्व गंगाजलाप्रमाणे शुद्ध आणि पवित्र. किंवा इकडच्या भागातलं उदाहरण द्यायचं म्हणजे, त्यांचं चारित्र्य धुतल्या बासमती किंवा आंबेमोहोर तांदळाप्रमाणे स्वच्छ आहे. पांढरा पांढरा शुभ्र रंग आणि माझ्या नवऱ्याचं चारित्र्य यात अधिक शुभ्र काय, हे पाहिलं तर, माझ्या नवऱ्याचं चारित्र्यच कांकणभर अधिक शुभ्र आहे."

"तुम्ही देवळात जाता का?"

"पती हाचि देव ललनांना. मग देवळात कशाला जाऊ? नवरा हाच माझा देव, नवरा हाच माझा दागिना आणि नवरा हाच माझा कोहिनूर हिरा आहे."

काशीताई आणि सौ. प्रमिला वसंत जोशी यांच्यात आणखीही बरीच प्रश्नोत्तरं झाली. काशीताईंनी प्रमिलाबाईंच्या नवऱ्याविषयी काही टिपणं वहीत लिहिली. आपले छोटे शेरेही त्याखाली जागोजागी लिहून ठेवले.

नवरेमंडळी लबाड असतात. मोड आलेला पावटा टरफलातून सटकन् निसटतो त्याप्रमाणे नवरा हां-हां म्हणता बायकोच्या हातावर तुरी ठेवून निघून जातो, असं बरंच काही काशीताईंनी नवरेमंडळींविषयी ऐकलं होतं. पण पहिलाच नवरा एकदम सॉलिड जंटलमन निघाला, हे पाहून काशीताई थोड्याशा हिरमुसल्या. असेच जर जंटलमेन नवरे भेटले, तर पीएच. डी. चा प्रबंध कसा काय तयार होणार? कारण सगळे जंटलमेन नवरे एकाच साच्यातून काढल्याप्रमाणे डिक्टो एकासारखे एक दिसतात. वेगळेपण असं नसतं. पण जे नवरे जंटलमन नसतात, त्यातला प्रत्येक नवरा आपापल्या परीनं वेगळा असतो. असला प्रत्येक नवरा कुणी चावट असतो, कुणी टारगट असतो, कुणी फाजील असतो, कुणी स्त्रैण असतो, कुणी देखणी बायको दुसऱ्याची असं म्हणणारा असतो, कुणी बायकोपेक्षा टिंब-टिंब बरी म्हणणारा (आणि त्याप्रमाणे करणारा) असतो, कुणी लव्ह दाय नेबर हा आदेश पाळणारा असतो, कुणी चोरून काहीबाही वाचणारा, बघणारा असतो; कुणी रेखाकर्मी (मराठी शब्द : लाईन! हो, तीच!) ती पुढं आणि तो मागं (मागं), कुणी बायकोला हां-हां म्हणता फसवणारा असतो, कुणी गर्दीचा (गैर) फायदा घेऊन अंगस्पर्शधन्य होणारा असतो, एस. टी. मध्ये मुद्दाम ओळख काढून बोलणारा असतो, लोचटपणे तेवढ्यातल्या तेवढ्यात पुढच्या एस. टी. स्टँडवर थम्सअप किंवा कोका-कोला देणारा असतो— असे शेकडो प्रकारचे नवरे असतात, असं काशीताईंनी ऐकलं होतं, म्हणून तर नवऱ्यांवर प्रबंध लिहिण्याचा प्रकल्प त्यांनी हाती घेतला होता. परंतु 'प्रथमग्रासे मक्षिकापात:' या न्यायानं पहिलाच नवरा हरिश्चंद्राचा पिताश्री आणि युधिष्ठिराचा पितामहश्री निघाला होता. इतकं कमालीच्या

बाहेर जंटलमनच व्हायचं होतं, तर एखाद्या स्त्रीचा नवरा होऊन नवऱ्याची एक पोस्ट यानं का वाया घालवली? नवरा असावा नवऱ्यासारखा आणि नसावा भलता सलता. परमेश्वरानं नवरे जन्माला घातले ते काय चारित्र्यसंपन्न, सद्‌गुणमंडित, सत्यवचनी, एकपत्नी, आदर्श पुरुष म्हणून? तसं मुळीच नाही. त्यासाठी परमेश्वरानं निराळी प्रोव्हिजन केली आहे. इतक्या सद्‌गुणमंडितांना साधू-संत म्हणतात.

काशीताईंचं विचारचक्र सुरू होतं. पहिलाच नवरा साधू-संतांपेक्षाही सरस कसा काय निघाला याचं काशीताईंना सतत आश्चर्य वाटत होतं. ही गलफत परमेश्वराकडूनच तर झाली नसेल ना, अशीही एक शंका काशीताईंना आली. कारण परमेश्वराच्या कामाचा व्याप प्रचंड आहे. अनवधानानं साधू-संत घडवण्याचं मटेरियल वापरलेला पुरुष, साधू-संत म्हणून पृथ्वीवर न पाठवता चुकून नवरा होण्यासाठी म्हणून पाठवला असावा. असा विचार सुरू असतानाच काशीताईंना असं अचानक सुचलं की, आपण डायरेक्ट संतरावांना म्हणजे प्रमिलाबाईंच्या 'अहो, ऐकलंत का?' यांनाच भेटावं. वसंतरावांचंही नवरा म्हणून काही म्हणणं असेलच की. वसंतरावांना प्रत्यक्ष भेटल्यावरच वसंतरावांवर जंटलमनत्व लादलं आहे, की ते मुळातच जंटलमन आहेत याचा उलगडा होईल. हा विचार मनात आल्यावर मात्र काशीताईंना हायसं वाटलं. परंतु वसंतरावांना गाठायचं कसं? आपण वसंतरावांनाही प्रश्न विचारणार आहोत, हे प्रमिलाबाईंना कळता उपयोगी नाही; तसंच प्रमिलाबाईंशीही आपली प्रश्नोत्तरी झाली, हे वसंतरावांनाही कळता कामा नये. असं केलं, तरच वसंतरावांकडून खरी उत्तरं येतील.

० ० ०

"नमस्कार वसंतराव. माझं नाव कु. काशीताई अष्टपुत्रे."

"कमाल आहे! कु. असूनही अष्टपुत्रे!"

"मी कु. आहे आणि घराणं अष्टपुत्रेंचं आहे."

"बरं, कशासाठी भेटायला आला आहात?"

"मी नवऱ्यांचा एक चिकित्सक अभ्यासर करून एक प्रबंध लिहिणार आहे— माझ्या पीएच. डी. च्या पदवीसाठी. त्यासाठी मी तुम्हाला भेटायला आले आहे. तुम्ही विवाहित आहात म्हणजे तुम्हाला नवरेपद प्राप्त झालं आहे. मी तुम्हाला काही प्रश्न विचारत आहे. तुम्ही सर्वसामान्य 'वाटेल-ते-गुणमंडित' आहात की जंटलमन, सज्जन, प्रामाणिक वगैरे वर्गात मोडणारा नवरा आहात?"

"या प्रश्नाचं उत्तर म्हटल्यास होकारार्थी आहे, तर म्हटल्यास नकारार्थी आहे." वसंतराव म्हणाले.

"काही नवरे घरात जंटलमन आणि बाहेर काय वाटेल असतात; तुम्ही त्या

वर्गात मोडणारे आहात काय?''

''काहीसा तसलाच प्रकार आहे.'' वसंतराव म्हणाले, ''मला नेहमी दुहेरी स्वभावानं वावरावं लागतं. काही काही नवऱ्यांना असली कसरत करावी लागते.''

''म्हणजे काय काय करावं लागतं?'' काशीताई अष्टपुत्रे यांनी विचारलं.

''मी अत्यंत, कमालीच्या बाहेर सर्वश्रेष्ठ आदर्श नवरा असावा, असं तिला वाटतं. तिच्या तशा वाटण्यापायी माझे मात्र हाल होतात. मला ती थोडंसंही वेडंवाकडं वागू देत नाही. बाकीचे नवरे बघा— कसे नाही नाही ते धंदे करतात, परस्त्रीशी प्रेमळ संबंध ठेवतात, शिवाय प्रेम वाढीस लागल्यावर टिंब-टिंबसुद्धा करतात. असले नवरे किती शूर असतील याची कल्पना करा. तसल्या नवऱ्यात गट्स असतात. मला असं काहीच करता येत नाही.''

''सौ. चं नाव काय?'' काशीताईंनी मुद्दामच जणू काही माहीतच नाही, अशा ढंगात प्रश्न विचारला.

''प्रमिला.'' वसंतराव म्हणाले, ''सकाळी उठल्यापासून ते झोपेपर्यंत ती मला नाना प्रकाराच्या संस्कारांनी करकचून आवळून बांधते.''

''म्हणजे काय काय करते?'' काशीताईंनी विचारलं.

''सकाळी— म्हणजे पहाटे पाचलाच मला उठवते. मग मला हात जोडून 'कराग्रे वसते लक्ष्मी' आणि 'समुद्रवसने देवि' असे श्लोक म्हणायला लावते. नंतर, 'उठा उठा हो सकळीक, वाचे स्मरावा गजमुख,' ही गणपतीची भूपाळी, 'उठोनिया प्रात:काळी, जपा राम नामावली' ही रामाची भूपाळी, अशा पाच-सहा भूपाळ्या म्हणाव्या लागतात. अंघोळीच्या वेळी, 'गंगे च, यमुने चैव गोदावरि सरस्वति' हा श्लोक म्हणावा लागतो. नंतर 'ओम् मित्राय नम:, सूर्याय नम:' असे म्हणत एकशे आठ सूर्यनमस्कार घालावे लागतात. संध्याकाळी शुभंकरोती आहे, आणखी बरंच काही आहे.''

''म्हणजे नवरा बिघडायला तुमच्या बायकोनं जराशीसुद्धा फट ठेवलेली नाही; असंच ना?'' काशीताईंनी विचारलं.

''जरा खासगीतलं सांगू का?'' हलक्या आवाजात वसंतराव म्हणाले,

''सांगा–सांगा.'' काशीताई उत्साहानं म्हणाल्या. आता आपल्याला जातिवंत नवरा कसा असतो, हे पाहायला मिळणार आहे, याचं समाधान त्यांच्या मुद्रेवर दिसू लागलं. त्या म्हणाल्या, ''सांगा, मला खरा नवरा कसा असतो, हे पाहिजे. शुभंकरोति म्हणणारा नको. तुम्ही इतके 'जंटलमनपणानं' कशासाठी वागता? बायकोला सांगा, मी नवरा आहे! आझाद पंछी हूँ.''

''सुरुवातीलाच माझं चुकलं. मीच अनवधानानं तिच्या आहारी गेलो. पण

पुढं सावध झालो. मीसुद्धा इतर नवऱ्यांप्रमाणे सिगारेटी ओढतो, 'ते' पितो, पत्ते खेळतो, परस्त्रिया कशा टिंब-टिंब वगैरे दिसतात याची जिभल्या चाटत वर्णनं करतो, ऑफिसातल्या स्त्रीमंडळींशी जमेल तितपत (म्हणजे अंगाशी प्रकरण येणार नाही इतपत) चाऊ-म्याऊ करतो, हळूच लपवून कधी हे टिंब-टिंब देतो, तर कधी ते टिंब-टिंब देतो. मधल्या सुटीत तिला घेऊन हॉटेलमधल्या टिंब-टिंब रूममध्ये बसून स्वीट टिंब-टिंब घेतो."

"अय्या! खरंच? तुम्ही इतके आदर्श चावट आहात? कम्माल आहे बाई तुमची!" काशीताई (वय वर्ष चाळीस) गोड शहारून म्हणाल्या. "तुम्ही अशी बरीच टिंब-टिंब तिच्याबरोबर करता, हे तिच्या नवऱ्याला माहीत आहे का?"

"काशीताई, याला बालप्रश्न म्हणतात! असल्या गोष्टी कुणी कुणाची परवानगी घेऊन, संमती घेऊन का करत असतं? चुकून कुठून तरी कळालं तर नवऱ्यालाही भीती असतेच की! तिच्या नवऱ्याचंही त्याच्या ऑफिसातल्या कुणाच्या तरी बायकोशी असंच टिंब-टिंब असतं. त्यामुळे तो फार खोलात जाऊन चौकशी करत नाही. काशीताई, नवरा घरी आल्यावर मग त्याचा सभ्यपणाचा अभिनय सुरू होत असतो."

"वसंतराव, हे जेवढ्यास तेवढे प्रेमप्रकरण झालं. पण कुठे ट्रिपला चार-दोन दिवस जायला जमतं का? की आपलं— कराग्रे वसते-पासून शुभंकरोतिपर्यंत घरातच अडकून पडावं लागतं?" काशीताईंनी विचारलं.

"नवरा हा प्राणी अत्यंत हिकमती असतो. खुद्द परमेश्वरानंच त्याला तसा घडवला आहे," वसंतराव म्हणाले, "मी तिला एका दिवसापासून ते थेट एका महिन्यापर्यंत सहज फसवू शकतो. गेल्याच महिन्यात माझी टिंब-टिंब हिला घेऊन माथेरानला चार दिवस राहून आलो. मी प्रमिलाला सांगितलं, मी आज संध्याकाळच्या १००५ डाऊन विदर्भ एक्स्प्रेसनं नागपूरला ऑफिसच्या कामाला चाललो आहे. या ऑफिसच्या जुन्या फाइल्स, काही जुनी प्रकरणं असेब्लीत विचारली जाणार आहेत. त्याची डीटेल नागपूरच्या ऑफिसात आहे. आज सोमवार आहे. सोमवार, मंगळवार, बुधवार आणि गुरुवार! शुक्रवारी परत येईन. बहुधा १००६ अप विदर्भ एक्स्प्रेसनं किंवा १४४० अप सेवाग्राम– दादर एक्स्प्रेसनं येईन. नीट जपून राहा. दारं नीट बंद कर. कोण आहे याची खात्री करूनच दार उघड. हे असं सांगितलं की बस्स! मी टिंब-टिंबला घेऊन माथेरान नावाच्या 'नागपूर'ला जातो."

"वसंतराव, सगळे नवरे असेच असतात का हो?" काशीताईंनी विचारलं.

"बहुसंख्य!" वसंतराव म्हणाले, "त्याचं काय काशीताई, प्रत्येक पुरुष साधारणपणे दुसऱ्यासारखा असतो. दुसऱ्या शब्दांत सांगायचं म्हणजे, सर्व पुरुष,

जेव्हा फक्त पुरुषच असतात तेव्हा ते साधारणपणे सारखेच असतात. त्यांचा एक सामुदायिक स्वभाव असतो. परंतु पुरुषाचं नवऱ्यात जेव्हा रूपांतर होतं, तेव्हा मात्र प्रत्येक नवरा आपापल्या परीनं निराळा असतो. हे निराळेपण, त्याला बायको कसली मिळाली आहे आणि तो नवरा कितपत चतुर आहे, यावर अवलंबून आहे.''

"तुम्ही खरंच नागपूरला जाणार आहात, दुसरीकडे कुठंही नाही, असा विश्वास तुमच्या बायकोला कशामुळे वाटला?'' काशीताईंनी विचारलं.

"त्याचं काय आहे काशीताई, मुरब्बी नवरा हा जन्मावाच लागतो. तो तसा नसेल तर त्याला जन्मभर बायको एके बायको, बायको दुणे बायको, असं म्हणत बसावं लागतं. म्हणून तर ऑफिसमधल्या रोज न लागणाऱ्या जुन्या फाइली घरी दाखवायला आणल्या. प्रकरण जुनं आहे याची खात्री पटली. रेल्वे टाइम टेबलात बघून नागपूरच्या दोन गाड्यांची नावं, त्यांचे नंबर, डाऊन ट्रेन वगैरे माहिती तिला सांगितली. प्रत्येक थाप अशी सविस्तर डीटेलमध्ये सांगितली की, थापसुद्धा खरीच गोष्ट असं वाटू लागतं. 'ऑफिसच्या कामासाठी नागपूरला चाललो आहे,' असं मोघम सांगितलं की, बायकोचा फारसा विश्वास बसत नाही. म्हणून थाप नेहमी बारीक-सारीक तपशिलासह मारावी.''

"एकंदरीत तुम्ही बेरकी नवरा आहात तर!'' काशीताई म्हणाल्या.

"काशीताई, या बायका असतात ना, त्या आपल्या नवऱ्याला दोनच ठिकाणी ठेवतात. आपल्या 'मिठी'मध्ये किंवा आपल्या 'मुठी'मध्ये. प्रेमळ नवरा मिठीत राहतो, तर नेभळट नवरा मुठीमध्ये असतो. परंतु स्वतंत्र वृत्तीचा नवरा मिठीतही नसतो आणि मुठीतही नसतो. मी त्या स्वतंत्र नवऱ्यांच्या कॅटॅगरीमधला आहे. मी तिच्या आज्ञेत असल्याचं नाटक करतो. त्यामुळे मी आज्ञाधारक मुलाप्रमाणे ती सांगेल तसं वागण्याचं भाबडं नाटक करतो. त्यामुळे मी चरणकमलतीर्थ घेण्याइतका पवित्र आहे, असं तिचं ठाम मत आहे.''

काशीताईंनी वसंतरावांची मुलाखत संपवली. प्रमिलाबाईंची त्यांच्या नवऱ्याविषयींची मते आणि प्रत्यक्ष वसंतरावांचं अफलातून (अफलातून म्हणजे नवरा या नात्यानं योग्य.) वागणं याविषयीची सविस्तर टिपणं काशीताईंनी करून ठेवली.

काशीताई नंतर दुसऱ्या एका नवऱ्याला भेटल्या. त्या नवऱ्याचं नाव होतं बाबूराव घालमिले.

"बाबूराव, तुमचं लग्न झालं आहे. लग्न जेव्हा झालं, तेव्हा तुम्हाला आनंद झाला का?''

"तसा आनंद झाला. कारण प्रत्येक पुरुषाचं नवरा या प्रकारात लग्नामुळे

रूपान्तर होत असतं. नुस्ता पुरुष म्हटलं की, नोबडी! परंतु तो पुरुष नवरा झाला की समबडी होतो. लगेच त्याचं मूल्य वाढतं. हे मूल्य ही नवऱ्याची कमाई असते.''

''लग्नानंतरचा तुमचा अनुभव काय?''

''लग्न झाल्यानंतर बायकोपेक्षा मेहुणी बरी होती, अशी चुटपुट माझ्या मनाला लागली होती.''

''मग मेहुणीशीच लग्न करायचं होतंत.''

''पुन्हा तीच अडचण आली असती.''

''कसली?''

''माझं मेहुणीशी लग्न झालं असतं, तर मेहुणी माझी बायको झाली असती आणि सध्याची बायको माझी मेहुणी झाली असती. कोणत्याही नवऱ्याला मूलत: बायकोपेक्षा मेहुणीच आवडत असल्यामुळे आताची बायको नंतर मेहुणी या नात्यानं आवडू लागेल आणि आधीची मेहुणी बायको झाली म्हणजे नावडती होईल.''

''असं त्रांगडं आहे तर! मग अशा वेळी तुम्ही काय करता?''

''बायकोला बायको म्हणूनच ठेवायचं आणि मेहुणीला मेहुणीच राहू द्यायचं आणि मग 'रीतसर' मेहुणीला आवडून घ्यायचं. अशा वेळी मेहुणीही 'भावोजी'ची अडचण समजून घेऊन 'समंजसपणे' वागते.''

''तुमच्या बायकोला हे कळलं, तर काय होईल?''

''त्रागा करते. पण त्राग्यातूनही समंजसपणानं असा विचार करते की, नवऱ्याच्या जातीला बाहेर 'हुंगेगिरी' केल्यावाचून चैनच पडत नाही. परमेश्वरानं सगळे नवरे असेच घडवलेले असतात. मेहुणीवरच प्रेम करतो, नशीबच म्हणायचं. बाहेर जाऊन कुठं तरी आधी शेण आणि पाठोपाठ चपला खाण्यापेक्षा हे मेहुणी-प्रकरण परवडलं. त्यामुळे घरातल्या घरातच बरं चाललंय.''

''तुम्ही नवरा या नात्यानं काय काय करता? म्हणजे पारंपरिक पद्धतीनं, जातिवंत आर्य नवऱ्याप्रमाणे बायकोला मारता का?''

''नाही! ती बिथरली तर माहेरी निघून जाईल आणि पाठोपाठ मेहुणीचेही येणं-जाणं आणि विशेषत: राहणे बंद होईल. त्यामुळे पारंपरिक पद्धतीनं मारणं वगैरे काही करत नाही.''

''तिच्यावर तुम्ही वॉच ठेवता का? समजा, मेहुणीच्या संदर्भात ती तुम्हाला काय वाटेल ते बोलली, तर 'प्रति काय वाटेल'साठी तिचं चोरून काही प्रकरण असेल, तर ते लगेच सांगता येईल.''

''वॉच वगैरे काही ठेवत नाही. तसं करणं मलाच अडचणीचं असतं.''

''मेहुणीशिवाय आणखी कुठं टिंब-टिंब आहे काय?''

"देखणी बायको दुसऱ्याची, या 'नाटका'चा प्रयोगही मधून-मधून करतो. पण ह्या देखणीच्या नवऱ्यालाही तसंच वाटून फिटंफाट व्हायचा प्रसंग आला, तर आपण होऊन आपल्या पायावर धोंडा पाडून घेतल्यासारखं होईल."

"आणखी कोणती 'तीर्थक्षेत्रं' धुंडाळत असता?"

"एका थोर प्रेषिताचा आदेश कृतीत आणण्याचा प्रयत्न नेहमी सुरू असतो. लव्ह दाय नेबर— शेजाऱ्यावर प्रेम करा. शेजारी या शब्दात शेजारीणही अंतर्भूत असते."

"एकंदरीत तुमचा स्वभाव भारीच 'प्रेमळ' दिसतोय. दीर हे नातंही तुम्हाला लागू आहे काय?"

"आहे ना! 'भाभी तेरा देवर है दीवाना' हे गाणं माहीत असेलच?

"नाही बाई! अजून मी कुणाची भाभी नाही आणि मला कुणी देवर नाही."

"तर, तिकडेही ट्राय चालू आहे."

"नवरे किती ड्यांबिस असतात! नाही नाही तिथं टिंब-टिंब-टिंब खायला जातात. मला तुमचे हे सगळे उद्योग माझ्या प्रबंधात लिहावे लागणार. या नवऱ्यांना दुसरा काही उद्योगच नसतो, असं दिसतं. बरं झालं बाई, मी कुणा नवऱ्याची बायको नाही! नाही तर मलाही असलाच नवरा मिळाला असता. बरं आहे, नमस्कार."

० ० ०

नंतर काशीताई अष्टपुत्रे या बकुळाबाई कमळे यांना भेटायला गेल्या. त्यांचं त्यांच्या नवऱ्याविषयीचं मत काय, हे विचारायचं होतं.

"नमस्कार बकुळाबाई, मी तुमची मुलाखत घ्यायला आले आहे."

"ती कशासाठी? असं काय मोठं काम मी केलं आहे? मी साधी बाईमाणूस आहे."

"बायकांच्या या असल्या साध्या वागण्यानंच नवरे सटासट निसटतात आणि बाहेर नाही-नाही ती टिंब-टिंब करत असतात."

"मी तशी साधी बाई आहे. पण नवरा या प्राण्यावर माझं लक्ष असतं. नुस्ती बांगड्यांची किणकिण ऐकू आली तरी नवऱ्यांचे कान टवकारतात. माझा नवरा तर या बाबतीत ई. एन. टी. स्पेशालिस्ट (इअर, नोज अँड थ्रोट कान-नाक-घसा-स्पेशासिस्ट) आहे. मंजुळ आवाज, बांगड्यांची किणकिण— असले आवाज आले की, ते कानाचं काम असतं. कोण कुठं राहते, कोण कोणत्या रस्त्यानं जाते, कोण कुठून किती वाजता येते, हे हुंगण्याचं (म्हणजे हुंगेगिरी करण्याचं काम) नाक करतं आणि 'ती' जी कुणी (कुणीही हा शब्दसुद्धा चालेल. सगळाच एकतर्फी मामला!)

जवळून चालली असता, कोरडं खाकरणं किंवा माफक खोकणं, हे घशाचं काम आहे. माझा नवरा अशा प्रकारे नाक-कान-घसा यांचा म्हणजे ई. एन. टी स्पेशालिस्ट आहे. माझ्या नवऱ्याकडे एकतर्फी पन्नास टक्के प्रेमाचा भरपूर स्टॉक आहे. 'त्या' बाजूचे पन्नास टक्के प्रेम मात्र काही केल्या मिळत नाही. तरीही माझा नवरा चिवट (चिकट) आशावादी आहे.''

''यातून कसला का होईना, फायदा झाला का?''

''एक फायदा झाला. रोज तो सुमारे सात-आठ किलोमीटर तरी 'रेषा-कर्म' (मराठी शब्द : चक्क लाइनी मारणं) करत असतो. त्यामुळे त्याला आपोआपच भरपूर व्यायाम होतो. भूक चांगली लागते आणि जेवणही भरपूर जातं. एकतर्फी पन्नास टक्के प्रेम करून कुणाचंही पोट भरत नसतं.''

''तुम्ही लग्नाची बायको घरात असताना तुमचा नवरा 'लाइनोद्योग' करायला कशासाठी जातो?''

''काशीताई, तुम्ही स्त्रियांतल्या ब्रह्मचारी आहात. तुम्हाला अजूनही पुरुष आणि पुरुषातूनच विकसित झालेला नवरा म्हणजे काय चीज असते, याचा जरासुद्धा प्रत्यक्ष अनुभव नाही. नवरा महाबेरकी असतो. 'तिकडे' गुपचूप साडी घेऊन दिल्यावर घरी बायकोला संशय येऊ नये म्हणून लफ्फेदार गजरा तिनं न सागताच आणून देतो. चतुर बायको लगेच ओळखते— 'तिकडे' साडी, ब्लाऊज पीस, अंगठी असं काही तरी स्वारी देऊन आली आहे. नवरे महाचतुर असले तरी बायकाही चतुर असतात. परंतु आम्हा बायकांचं नवऱ्यापुढं काही चालत नाही, म्हणून गप्प बसायचं.''

''तुमच्या नवऱ्याचं संपूर्ण नाव काय?''

''गुलाबराव चंपकराव कमळे!''

''घराणं सुगंधी आणि रंगेल दिसतंय. असो. मला एवढी माहिती पुरे. मी नंतर सविस्तर लिहीन.''

० ० ०

कु. काशीताई अष्टपुत्रे यांनी एकंदर शंभर नवऱ्यांचं सर्वेक्षण केलं. प्रश्न विचारले. प्रत्येक नवरा आपापल्या परीनं वेगळा निघाला. एक नवरा भलताच संशयी होता. बायकोनं कुणाशीही बोलताना साधा हसरा चेहरा केला तरी, त्याला संशय यायचा की, आपण ऑफिसात गेल्यावर ते दोघे प्रेम करणार, म्हणून तो अनेक वेळा अर्ध्या दिवसानं अचानक घरी येई. पण कुछ नहीं. तो संशयी नवरा मनातल्या मनात चडफडे. कधी एकदा 'त्या' कुणाला तरी रंगे हाथ पकडीन, असं त्याला वाटायचं; परंतु त्याच्या सगळ्या कॅज्युअल लीव्ह वाया गेल्या.

एका नवऱ्यानं स्त्रीसंपर्क सतत साधता यावा म्हणून एकदा गायन क्लास काढला, पाककलेचे वर्ग काढले; पण प्रत्येक ठिकाणी त्याची बायको आणि बायकोची परमपूज्य मातोश्री दररोज जातीनं हजर असल्यामुळे त्या नवऱ्याचे सगळे क्लासेस बंद झाले. तरीही त्यानं बायकांसाठी प्रवचनं सुरू केली. तिथं मात्र त्याची साफ जिरली. पुराण, कीर्तन, प्रवचन म्हटलं की तिथं साठीच्या पुढच्या वयोवृद्ध स्त्रिया येणार. बायको, सासूबाई पहारा करायला येत नव्हत्या. कशाला येतील? आपला नवरा- तथा - जावई पासष्ट-सत्तर वर्षांच्या स्त्रियांवर प्रेम करणं शक्य नव्हतं. तो श्रोतृवर्ग पाहून त्या नवऱ्यानं चारच दिवसांत प्रवचनं बंद केली.

आणखी एक नवरा रंगेल होता. तलम धोतर, बदामी रंगाचा रेशमी झब्बा, झब्ब्यावर स्पष्टपणे दिसणारी गळ्यातली सोन्याची साखळी, तुळतुळीत दाढी, कोरीव मिशा, कानात अत्तराचा फाया, डाव्या मनगटावर बांधलेला मोगऱ्याच्या फुलांचा गजरा, मध्येच हळुवारपणे तो वास हुंगणं, हातात चांदीच्या मुठीशी स्टाइलिश काठी आणि चालताना नाजुकसं लचकत (खरं म्हणजे नाजुकसं लंगडत) चालण्याची ढब यावरून हा नवरा अप्रतिम रंगेल आहे, हे सहज ओळखता येत होतं. 'चालताना का लंगडता?' असा प्रश्न जर कुणी विचारला, तर गोड तक्रारीच्या स्वरात म्हणायचे, "लंगडत चालणं ना? हा रंगीचा प्रसाद!" असं पुरुषार्थ गाजवल्याच्या ढंगात सांगायचे.

'नवरे' हा विषय निवडल्यामुळे काशीताईंना नाही-नाही त्या नवऱ्यांना भेटणं नशिबी आलं होतं. फायदा एकच होता, तो म्हणजे— नाना प्रकारचे नवरे अभ्यासायला मिळत होते. पुरुष हा प्राणी आणि त्या पुरुषाचं नवरा नामक संस्करण एवढ्या दोनच गोष्टी— खरं म्हणजे नवरा ही एकच गोष्ट काशीताईंना पुरून उरली होती.

एका बकाल दारुड्या नवऱ्यालाही त्या भेटल्या. त्यांनी त्याची मुलाखत घेतली. तो दारुड्या झिंगत चालला होता. अडखळत बोलत होता आणि बोलताना अडखळत चालला होता. काशीताई त्या नवऱ्याला म्हणाल्या, "असं अडखळत का चालतोस?" तेव्हा दारुड्या नवरा म्हणाला, "बाई, अगोदर माझ्या पाया पडा, माझी पावलं वंदा." असं कशासाठी करायचं, असं काशीताईंनी विचारल्यावर दारुड्या म्हणाला, "तुकाराममहाराज म्हणतात, 'बोले तैसा चाले, त्याची वंदावी पाऊले.' मीसुद्धा तेच करतोय."

"म्हणजे काय करतोस?"

"बोले तैसा चाले! मी बोलतोही अडखळत आणि चालतोही अडखळत. यालाच 'बोले तैसा चाले' असं म्हणतात. म्हणून माझ्या पावलांना वंदन करा."

नवऱ्याचा हा नमुनाही काशीताईंनी नोंदवून ठेवला.

रागीट नवरा, बदमाष नवरा, हरामखोर नवरा, बावळट नवरा, शूर नवरा, नेभळट नवरा, क्रूर नवरा, भुक्कड नवरा, कर्तबगार नवरा, पुळचट नवरा, खुळचट नवरा, लबाड नवरा, श्रद्धाळू नवरा, बायकोचा दास नवरा, लोकांना टोप्या घालणारा नवरा, भामटा नवरा, लुच्चा नवरा— असे अनेक प्रकारचे नवरे काशीताईंनी निवडले आणि त्यांनी त्यांच्या मुलाखती घेतल्या. त्यावरून प्रबंध तयार होणार होता.

नवरा हा प्राणी असा का असतो याचं मूळ, आदम या आद्यमानवी पुरुषात आहे. आदम एकमेव पुरुष होता, इव्ह एकमेव स्त्री होती. पृथ्वीवर दोघांशिवाय तिसरं माणूसच नव्हतं. दुसरा पुरुष नव्हता किंवा दुसरी स्त्री नव्हती. तरीही इव्हनं आदमला विचारलंच, "तुझं प्रेम फक्त माझ्यावरच आहे ना?" तेव्हा आदम वैतागून म्हणाला, "इथं दुसरी आहे तरी कोण, प्रेम करावं म्हटलं तर?" स्त्रियांचा मत्सरी स्वभाव आद्य स्त्री इव्ह हिच्यापासून चालत आला आहे. आदमच्या बोलण्यावरून सरळ असा अर्थ निघतो की, दुसरी स्त्री असती, तर त्यानं लगेच इव्हला चोरून त्या दुसरीशी टिंब-टिंब सुरू केलं असतं. आद्य-नवरा ते अद्य-नवरा अशी ही अखंड वाटचाल आहे.

൭൭൭

•६•

सज्जनांचा सुकाळ

जगात हल्ली सगळीकडे सज्जनांची फार मोठ्या प्रमाणात टंचाई निर्माण झाली आहे. फार चणचण भासते. जिकडे-तिकडे दुर्जनच दुर्जन! (तुम्ही आणि मी एवढेच ते काय, वाळवंटामधील ओॲसिसप्रमाणे अपवाद आहोत.) त्यामुळे जगात दररोज काय घडतं याचे वृत्तांत आपण दररोज वर्तमानपत्रांतून वाचतच असतो. त्यावरून असं स्पष्टपणे दिसून येतं की, सध्या जगात अगदी टॉपच्या माणसांचंही काही खरं नाही. त्यांचीही काही ना काही तरी कुलंगडी आहेतच. त्यामुळे मी बिचारा एकटाच बाजूला पडल्यासारखा झालो आहे. (तुम्हालाही तिकडे तुमच्या घरी तसंच वाटत असेल.) सध्या जिकडे-तिकडे दुर्जनांचा सुकाळ झाला आहे. पूर्वी 'दुर्जनं प्रथमं वन्दे' असं म्हणत असत. हल्ली मात्र, 'दुर्जनं सदैव वंदेत' असे दिवस आले आहेत. सज्जनपणा औषधालाही मिळेनासा झाला आहे. कारण औषधातही दुर्जन लोक भेसळ करतात. मी असाच विचार करत होतो. वेळ रात्रीची झोपायची होती. झोपता-झोपता मी घाईनंच जांभई देत परमेश्वराची प्रार्थना केली की, 'हे परमेश्वरा, निदान माझ्या स्वप्नात तरी मला सज्जन दिसू देत. रेडी स्टॉकमध्ये तुझ्याकडे एवढे खूप सज्जन नसतील तर, तू आहेत त्या दुर्जनांनाच कामचलाऊ सज्जन कर. मला स्वप्नात तरी सज्जनपणा बघायला मिळू दे.' असं म्हणून मी पेंगलो. झोपीसुद्धा गेलो. पाठोपाठ स्वप्नही सुरू झालं. परमेश्वराचा धीरगंभीर आवाज माझ्या कानांवर आला, "तथास्तु!"

सुरू! जागृतावस्थेतलेच सगळे दुर्जन, ते माझ्या स्वप्नापुरते सज्जन झाले. त्याचेच हे सुरम्य दर्शन! स्वप्न चांगलं पहाटेपर्यंत सुरू होतं. त्या स्वप्नात अनेक गोष्टी पाहिल्या. त्यातल्या काही निवडक गोष्टी मी सांगत आहे. यावरून दुर्जनांच्या स्वभावात कशा प्रकारचं परिवर्तन झालं, हे दिसून येईल. गुन्हे, मारामाऱ्या, खून, चोऱ्या, बलात्कार वगैरेंना सभ्यपणाची किनार आणि सुसंस्कृतपणाची झालर होती.

त्यामुळे स्वप्नातले तसले प्रसंग विलोभनीय दिसत होते. गुन्हेगारीवरसुद्धा मायेची गुलाबी छटा होती. मुळातले दुर्जन कामचलाऊ सज्जन झाल्यामुळे त्यांच्या स्वभावाचं मजेशीर मिश्रण तयार झालं होतं. स्वप्नात माझ्या लक्षात एक गोष्ट आली. ती म्हणजे, हल्ली परमेश्वराकडेच अस्सल सज्जन माणसांचा तुटवडा आहे; नाही तर त्याने माझ्या स्वप्नामध्ये अस्सल, शंभर नंबरी सज्जन माणसंच पाठविली नसती का? समाजात सर्वत्र सज्जनपणाचे खोटे मुखवटे धारण करून मोठमोठे लोक वावरत असतात त्याचं कारण हेच असावं. असो. (असो, असे म्हटलं की, वाचकांना जरा दिलासा मिळतो. सध्या जे काही सांगत आहे, ते आटोपतं घेतलं आहे याची खूण म्हणजे 'असो'.) माझ्या स्वप्नात मला अनेक प्रसंग दिसले. सज्जनांचा प्रेमळपणा आणि दुर्जनांचा दुष्टपणा स्वप्नातल्या प्रत्येक माणसात प्रकर्षानं दिसून येत होता. आता स्वप्नं सुरू होत आहेत.

दारावरची घंटा वाजली. दार उघडलं गेलं. बाहेरचा माणूस दिसायला सज्जन होता. त्याच्या हातात एक लहान बॅगही होती.

''कोण पाहिजे?'' घरमालकाने विचारले.

''सावकार आपणच का?'' बाहेरच्यानं विचारलं.

''हो, मीच सावकार आहे.'' सावकार म्हणाले, ''पण आपण कोण आहात, हे मला कळेल काय?''

''मी एक व्यावसायिक चोर आहे. हे माझं व्हिजिटिंग कार्ड. नंदकुमार शर्विलक असं माझं नाव आहे. नेहमीचा व्यवसाय चोरी करणे, हा आहे. तथापि दरोडा, अपहरण, बलात्कार वगैरेंच्या ऑर्डर आल्या, तर मी स्वीकारतो. दरोड्यासाठी माझ्याकडे सुसंस्कृत तरुण सज्जनांची गँग आहे.''

''अरे वा! हल्ली तुमच्यातही सद्गुणांचा प्रादुर्भाव झालेला दिसतो?'' सावकार म्हणाले, ''मला वाटलं होतं की, मी एकटाच सज्जन झालो की काय?''

''खरं सांगू का सावकार? माणसानं कोणताही धंदा करावा; अगदी चोरी-सुद्धा करावी; परंतु त्या करण्यात सुसंस्कृतपणा, सभ्यता, शिष्टाचार वगैरे असावं. मी चोरी करत असलो तरी मी पारंपरिक पद्धतीनं न करता सुसंस्कृतपणे करत असतो.'' चोर सांगू लागला, ''चोरी हा माझा वंशपरंपरेने चालत आलेला धर्म आहे. भले त्यात मरण आलं तरी चालेल. गीतेतसुद्धा 'स्वधर्मे निधनं श्रेय:' असंच सांगितलं आहे.''

''अहाहा!'' सावकार म्हणाले, ''चोर महोदय, किती उदात्त विचार आहेत हो तुमचे! गीतेमध्ये भगवंतांनी असही सांगितलं आहे की, 'स्वे स्वे कर्मण्यभिरत: संसिद्धिं लभते नर:' —आपल्या कर्मात मनुष्य रममाण झाला की, त्याला सिद्धी

लाभते.''

"खरं आहे सावकार.'' चोर म्हणाला, "मी माझंच उदाहरण याबाबतीत देऊ शकतो. मी नेहमी माझ्या चौर्यकर्मात रत राहून गीतेच्या आदेशाचं परिपालन करत असतो. त्यामुळे प्रत्येक चोरीच्या वेळी मला सिद्धी प्राप्त होते.''

सावकारानं अचानकपणे आपल्याच गालावर चापट्या मारून घेत म्हटलं, "चुकलो, चुकलो, क्षमा करा. मघापासून मी तुमच्यासारख्या सज्जनवंशविभूषण चोराला दारात ताटकळत ठेवलं आहे. आपण आत यावं आणि या सोफासेटवर विराजमान व्हावं.''

चोर आत आला आणि बसला.

"बरं, आपण चहा घेणार की थंड थम्स अप, कोक वगैरे घेणार?'' सावकाराने यजमानाच्या नम्रतेने विचारले.

"खरं म्हणजे, मला आता काहीच नको. परंतु तुमचा स्वभाव आग्रही आणि माझा स्वभाव भिडस्त— त्यामुळे तुमच्या शब्दाला मान दिलाच पाहिजे. चहा होईपर्यंत थम्स अप दिलं तरी चालेल.'' चोर मृदू शब्दांत म्हणाला.

"बरं चोर महोदय, तुम्ही येण्याचे कारण काय, हे कळेल काय?'' सावकारानं विचारलं.

"कारण उघड आहे.'' चोर म्हणाला, "मी तुमच्याकडे आज मध्यरात्री किंवा उत्तररात्र सुरू झाली की, चोरी करायला येणार आहे.''

"हल्ली तुम्ही चोरमंडळी पूर्वसूचना देऊन येता वाटतं? चांगली पद्धत आहे.'' सावकार म्हणाले, "आज रात्री आपली चरणकमल-धुलिका पुन्हा एकदा आमच्या घराला लागणार तर!'

"चोर एकदम अचानक आले की, घरातले सगळेच जण घाबरून जातात. तशी घबराट होऊ नये, म्हणून तर आम्ही पूर्वसूचना देऊन येत असतो.'' चोरानं सांगितलं. तो पुढं म्हणाला, "याशिवाय चोरीची थोडशी वातावरणनिर्मितीही होते, म्हणून आलो आहे.''

"रात्री आल्यावर दारावरची घंटी वाजवा, म्हणजे मी जागा होऊन दार उघडेन.'' सावकार म्हणाले, "किंवा येण्याची नक्की वेळ सांगा, म्हणजे मी त्याप्रमाणे घड्याळाचा गजर लावून, तुम्ही यायच्या आधीच उठून बसेन.''

"एवढी तसदी घेऊ नका.'' चोर म्हणाला, "एखाद्याची झोपमोड करणं, हे पाप आहे. म्हणून तर आम्ही चोरमंडळी शक्यतो पाईपावरून चढून, उघड्या खिडकीतू न उडी मारून येत असतो.''

"पण तिजोरी उघडायला किल्ल्या लागतील ना?'' सावकारानं विचारलं.

“माझ्याकडे ही टूलबॉक्स आहे. आतमध्ये हत्यारं आहेत. सॉलिडातली सॉलिड तिजोरीसुद्धा मी या हत्यारांनी यूं करके उघडू शकतो.” चोर म्हणाला, “पुष्कळदा काय होतं, घरमालक किल्ल्या द्यायला नाराज असतात. त्यांना नाराज झालेलं पाहून अंत:करण व्यथित होतं. म्हणून मी माझ्याकडच्या हत्यारांनीच तिजोरी उघडत असतो.”

“चोर असूनही तुमचं अंत:करण लोण्याहून मृदू आहे, हळवं आहे.” सावकार म्हणाला.

“बरं तर, मी निघतो आता. मी रात्री बारा ते एकच्या दरम्यान येईन. तुम्ही तुमच्या पत्नीचे दागिने तिजोरीत ठेवत असाल, तर ती तिजोरी कोणत्या खोलीत आहे, हे दिवसा उजेडी दाखवून ठेवा, म्हणजे रात्री तुमची झोपमोड होणार नाही.” चोराचं हे सामंजस्यपणाचं बोलणं ऐकून सावकाराच्या चित्तवृत्ती उल्हसित झाल्या. सावकार मनात म्हणाला, ‘ज्या देशामधले चोरसुद्धा एवढे परहितपरायण, समंजस, सुसंस्कृत— त्या देशाचं भवितव्य निश्चित उज्ज्वल आहे.’

“बरं चोरराव, तुम्ही फक्त माझ्या बायकोचे दागिने नेणार की, पूर्वपरंपरेप्रमाणे सगळी तिजोरीच साफ धुऊन नेणार?” सावकारानं विचारलं.

“हर-हर!” चोर म्हणाला, “परद्रव्य आम्हा मृत्तिकेसमान, असं तुकाराममहाराजांनी म्हटलेले आहे. आपल्या धर्मपत्नी दागिने घालून एका लग्नाला चालल्या होत्या. ते माझ्या धर्मपत्नीनं पाहिलं. ती मला म्हणाली, ‘आर्यपुत्र, आज रात्री सावकारांच्या घरी जाऊन तेवढे दागिने चोरून आणा.’ माझ्या सहधर्मिणीची इच्छा पूर्ण करण्यासाठी मी फक्त दागिनेच चोरणार आहे.” असं सांगून चोर गेला.

रात्री एक वाजता आला. त्यानं तिजोरी उघडली. फक्त दागिने घेतले; तिजोरी नीट बंद केली आणि पाईपमार्गे निघून गेला. स्वप्नातले चोर किती सज्जन असतात, हे यावरून कळून येईलच. धंदे तेच, परंतु किती हळुवारपणे करतात. दुर्जन सज्जन झाल्यावर दुष्कृत्येसुद्धा कसलीही दुखापत न होता करू लागले. त्यामुळे दुष्कृत्येही सुसह्य वाटू लागली.

स्वप्नातले मवालीसुद्धा मवालीपणाची कृत्यं सुसंस्कृतपणे करू लागले. जागृतावस्थेमधले पाच-पाच, सहा-सहा मवाली एकाच असहाय तरुण स्त्रीवर पाशवी बलात्कार करीत असतात. (जाता जाता : एक शंका आहे. अशा बलात्कारांना ‘पाशवी’ का म्हणतात? पाशवी पशूंचे. समजा— एक तरुण गाय आहे आणि तिकडून पाच- सहा माजलेले तरुण बैल आले. त्यांनी एकामागोमाग एक त्या गाईवर बलात्कार केले. असं प्रत्यक्षात कधी घडतं का? मग ‘पाशवी बलात्कार’ हा शब्दप्रयोग का करायचा? उलट, पशूंचा तो अपमान आहे.) स्वप्नात मात्र सोज्वळ,

समंजस, उदात्त दृश्य दिसलं. एकंदर सात तरुण मवाली एका वासूनाक्यावर पानपट्ट्या चघळत आणि सिगारेटी फुंकत उभे होते. अंधार पडू लागला. रस्त्यावरची वर्दळ कमी झाली होती. अशा वेळी एक सुमारे वीस वर्षांची सुंदर, तरुण, मनमोहक, आकर्षक, लावण्यवती तिथून जात होती. मवाली सप्तकानं एकदमच तिला हेरलं. बलात्कारयोग्य अशा युवतीला पाहून सातही जणांची अंत:करणे रात्री उमलणाऱ्या कुमुदिनी कमळाप्रमाणे किंवा दिवसा उमलणाऱ्या पुंडरीक कमळाप्रमाणे उमलून आली.

"मित्रहो, आपण सात-जण आहोत आणि ती एकच आहे. फारच व्यस्त प्रमाण पडलंय." एक मवाली सज्जन म्हणाला.

"आपली संस्कृती थोर आहे." दुसरा मवाली नरोत्तम म्हणाला, "एक तीळ सात-जणांनी वाटून घेणारी आपली महन्मंगल संस्कृती आहे. म्हणून ही तिलोत्तमाही आपण सात जणांनी वाटून घेऊ या. को-ऑपरेटिव्ह पद्धतीनं तिची विभागणी करू या."

"पण सामुदायिक बलात्काराचं काय? या सुंदर, पुष्पकोमल तरुणीचे एवढ्या बलात्कारांनी फार हाल होतील. आपलं वैयक्तिक सुख तिच्या दृष्टीनं सामुदायिक दु:ख होईल. या कल्पनेनंच माझं हृदय तिळ-तिळ तुटतं."

"आमची अंत:करणंसुद्धा तिळ-तिळ तुटत आहेत; पण पुढ्यात चालून आलेल्या सुंदर तरुणीवर आपण मावल्यांनी बलात्कार नाही केला, तर लोक जातिवंत सज्जन, साधू, संत, सभ्य, पापभीरू अशा नाही-नाही त्या शब्दांत आपल्या तोंडावर आपली निंदा करतील. आपली छी:थू: करतील. म्हणून लोकप्रवाद टाळण्यासाठी हिच्यावर बलात्कार तर केलाच पाहिजे."

ही सगळी बोलणी त्या तरुणीचा पाठलाग करत-करतच चालली होती. बलात्कार की लोकनिंदा, असं धर्मसंकट सर्वांपुढे उभं राहिलं.

"आधी तिला अडवू तरी; मग पुढचं काय ते ठरवू." एक सुस्वभावी मवाली म्हणाला, हे सर्वांना पटलं. जरा पावलं भराभरा उचलून त्या सात जणांनी तिला गाठलं.

"नमस्कार!" सातही जणांनी सभ्यपणे तिला अभिवादन केले.

"आमचं तुमच्याशी थोडं काम आहे." दुसरा म्हणाला, "आम्ही सातही जण मवाली आहोत आणि वासूनाक्यावर उभे राहून मुलींची छेड काढत असतो."

दुसरा म्हणाला, "हमारे बनारसवाले गुरूने कहा है की, 'रास्ते में किसी लडकी को छेडो मत और छोडो मत' म्हणून आम्ही मघाशी तुम्हाला छेडलं नाही. आता गुरूच्या 'छोडो मत' या आदेशाचं पालन करणार आहोत."

"म्हणजे तुम्ही नेहमीप्रमाणे सामूहिकरीत्या पाशवी बलात्कार करणार आहात काय?" त्या लावण्यवतीनं सर्वांना उद्देशून विचारलं.

"सामूहिक पाशवी बलात्कार वगैरे कल्पना आता कालबाह्य झाल्या आहेत. असं करणं रानटीपणाचं, हिंस्र स्वरूपाचं वर्तन आहे." एक मवाली सज्जन म्हणाला.

"अरे वा!" तरुणी आश्चर्याने म्हणाली, "तुम्हा मवाल्यांत बरंच वैचारिक परिवर्तन झाल्याचं दिसतं? तुम्ही मवाली असलात तरी सुसंस्कृत, सभ्य मवाली दिसता?"

"होय लावण्यवती देवी! तुम्ही रूपनगरची राजकन्या आहात. तुम्ही रंभा, ऊर्वशी, मेनका आहात. तुम्हीच चित्तोडची पद्मिनी आहात, तुम्हीच मस्तानी आहात."

"तुमचा इतिहास विषय चांगला दिसतोय." लावण्यवती म्हणाली.

"होय देवी, इतिहासात मला पैकीच्या पैकी मार्क पडायचे. पण इंग्लिश - गणित - सायन्सने सतत सूड उगवून शेवटी लाइनी मारण्याच्या लाइनीला टाकले."

"हे लावण्यवती, आम्ही बलात्कार करणार आहोत. पण तो पाशवी नसेल, सामूहिक नसेल आणि त्यात कसलाही धसमुसळेपणा नसेल." एका मृदू अंत:करणाच्या मवाली सज्जनानं सांगितलं.

"आम्ही सातही जण संस्कारक्षम मवाली आहोत. पारंपरिक पद्धतीचे क्रूर, असंस्कृत मवाली नाहीत." आणखी एक जण म्हणाला, "हे लावण्यमूर्ती रूपसुंदरी, भुंगा कमळपुष्पातील पराग जितक्या हळुवारपणे काढून घेतो की, प्रत्यक्ष कमळाला त्याचा पत्ताही नसतो; असा हळुवारपणा आमच्या बलात्कारात असतो."

"जैसे भ्रमर पराग नेती, परी कमळदले नेणती, अशा शब्दांत माऊलींनी हेच सांगितलं आहे." दुसरा म्हणाला.

"कमाल आहे! तुम्ही सातही जण एवढे सभ्य, सज्जन असूनही अजून मवालीपणा का करता?" त्या रूपमतीनं विचारलं.

"मवालीपणा हाच खरा आमचा व्यवसाय आहे. परंतु हल्ली काय झालं, कुणास ठाऊक? आमच्या मवालीपणाला सभ्यपणाची, सुसंस्कृतपणाची साथ लाभली आहे. आमचाही नाइलाज होतो. पूर्वीसारखं झडप घालून बलात्कार करता येत नाही. आमच्या अंतर्मनाची आम्हाला सतत बोचणी असते, 'बलात्कार करा, पण सुसंस्कृतपणाची पातळी सोडू नका.' असं अंतर्मन बजावून सांगत असतं."

"बरं, तुम्ही करायचं ठरविलं आहे?" त्या सुंदरीनं विचारलं, "मी घरी गेलं तर चालेल का, की आताच तुमच्या तावडीत सापडू? तुम्हाला काय सोईचं आहे, ते सांगा. अंधार झालाय. मलाही घरी जायला उशीर होईल. रात्रीच्या वेळा एकटी- दुकटीनं जायचे हल्लीचे दिवस नाहीत."

"त्याची तुम्ही काळजी करू नका." एक मवाली सभ्यपणानं म्हणाला,

“बलात्कार झाला की, आम्हीच तुमचे रक्षक बनून दररोज रात्री घरी सुखरूप पोहोचवत जाऊ. त्याबद्दल तुम्ही निश्चिंत राहा.”

“आमची गँग खरतनाक चाप्टर गँग म्हणून प्रसिद्ध आहे. आम्ही तुमचे पाठीराखे असल्यावर डरने की बातच नहीं.” तिसरा शूर मवाली म्हणाला.

“तुम्ही दररोज रात्री, असं आता म्हणाला होतात. याचा अर्थ मी समजले नाही?” त्या तरुणीनं रास्त शंका विचारली. तसं विचारणं साहजिक होतं. कारण मवाली कितीही असले आणि तावडीत सापडलेली तरुण स्त्री नेहमीप्रमाणे एकच असली, तरी सर्व मवाली आपापला बलात्कार एकाच वेळी भराभर उरकून टाकतात, पेंडिंग वगैरे ठेवत नाहीत. सर्वत्र हीच एकशय्या- बलात्कारपद्धत रूढ आहे. (एकशय्या म्हणजे काय? जे मिळेल ते पटकूर, पोतं, गोणपाट, फाटकी चादर, नाही तर शेवटी जमीन आहेच.)

“त्याचं काय आहे, लावण्यवती देवी,” त्यांच्यातला एक मवाली सज्जन म्हणाला, “एकाच वेळी सामूहिक बलात्कार केल्यानं त्या स्त्रीच्या शरीराची प्रचंड प्रमाणात नासधूस होते. हे असं करणं योग्य नाही. म्हणून प्रतिदिनी एक बलात्कार, या पद्धतीनं आम्ही बलात्कार करतो. त्यामुळे उभयपक्षी सुखदायी होतं. आम्ही सातही जण संस्कारक्षम मवाली असल्यामुळे आम्ही एकाच वेळी अनेकांनी करायच्या सामूहिक बलात्काराविरुद्ध आहोत. असल्या रानटी बलात्काराचा आम्ही तीव्र निषेध करतो. बलात्कार करणं, हा मवाल्यांचा व्यवसाय आहे— नव्हे, धर्मही आहे. पण बलात्कारालासुद्धा काही तरी आचारसंहिता असली पाहिजे. त्यात उदार दृष्टिकोन असला पाहिजे. स्त्रीत्वाचाही मान राखला पाहिजे.”

“मवालीवंशविभूषण सात मवाली महोदयांनो, तुमची विचारसरणी किती उच्च आहे! तुम्ही मवाल्यांतले संतसज्जन आहात. मी तुम्हा सर्वांना मनोभावे वंदन करते. तुमच्यासारख्या संत मवाल्यांकडून बलात्कार होणं, हा मी माझ्या पूर्वसुकृताचाच भाग समजते.” ती रूपवती म्हणाली.

“खरं तर आम्ही सर्वांनी तुम्हाला लावण्यवतीताई असे म्हणून भाऊबीजेला तुमच्याकडून ओवाळून घ्यायला पाहिजे आणि ओवाळणी म्हणून आम्ही सात जणांनी आपापले पंचप्राण या हिशेबानं एकंदर साता पाचा पस्तीस प्राण तुमच्या तबकात ठेवले पाहिजेत. पण आम्ही तसं करू शकत नाही. कारण—” एक मवाली म्हणाला, “तुम्हाला ताई म्हटलं की, आम्ही बलात्कार करू शकणार नाही. बहीण-भावाचं नातं निर्माण होणार.”

“खरं आहे. बलात्कार हा तुमचा धर्म आहे. तो जर तुम्ही नाही पाळलात, तर तुम्ही सातही जण धर्मच्युत आणि कर्मच्युत व्हाल.” लावण्यवती त्यांना

म्हणाली, "बरं सज्जनांनो, मला आणखीनच उशीर होत आहे. तुमची सुसंस्कृत बलात्काराची काय योजना आहे, ती मला सांगा. त्यात माझा सहभाग कशा प्रकारचा असेल, याचीही पूर्ण कल्पना मला द्या."

"हे पाहा मदनमंजिरी, आज तुम्हाला उशीर होत आहे, म्हणून उद्यापासून बलात्कारसप्ताह सुरू करू या." एक सन्मवाली म्हणाला.

"अग्गोबाई!" ती मदनमंजिरी चिंतेच्या स्वरात म्हणाली, "म्हणजे आठवडाभरात साती साती एकोणपन्नास बलात्कार होणार?"

"तुमचा गैरसमज झाला आहे." एक मवाली म्हणाला, "दररोज फक्त एकेकाकडूनच बलात्कार होईल. सात दिवसांत सात जण एकेक बलात्कार करतील. सगळं कसं सुटसुटीत!"

"बलात्कार करण्यापूर्वी मी काही करणं आवश्यक आहे काय?" रूपसुंदरीनं विचारलं.

"होय." एक जण म्हणाला, "आमच्यापैकी दररोज एकेक जण तुमच्या जवळ येईल. तुमचा हात धरून पदरही ओढील. त्या वेळी तुम्ही प्रतीकात्मक प्रतिकार करा. खोटा संताप व्यक्त करा. आम्हाला उद्देशून म्हणा, ज्या स्त्री जातीत महन्मंगल माता, परमपवित्र पतिव्रता जन्माला येते; त्या स्त्रीची अशी विटंबना करताना तुला लाज कशी वाटत नाही? तुम्हाला आई-बहीण नाहीत काय? मीही त्यांच्यासारखीच आहे."

"मी असं प्रसंगोचित नाती-गोती सांगितल्यावर तुम्ही काय कराल?" लावण्यवतीने विचारले.

"त्या वेळी व्हिलनला साजेसं छद्मी हास्य करत मी (म्हणजे आम्ही) म्हणेन, हो, आहेत ना. आई, बहीण सर्व जण आहेत. पण बलात्काराच्या वेळी त्या स्त्रीकडे माझ्या मुलाची आई या भूमिकेतून किंवा या माझ्या मेव्हणीची बहीण या भूमिकेतून बघत असतो, म्हणजे बलात्काराचं पाप लागत नाही."

"पण काय हो मवालीराव, मी प्रतिकार वगैरे केलाच पाहिजे काय? आता आठवडाभर सगळं काही पूर्वनियोजित पद्धतीने होणार आहे, म्हणून विचारते." त्या सुंदर युवतीने विचारले.

"त्याचं काय आहे रूपमती, तुम्ही पाच एक मिनिटं प्रतिकार केला आणि मी आक्रमकपणा केला, म्हणजे बलात्काराला योग्य अशी वातावरणनिर्मिती तयार होते. एकदा का तशी वातावरणनिर्मिती झाली की, पुढचा बलात्कार सुलभपणे पार पडतो."

"प्रतिकार करताना, वातावरणनिर्मिती अधिक गडद होण्यासाठी स्त्रियांना उच्चारणीय अशा शिव्या देणं आवश्यक आहे काय?" रूपवतीनं विचारलं.

“आहे तर!” एक साधू मवाली म्हणाला, “मघाशी मी सांगायला विसरलो. स्त्रियांनी मराठी भाषेतल्या शिव्या देणे सभ्यपणाला, संस्कृतीला शोभून दिसत नाही. म्हणून आम्हाला उद्देशून संस्कृत शिव्या द्या.”

“म्हणजे कशा?” त्या रतीनं विचारलं.

“मी तुमचा हात पकडून जवळ खेचलं, पदर पाडला की, एक हिसडा मारून हात सोडवून घ्या. हिसडा मारायला सोपं जावं, म्हणून मी तुमचा हात फार घट्ट दाबून धरणार नाही.” एक मवाली म्हणाला, “त्या वेळी माफक चिडून मला उद्देशून नराधमा, नरराक्षसा, नरपशू, नरासुरा...”

“राक्षसा म्हणजेच असुर. नरासुर ही शिवी डुप्लिकेट झाली.” ती म्हणाली.

“असू द्या हो. शिव्यांची संख्या एकानं वाढली, ते बघा ना!” मवाली म्हणाला, “नरासुरा, कुलकलंका, त्वन्मातागर्भभारभूता...”

“ही शेवटची शिवी तुम्हा सातही जणांना कळेल ना? जरा कठीण वाटतेय.” तरुणी म्हणाली.

“कळेल हो!” तो मवाली म्हणाला, “शिवाय प्रत्येक शिवीचा अन्वय, अर्थ कळायलाच पाहिजे, असं थोडंच आहे?”

“उद्यापासून बलात्कार सुरू करू या. रोज एकेक करील.” तो म्हणाला, “जर तुम्हाला यदाकदाचित दिवस गेले, तर आमच्यापैकी एक जण तुमच्याशी लग्न करून तुमचा सवत्स स्वीकार करील. लग्न झाल्यावर सहा जणांच्या तुम्ही वहिनी व्हाल. वहिनींचं नातंसुद्धा महन्मंगल असतं बरं. थोरली वहिनी तर ‘ज्युनिअर माता’ म्हणूनच ओळखली जाते.”

“अय्या, खरंच?” रूपवतीनं विचारलं.

“गोरी गोरी पान, फुलासारखी छान, दादा मला एक वहिनी आण, हे गाणं म्हणायच्या आतच ही वहिनी आमच्या घरात येईल आणि ‘भाऊजी, चिंचा खाव्याशा वाटतात हो, आणून द्या ना—’ अशी गोड फर्माईश करील.” दुसऱ्या मवाल्यानं गोड स्वप्नं रंगवली.

“मी उद्या किती वाजता येऊ? पहिल्यांदा कुणाच्या तावडीत सापडू?” तिनं विचारलं.

तिला आठवड्याचं वेळापत्रक सांगण्यात आलं. यावरून मवालीसुद्धा किती सोज्वळ, सभ्य, सुसंस्कृत झाले याची कल्पना येईल.

दरोडेखोर म्हणजे केवढं भयंकर प्रकरण; परंतु तेही हां-हां म्हणता सुसंस्कृत झाले. पूर्वी तर ते गावावरच दरोडे घालत असत. घराघरांत घुसून लुटालूट करत असत. (स्त्रियांची अब्रू लुटणं, हेही या लुटालुटीत समाविष्ट आहे.) मधे येणाऱ्यांना

चाबकानं फोडून काढत असत. दरोडेखोरांचा वचक जास्त असेल, तर चाबकानं फोडून न काढता हंटरनं फोडून काढत असत. वस्तू तीच, परंतु हंटर म्हटलं की जरा जास्त दबदबा वाटतो. नुसतंच चाबूक म्हटलं की, मिळमिळीत वाटतं; तिथं हंटरच पाहिजे. 'घरात काय काय असेल, ते बाहेर आणून द्या; नाहीतर या हंटरनं एकेकाची चामडी सोलून काढतो. हरामजादे! हरामजादे!' (शब्द कमी पडल्यास हिंदी सिनेमात धर्मेंद्रच्या तोंडी असलेले, "कुत्ते! कमीने!" हे दोन शब्द घ्यावेत. तेवढंच दमदाटीला वजन येतं.) दरोडेखोर बायकांनासुद्धा फरफटत बाहेर आणत असत. एक विलक्षण योगायोग म्हणजे कोणत्याही दिवशी, कोणत्याही गावात दरोडा पडलेला असो; तिथं एखादी ओली बाळंतीण असायची. (संबंधित नवऱ्याच्या हमखासपणाला मानलं पाहिजे.) उलट्या काळजाचे दरोडेखोर तिचीसुद्धा गय करायचे नाहीत. फारच हिंस्र प्रवृत्तीचे ते दरोडेखोर होते. सगळं काही लुटून झालं की, जाता-जाता काही घरांना आगसुद्धा लावून जात असत. सगळं गावं उद्ध्वस्त, बेचिराख झालं म्हणजे शंभर टक्के दरोडा झाला, असं ते मानत असत.

परंतु दरोडेखोरांचंही हृदयपरिवर्तन झालं. दरोडेखोरसुद्धा आपल्याच घराण्यात पूर्वापार चालत आलेला दरोडे घालण्याचा व्यवसाय करतात. पण दरोडेखोरीला संस्कृतपणा, सभ्यपणा, परस्त्रीला मातेसमान मानणं, आवश्यक तेवढीच लुटालूट करणं, जाताना सर्वांचा प्रेमळ निरोप घेणं, 'पुनरागमनाय च', आम्ही जात आहोत, असं सद्गदित अंत:करणानं सांगणं, दरोडा घालून जाताना डोळे पाणावणं वगैरे माणुसकीचा ओलावा असणारी दृश्यं दिसू लागली. दरोडेखोर एवढे साधू-संतांसारखे सज्जन, मेणाहून मऊ, फुलाप्रमाणे कोमल, रेशमाप्रमाणे सुखद, साखरेप्रमाणे मधुस्वभावी झाल्याचे पाहून स्वर्गाच्या गॅलरीतून पृथ्वीकडे पाहणाऱ्या देवांनी, संत दरोडेखोरांवर पुष्पवृष्टी केली. स्वत: इंद्रानंही स्वर्गाच्या गॅलरीतून खाली वाकून पृथ्वीवरचे संतसज्जनसदृश दरोडेखोर पाहिले. इंद्रही हे पाहून प्रमुदित झाला.

जणू काही साधू-संतांची, संत-सज्जनांची मांदियाळी, भगवद्भक्तांचा मेळावा, अशी एक दरोडेखोरांची एक टोळी एका रात्री एका लहान गावात आपलं दरोडाकर्म पार पाडण्यासाठी गेली होती. दरोडेखोर गावाच्या वेशीपाशी येताच, गावातली सगळी कुत्री जोरजोराने भुंकू लागली. तेव्हा दरोडेखोरांनी सर्व कुत्र्यांना जिलेबी, लाडू, पेढे, बर्फी, गुलाबजाम इत्यादी शाकाहारी पदार्थ खायला दिले; तर मांसाहारी कुत्र्यांना मांसाचे तुकडे दिले. सर्व कुत्री आपापला आहार खाण्यात दंग झाली होती. सर्व कुत्री आपापसात म्हणत होती, "हे दरोडेखोर भारीच सज्जन दिसतात! गावात आल्या-आल्याच आपणा सर्वांना त्यांनी मिष्टान्न भोजन आणि इष्टान्न भोजन दिले. या आधीच्या कोणत्याही दरोडेखोरानं असं औदार्य दाखविलं नव्हतं. अन्नदाता सुखी

भव!'' सर्व कुत्र्यांनी भरल्या पोटी दरोडेखोरांना शुभेच्छा दिल्या. अनोळखी माणसाच्या तंगडीचे लचके तोडणारे कुत्रेसुद्धा किती जंटलमेन झाले, हेही जाता-जाता दिसुन आले.

दरोडेखोर गावात शिरले. त्यांनी बरोबर आणलेल्या लाऊड स्पीकरवरून सर्व गावकऱ्यांना सन्मानपूर्वक निमंत्रित केले. त्यांचा पुढारी लाऊड स्पीकरवरून म्हणाला, ''सकल ग्रामस्थ बंधू-भगिनींनो, तुम्ही सर्व जण माझ्याकडे या. तुम्हा सर्वांना विनम्रपणे अभिवादन करून तुमचे शुभाशीर्वाद मला घ्यायचे आहेत. दरोडाकर्माला शुभारंभ करताना तुम्हा सर्वांचे आशीर्वाद पाठीशी असल्यावर, 'तत्र श्री विजियो भूतीर्ध्रुवा' अशी माझी मनोदेवता मला सांगते. नेहमीप्रमाणे एखादी ओली बाळंतीण असल्यास नवजात बालकासह तिलाही घेऊन या. तिची खणा-नारळानं ओटीही भरण्यात येईल. तिच्यासाठी बाळंतविडा आणि बाळासाठी अंगडंटोपडंही आणलं आहे. 'जिच्या हाती पाळण्याची दोरी, तीच राष्ट्राते उद्धारी', असा या बाळंतीणीचा महिमा आहे. या या, ग्रामस्थ बंधू-भगिनींनो या. तुम्हा सर्वांना डोळे भरून कधी एकदा पाहू, असं आम्हा सर्व दरोडेखोरांना झालं आहे.''

दरोडेखोरांच्या तोंडून ही संतवाणी ऐकल्यावर सर्व गावकरीमंडळी स्तिमित झाली. सर्व जण आश्चर्याने म्हणू लागले, ''हे अशक्यप्राय असं कसं घडलं?'' असं म्हणून झाल्यावर एकेक ग्रामस्थ आश्चर्य व्यक्त करण्यासाठी, ''मुंग्यांनी मेरू पर्वत तर गिळला नाही?''... ''उत्तर ध्रुवावरचं बर्फ वितळून ते उकळू तर लागले नाही?'', ''राजधानी एक्स्प्रेस ढेबेवाडी, फुरसुंगी, बेळगी खुर्द वगैरे स्टेशनात तर थांबू लागली नाही?'', ''पोलिसांनी हप्ते आणि सरकारी नोकरांनी लाच घेणं तर बंद केलं नाही?'', ''राजकारणी लोक साधू-संत तर झाले नाहीत-?'' अशा अशक्य शंका व्यक्त करू लागले. असं काहीच घडलं नसताना दरोडेखोरच तेवढे कसे एवढे साधू-संतांइतके सज्जन झाले?

प्रत्यक्ष जाऊनच बघावं, असं सर्वांनी ठरवलं. सर्व जण तिथे गेले. दरोडेखोरांच्या नायकानं सर्व ग्रामस्थांना अभिवादन केलं. नंतर तो दरोडेखोरांचा नायक म्हणाला, ''या गावातील पाच ज्येष्ठ नागरिक आणि पाच सुवासिनी यांचा मी आम्हा दरोडेखोरांतर्फे यथोचित सत्कार करणार आहे. प्रथम वयानं सर्वांत ज्येष्ठ नागरिकांनी पुढं येण्याची कृपा करावी. मी शाल-श्रीफळ आणि पुष्पगुच्छ देऊन त्यांचा सत्कार करणार आहे. नंतर पाच सुवासिनींनी पुढं यावं. मी मुद्दाम आज माझ्या पत्नीला घेऊन आलो आहे. ती पाच सुवासिनींची खणा-नारळाने ओटी भरणार आहे. ओली बाळंतीण उपस्थित असल्यास माझी धर्मपत्नी तिचा योग्य तो सत्कार करील.'' दरोडेखोराच्या नायकाचं हे चित्तवृत्ती उल्हसित करणार श्रुतिमधुर बोलणं ऐकून सर्व ग्रामस्थांची हृदयं हेलावून गेली. दरोडेखोरांसारख्या क्रूरकर्मांच्या जमातीत, 'हा कोण येथे नवपुरुषावतार?''

असं त्यांना वाटलं. इतका साधुतुल्य दरोडेखोर कुणी स्वप्नातसुद्धा पाहिला नव्हता. इथं तर तो प्रत्यक्ष दिसत होता. ज्येष्ठ नागरिक, सुवासिनी आणि बाळंतीण यांचे सत्कार करण्यात आले.

"मी आता दरोडेकर्माला शुभारंभ करतो. मला तुम्ही तुमचे शुभाशीर्वाद आणि शुभेच्छा द्या." दरोडेखोराचा नायक म्हणाला.

"तुम्ही अभूतपूर्व असे आगळे दरोडेखोर दिसता. तुमच्या दरोड्याच्या पद्धतीविषयी आम्हाला थोडक्यात माहिती सांगाल काय?" एक गावकरी म्हणाला.

"सांगतो." तो दरोडानायक म्हणाला, "आमच्या माहिती विभागातील सहकाऱ्यांनी तुमच्या गावातील प्रत्येक कुटुंबाची सर्वसाधारण आणि आर्थिक माहिती गुप्तपणे गोळा केली आहे. प्रत्येकाची आर्थिक मिळकत, कुटुंबातील घटक या सर्वांचा नीट अभ्यास केला आहे. त्यावरून प्रत्येक घरावर फक्त दहा टक्के मिळकतीएवढाच दरोडा घातला जाणार आहे. दुर्बल घटकांना सूट देण्यात येईल. दारिद्र्यरेषेखालील घरांवर तीन टक्के एवढाच माफक दरोडा घातला जाईल."

"म्हणजे, माझ्या अफाट संपत्तीपैकी फक्त दहा टक्क्यांवरच दरोडा घालणार? म्हणजे बाकीची नव्वद टक्के संपत्ती माझ्याजवळच रहाणार?" एका सावकारानं उतावीळपणाने विचारलं.

"होय. आम्ही फक्त दहा टक्के संपत्तीवरच दरोडा घालतो. आम्ही संस्कारक्षम, सज्जन दरोडेखोर आहोत. गावच्या गाव लुटून तुम्हाला देशोधडीला लावलं, तर मी पुढं रौरव नरकात कायमचा पडेन की! दहा टक्क्यांवर दरोडा हा प्रत्येकाला सुसह्य वाटणारा दरोडा आहे. काही झालं तरी आम्ही सुसंस्कृत, सज्जन दरोडेखोर आहोत. दरोडे घाला; पण त्यातही माणुसकी ठेवा, हे आमचं धोरण असतं. त्याप्रमाणे आम्ही वागत असतो." दरोडेखोरानं दरोड्यामागची आपली उदात्त भूमिका सविस्तरपणे सांगितली. नंतर दरोडेखोराचा नायक सावकाराला म्हणाला, "सावकार, तुमच्या-पासूनच प्रारंभ करू या. रोख रक्कम दहा हजार रुपये आणि सुमारे तेवढ्या किमतीचे दागिने मला इथं आणून द्या."

"एवढ्यात सगळं भागलं म्हणता?" सावकारानं आनंदानं आणि उत्सुकतेनं विचारलं.

"होय." दराडापती म्हणाला, "दहा टक्के किंवा दहा हजार रुपये यापैकी जे कमी असेल, ते घ्यायचं, असं धोरण आहे. इथं दहा टक्क्यांपेक्षा दहा हजार रुपये कमी आहेत. म्हणून फक्त दहा हजार रुपयांवर कांडं तुटलं."

सावकारानं कृतज्ञतापूर्वक नमस्कार केला आणि आपला वाटा संत दरोडाधिपती यांच्या चरणकमलाशी आणून ठेवला. याच पद्धतीने वसुली झाली.

"मी गरीब ब्राह्मण आहे. दोन मुलं शिकत आहेत. मी कुठून दहा टक्के देऊ?" एक गरीब ब्राह्मण गयावया करत म्हणाला.

दरोडेखोरानं त्या ब्राह्मणाची कागदपत्रं पाहिली. तो सांगत होता, ते खरं होतं. तेव्हा तो सत्पुरुष त्या गरीब ब्राह्मणाला म्हणाला, "हे शंभर रुपये घ्या. आता ते तुमचे झाले. त्यातून दहा टक्के म्हणजे दहा रुपये मला द्या." दरोडेखोराचं हे साधुतुल्य वागणं पाहून ब्राह्मणाने त्या दरोडेखोराला, 'शांतिरस्तु, तुष्टिरस्तु, पुष्टिरस्तु, जीवेत् शरदः शतम्' असा आशीर्वाद दिला.

एक गरीब म्हणाला, "मला सूट द्या."

दरोडेखोरानं त्याचं कागदपत्रं पाहिले. हा गरीब लबाड आहे, हे त्याच्या लक्षात आलं. तो गरिबाला म्हणाला, "तू खरोखरचा गरीब नसून सरकारमान्य बोगस गरीब आहेस. सगळ्या सरकारी सवलती उपटण्यासाठी तू सरकारचीच फसवणूक करून 'गव्हर्नमेंट रेकग्नाइज्ड गरीब' असं सर्टिफिकेट तू मिळविलं आहेस. तुला दहा टक्के द्यावेच लागतील."

जे खरेच गरीब, निर्धन, गृहहीन होते; त्यांना या परमदयाळू दरोडधीशानं संपूर्ण टक्केवारी माफ केली. सर्व गावकऱ्यांनी दरोडेखोरांचा जयजयकार केला. "दरोडा कुलावंतस, दरोडाकुलभूषण, दीनजन प्रतिपालक, दहा टक्केश्वर दरोडेखोर महाराज की जय!","जयतु जयतु दरोडेखोराः" अशा घोषणांनी त्या गावातलं आकाश दुमदुमून गेलं. दरोडेखोरांनी येताना खूप पेढे आणले होते. जाताना प्रत्येक गावकऱ्याला आपल्या सद्‌भावनांचं प्रतीक म्हणून एकेक पेढा दिला. दरोडेखोर सज्जन दहा टक्क्यांचा दरोडा उरकून परत जायला निघाले, तेव्हा प्रमुख गावकरी त्यांना निरोप देण्यासाठी गावाच्या वेशीपर्यंत गेले होते. 'शुभास्ते पंथानाम, पुनरागमनायच' अशा शुभेच्छाही त्यांना दिल्या. गावकरी आणि सज्जन, संस्कारक्षम दरोडेखोर यांच्यात एक सौहार्द्रपूर्ण मैत्रभाव निर्माण झाला.

सज्जनांचा सुकाळ झाला की अशी रमणीय दृश्यं, असे मंगल प्रसंग नेहमी पाहायला मिळतात. लग्नाचे व्यवहारसुद्धा याच पद्धतीनं होऊ लागले. हुंडा, टीव्ही, व्हीसीआर, स्कूटर, फ्रिज वगैरेपायी कितीतरी नवविवाहित स्त्रियांनी आत्महत्या, आत्मदहन केल्याच्या बातम्या आपण नेहमी वर्तमानपत्रांत वाचतो. आता उलटा प्रकार सुरू झाला. वरपक्षाकडील सर्वांच्या चरणकमलांचं तीर्थ प्राशन करावं, इतकी ती मंडळी सज्जन झाली. वरपिता वधुपित्याला म्हणून लागला, "हे बघा, आम्हीही समान गरजू आहोत. लग्नासाठी एक मुलगा आणि मुलगी लागते. माझ्याकडे मुलगा आहे आणि मुलगी तुमच्याकडे आहे. वंशवृद्धीसाठी आम्हालाच तुमच्या मुलीची गरज आहे. म्हणून काय अटी घालायच्या असतील, त्या वधुपिता या नात्यानं

तुम्हीच आम्हाला घाला.''

"हे बघा वरपितापंत, आम्हाला तुमच्या आर्थिक परिस्थितीची कल्पना आहे. म्हणून तुम्ही आम्हाला काही नाही दिलं तरी चालेल.'' वधुपिताही उदार अंत:करणानं म्हणाला.

"असं कुठं झालंय काय, वधुपिताराव? मी तुम्हाला यथाशक्ती काहीतरी देणारच. तुम्ही आपल्या पोटचा गोळा कायमचा आम्हाला देणार आणि आम्ही मात्र तुम्हाला काहीही द्यायचं नाही, असं कुठं झालं आहे काय? आम्ही जर तुम्हाला काही दिलं नाही, तर लोक आमच्या मुखकमलात गोमय-गोलक (शेणाचे गोळे) घालतील की!''

वरपित्याचं हे बोलणं ऐकून वधुपिता म्हणाला, "ओहोहो! हल्लीचे वरपिता किती परमसज्जन झाले आहेत! जुने वरपिता आणि मंडळी सुनेचा छळ करून जाळून टाकत असत. या पार्श्वभूमीवर तुमच्यासारखे साधू-संतांपेक्षा परमदयाळू वरपिता पाहिले की, आनंदानं डोळे पाणावतात. थांबा हं थोडसं, मी हातरुमालाने डोळे पुसतो आणि मग उरलेलं बोलतो.'' डोळे पुसून झाल्यावर वधुपिता म्हणाला, "हे आमूलाग्र परिवर्तन कसं काय झालं?''

"आम्हा वरपित्यांना आणि घरातील सर्वांना आमच्या राक्षसी प्रवृत्तीची घृणा वाटू लागली, म्हणून आम्ही साधू-संताप्रमाणे सज्जन व्हायचं ठरविलं. लग्न होऊन तुमची मुलगी आमच्या घरी आल्यावर ती माझ्या बायकोची लाडकी मुलगी असेल. सून हा शब्दच आमच्या घरात वर्ज्य आहे. लग्न झाल्यावर आमचं घर म्हणजे तुमच्या मुलीला आणखी एक माहेर वाटेल. आम्ही तिचे खूप-खूप लाड करू. तुमची मुलगीच तुम्हाला पत्रातून कळवील की, 'हे नवीन माहेरच खूप छान आहे. जुन्या माहेराला येऊच नये, असं वाटतं.'' वरपिता म्हणाला.

"फार आनंदाची गोष्ट आहे!'' वधुपिता म्हणाला, "आता लग्नाच्या याद्या करू या.''

"याद्या आम्ही करायच्या वधुपितापंत.'' वरपिता म्हणाला, "तुम्ही तुमच्या पोटचा गोळा शिकवून-सवरून लहानाचा मोठा केलात. तुमचं मन कसं आकाशाएवढं मोठं आहे. त्याची प्रतीकात्मक भरपाई म्हणून मीच तुम्हाला पंचवीस हजार रुपये रोख देतो. हल्लीही 'हुंडा' घेणं सर्रास सुरू असलं तरी 'हुंडा' हा शब्द वापरायला कायद्यानं बंदी आहे. म्हणून नुसतेच पंचवीस हजार रुपये म्हणतो.'' वरपिता वधुपित्याला पुढं म्हणाला, "तुम्हाला सुखा-समाधानानं राहता यावं म्हणून मी वरपिता या नात्यानं रंगीत टीव्ही, रेडिओ, फ्रीज, व्हीसीआर, स्कूटर आणि स्टीलचं कपाट देतो. दिवाळसणाच्या वेळी शोकेस, फर्निचर, डायनिंग टेबल,

खुर्च्या देईन. तुम्ही तुमची मुलगी म्हणजे पोटचा गोळा माझ्या मुलासाठी देताना जणू काही काळजाचा तुकडाच काढून देत आहोत, असं तुम्हाला वाटत असणार. टीव्ही, फ्रीजनं याची भरपाई होऊ शकत नाही याची मला कल्पना आहे. कुठं पृथ्वीमोलाची तुमची मुलगी आणि कुठं पंधरा-वीस हजारांचा टीव्ही, फ्रीज वगैरे. तुलनाच होऊ शकत नाही.''

''वरपिताराव, तुम्ही या वस्तू देऊ करता, हा तुमच्या मनाचा मोठेपणा आहे. पण या वस्तू नम्रपणे न स्वीकारण्याची संधी मला दिलीत, तर मी आपला आभारी होईन. परमेश्वर कृपेने मला मुलगी आहे. तुमच्या लग्नाच्या मुलासाठी मी ती देऊ शकलो, त्यातच सगळं काही पोहोचलं.'' वधुपिता म्हणाला, ''आता सुसंस्कृतपणाचे, सभ्यपणाचे दिवस आले आहेत. जुने सासू-सासरे, दीर, नणंद वगैरे सासरची माणसं मुलीचा हुंडाबळी घेत होते. ते नरराक्षस असे वरपिता आता इतिहासाजमा झाले आहेत. सुनेवर रॉकेल ओतणारी सासू, काडी लावून पेटवणारी नणंद या हडळीसुद्धा नष्ट झाल्या आहेत.''

''खरं आहे वधुपिताराव.'' वरपिता म्हणाला, ''ते जुने हुंडाबळीचे दिवस आठवले तरी अंगावर काटा येतो. चला, आपण संयुक्तपणे लग्नाच्या तयारीला लागू या.''

बघा! दिवस कसे छान-छान आले आहेत. सगळीकडे सज्जनांचा सुकाळच सुकाळ झाला आहे. रस्त्यावरचा गर्दीत, बाजारातल्या गर्दीत, स्टेशनवरच्या गर्दीत, सरकारी ऑफिसात, पोलीस खात्यात, मार्केटात— कुठंही जा; दुर्जन माणूस औषधालाही मिळणार नाही. लाच घेणं बंद केल्यामुळे सरकारी नोकरांची आणि हप्ते बंद केल्यामुळे पोलिसांची आर्थिक परिस्थिती फारच खालावली. तरीही 'फुटो हे मस्तक तुटो हे शरीर, वाममार्गे धन घेणे नाही.' या निर्धारानं सर्व जण फक्त पगाराच्या पैशातच कसाबसा संसार चालवू लागले. तरीही त्यांच्या मुखकमलांवरून सुख-शांती-समाधानाचं तेज ओसंडून वाहत असल्याचं दिसू लागलं. सज्जन, सभ्य, साधू-संत, होण्यात एक निराळाच अनुपम, अद्वितीय, अप्रतिम आनंद असतो, हे सरकारी नोकर आणि पोलीस यांना पहिल्यांदाच प्रत्ययास आलं.

काळा बाजार, खून, दरोडा, बलात्कार— काहीही असो; 'तेथे अधिष्ठान पाहिजे सज्जनांचे 'असा एक संकेतच रूढ होऊन बसला.

दारावरची घंटा वाजली. पहाटे येणारा दूधवाला आला होता. मी जागा झालो. दूध घेताना भय्याला म्हणालो, ''भय्याजी, आजकल दूधमे पाणी डालना बंद करके, पाणी में दूध डालना शुरू किया है ऐसा दिखता है.'' मघापर्यंत स्वप्नात सज्जनांचा सुकाळ होता; आता सत्यजीवन सुरू झाले आहे. द्या आयुष्यभर तोंड!

ഋഋഋ

.७.
टेलिफोनच्या गोष्टी

जगात काही काही माणसं अशी जन्माला येतात की, लाखो लोकांची पोटापाण्याची सोय करून जातात. अमेरिकेतल्या ऑरव्हिल आणि विल्बर या राईट बंधूंनी १९०३ मध्ये विमानाचा शोध लावला. ब्रिटनमधील संशोधक कर्कपॅट्रिक मॅकमिलन यानं १८४० मध्ये सायकलीचा शोध लावला. पेट्रोलवर चालणाऱ्या मोटारीचा शोध १८८८ मध्ये जर्मनीतल्या कार्ल जेन्झ यानं लावला— अशी यादी सहज शंभर संशोधकांची देता येईल. प्रत्येक शोधानं असंख्य लोकांना रोजगार उपलब्ध करून दिला आहे. या अनेक शोधांमुळे किती तरी फायदे झाले आहेत. आपण आपलं तूर्त अमेरिकन संशोधक अलेक्झांडर ग्रॅहम बेल या संशोधकाकडे येऊ या. अलेक्झांडर ग्रॅहम बेल यानं १८७६ मध्ये टेलिफोनचा शोध लावला आणि टेलिफोनची पहिली बेल खणाणली. ही बेल वाजताच त्याचं बेल हे आडनाव सार्थ झालं. तेव्हापासून टेलिफोनच्या कोट्यवधी बेल्स जगभर रात्रंदिवस वाजू लागल्या. एका बेलनं किती लोकांना कामधंदा मिळवून दिला!

आपल्या देशातही टेलिफोनचं जाळंच विणलं आहे. टेलिफोन ही वस्तू हल्ली अत्यावश्यक बाब होऊन बसली आहे. टेलिफोनमुळे दोन राष्ट्रप्रमुख एकमेकांशी हॉट लाईनवरून संपर्क साधू शकतात. आपणही न्यूयॉर्क, लंडन, पॅरिस इथं फोन करून शकतो. टेलिफोनमुळे सारं जग अंगणात आल्यासारखं वाटतं. टेलिफोनमुळे महत्त्वाची कामं होतातच; पण गमती-जमती, मनोरंजन, घोटाळे वगैरेसुद्धा होतात. आपण या बाजूलाच वळू या.

टेलिफोनची कथा मिसेस सुमित्रा सुखात्मे या हायर मिडल क्लासमधल्या सुखवस्तूची आहे. तिचे यजमान साहेब आहेत. घरात अर्थातच टेलिफोन आहे. बाईसाहेब एकदा का टेलिफोनवरून त्यांच्या मैत्रिणीशी बोलायला लागल्या की, एक तासाची निश्चिंती. प्रत्येक दोन-तीन वाक्यांनंतर त्यांचे बोलण्याचे विषय

बदलतात. असलं बोलणं तास-तास चालतं. मिस्टर सुखात्मे वैतागून जातात. पण आपलीच सुंदर, छान बायको आहे, म्हणून वैतागणं गिळून स्वस्थ बसतात. ट्रिंग-ट्रिंग-ट्रिंग! कुणाचा तरी फोन आला वाटतं? मिसेस सुमित्रा सुखात्मे फोन घेतात. मिस्टर सुखात्मे घड्याळाकडे बघतात. दुपारचे दोन वाजलेले असतात.

"हॅलो! हॅलो ललिता, काय गं काय करतेस? आराम? तुझं बरं आहे बाई, सुखी आहेस. कोण? हे? इथंच आरामखुर्चीवर डोळे झाकून बसले आहेत. ए ललिता, तुला एक चनगड भा माहीत आहे का? नाही? कम्मालच आहे. अगं, आपल्या महिला मंडळातल्या मंगला देशपांडे आहेत ना, त्यांची मुलगी दुसऱ्या जातीच्या मुलाच्या प्रेमात पडली आहे. ती त्याच्याशी लग्नही करणार आहे म्हणे! ते जाऊ दे. आज जेवायला काय केलं होतंस? भेंड्याची भाजी? तुला बुळबुळीत भाजी कशी काय आवडते? काय म्हणतेस— भेंडीची भाजी मस्त कुरकुरीत होते? मग रेसिपी सांग ना. हं, ऐकतेय, सांग. भेंड्या नेहमीप्रमाणे बारीक-बारीक चकत्या अशा पद्धतीने नाहीत; उभ्या चिरायच्या आणि साधारण बोटभर लांबीवर आडव्या चिरायच्या, मग तेलामध्ये तळायच्या. चांगल्या कुरकुरीत तळून झाल्या की काढायच्या. थोडंसं मीठ चोळायचं आणि अगदी थोडं तिखटही चोळायचं. मस्त भाजी लागते म्हणतेस? आलं लक्षात. मी काल एक साडी घेतलीय. घरी नेसण्यासाठीच. किंमत काय? अगं, चक्क सातशे पंचवीस रुपये पडले. अय्या काय करतेस? तेवढे पैसे मी दिले आहेत. या रविवारी गुलाबजाम करणार आहे. तू ये ना. काय म्हणतेस? पुण्याला जाणार आहेस? येताना चितळ्यांकडली बाकरवडी अर्धा किलो घेऊन ये. विसरू नकोस हं. ललिता, तुझ्या कुंडीतल्या पिवळ्या गुलाबाला फुलं येऊ लागली का? अजून नाही? खरं म्हणजे एव्हाना यायला पाहिजेत. चहाचा चोथा घातल्यावर चांगली फुलं येतात. कोणता चहा म्हणतेस? तू तर कमालच करतेस! कोणताही चहा घेतला की त्याचा नंतर चोथाच होतो. वैभव ना? तो स्कूलमध्ये गेला आहे. इंग्लिश मीडियममध्ये घातलाय! तुझ्या मुलाला ट्युशन सुरू केलीस का गं? परवा साडी आणि ब्लाऊज इस्त्री करायला दिली होती, पण इस्त्री जरा जास्त वेळ ठेवल्यामुळे साडी नको त्या ठिकाणी फाटून बसली. तू पिकनिकला जाणार होतीस, त्याचं काय झालं? मी? सध्या घरीच आहे. हो! हो! हो! पण तू नक्की ये हं. बऱ्याच दिवसांनी कुमुद भेटली होती. जरा अंगानं सुटली? काय? तिला डाएट करायला सांगू? अगं, ती एक नंबरची खादाड आहे. दिवसभर चरत असते. ती कसलं डाएटिंग करते? परवा अचानक पाऊस आला ना, तेव्हा मी मुद्दाम पावसात भिजले. सर्दी आली. कधी आली तुझी नणंद? काही नवीन गडबड आहे वाटतं? कितवा महिना? सातवा? म्हणजे जवळच आली डिलिव्हरी! घरात सासूबाई नाहीत

म्हणतेस? हं— हं— हं, मग ठीक आहे. अशा वेळी घरात वडिलधारं बाईमाणूस असलं म्हणजे बरं! अय्या खरंच? काँग्रॅच्युलेशन्स! पार्टी पाहिजे हं. परवा साडीवर हळदीचा डाग पडलाय. कशानं जाईल गं? रिन साबणानं जाईल, म्हणतेस? ब्रशानं घासायचं? ठीक आहे. दाग ढूँढते रह जाओगे, म्हणतेस काय? रिनच्या जाहिरातीवर तुझी नेमणूक झाली आहे काय? ए, परवा मी ऐकलं की, मिस्टर गोळेकरांना डायबेटिस झालाय. खरं आहे का गं? बरं झालं बाई! मिसेस गोळेकरांना आनंद होईल. महिला मंडळातल्या किती तरी जणींच्या मिस्टरांना मागंच डायबेटिस झाला आहे. त्यामुळे मिसेस गोळेकर एकसारखी खंत करत होत्या. अय्या! कधी? आणि तू हे मला आता सांगतेस? लब्बाड आहेस हं. तुला पार्टीची पेनल्टी दिली पाहिजे. मध्येच कुठं गेलीस? अय्या! सगळंच्या सगळं दीड लिटर दूध आटून, जळून त्याची राख झाली? तुला कसं कळलं? घरभर धूर झाला होता? पुढं काय झालं नाही? तू गॅस बंद केलास; नाही तर थोड्या वेळानं दुधाचं पातेलंही वितळलं असतं. मागं मी फोनवर मालुताईशी बोलत होते, तेव्हा माझ्या गॅसवरचं पातेलं लाल होऊन वितळणार होतं. एवढ्यात मिस्टरांनी गॅस बंद केला. अय्या! आपण किती वेळ बोलतोय. अच्छा!'' हे शेवटचं वाक्य बोलल्या, तेव्हा घड्याळात दुपारचे तीन वाजून दहा मिनिटं झाली होती. त्या तब्बल एक तास दहा मिनिटं बोलत होत्या.

एकदा गंमत झाली. मिसेस सुखात्मे फोनवर बोलत होत्या. मिस्टर सुखात्मे कपाळाला हात लावून स्वत:शी पुटपुटले, ''आता तासभर बघायला नको.'' परंतु त्या दिवशी अवघ्या दहा मिनिटांतच संभाषण आटोपले. मिस्टर सुखात्मे स्वत:शी म्हणाले, 'हिचं टेलिफोनवरचं बोलणं अवघ्या दहा मिनिटांतच संपलं, म्हणजे कमाल आहे. हे जगातलं आठवं आश्चर्य म्हणावं लागेल.'' दहा मिनिटांतच बोलणं संपल्याचं पाहून मिस्टर सुखात्मे त्यांना सुखद धक्का बसला. ते मिसेस सुखात्मे ना सस्मित मुद्रेनं म्हणाले, ''कमाल आहे! आज फोनवरचं बोलणं फक्त दहा मिनिटांतच कसं काय संपलं?''

''राँग नंबर होता!'' मिसेस सुखात्मे म्हणाल्या. राँग नंबरशीही ती दहा मिनिटं बोलत होती, हे पाहून मिस्टर सुखात्मे आश्चर्यचकित झाले. मिसेस् सुखात्मे यांच्या हातात फोन आला की, जेवण, बाहेर जाणं, झोपणं—काहीही असो; किमान एक तास तरी लांबणीवर पडतंच. एका तासाच्या आत त्यांना बोलणं संपवणं अतिशय कठीण जातं. एकदा मोठ्या मुश्किलीनं त्यांनी फक्त पंचावन्न मिनिटांत बोलणं संपवलं, असं मिस्टर सुखात्मे एक जुनी गोड आठवण म्हणून सांगत असतात.

टेलिफोनची दुसरी एक कथा ऐका. ज्यांच्या घरी टेलिफोन असतो, त्यांना तर त्याचा त्रास असतोच; पण तो त्रास परवडला, कारण त्यातले बरेच फोन आवश्यक असतात, कामाचे असतात. परंतु, शेजाऱ्या-पाजाऱ्यांचे फोनवरचे निरोप पोहोचवावे लागतात, तेव्हा खरा वैताग होतो. झक् मारली आणि टेलिफोन घेतला, असा पश्चात्ताप त्यांना होतो. त्याचीच ही कथा आहे.

मुंबईत हल्ली मोठमोठ्या हाउसिंग सोसायट्या आहेत. पाच-सहा मजल्यांच्या बिल्डिंगही सर्रास आहेत. एका बिल्डिंगमधे पाचव्या मजल्यावर खरपुडीकर राहत होते. रात्रीचे साडेबारा वाजून गेले होते. सौ. नलूताई खरपुडीकर पाच मजले खाली उतरून आणि दुसऱ्या बिल्डिंगचे चार मजले चढून नारायण अग्रवाल यांच्या फ्लॅटशी आल्या. दारावरची बेल वाजवली. अग्रवाल यांनी झोपेतून उठून दार उघडलं.

"माफ करा हं, मला एक फोन करायचा आहे." असे म्हणून नलूताई आत आल्या आणि फोनचे नंबर दाबू लागल्या. फोन लागला. "हॅलो! कोण? कर्तारसिंग का? माफ करा हं, झोपमोड केल्याबद्दल. प्लीज, माझं एक काम करा. समोरच्या बिल्डिंगमधे पाचव्या मजल्यावरच पाचशे पाच नंबरमध्ये धवळगावकर राहतात. मिसेस धवळगावकरांना फोनवर यायला सांगा. मी त्या येईपर्यंत फोन होल्ड ऑन करून ठेवते."

"मिसेस धवळगावकरांसाठी त्यांची मैत्रीण मिसेस खरपुडीकर यांचा फोन आहे. फोन होल्ड ऑन करून ठेवला आहे. त्यांना उठवा."

मिसेस धवळगावकर कर्तारसिंगच्या फ्लॅटमध्ये आल्या. मिसेस धवळगावकर ह्यांनी फोनवर बोलायला सुरुवात केली— "हॅलो, मी निर्मला बोलते. नलूताई, तुम्ही कशासाठी फोन केलात?"

(आता दोघांचं संभाषण)

नलूताई : त्याचं काय झालं, आमच्याकडे किनई उद्या गेस्ट यायचे आहेत. काही तरी नवीन पदार्थ करावा म्हणते. मी तुमच्याकडे जेवायला आले होते, तेव्हा पंजाबी पद्धतीचे पनीर पकोडे केले होते. ते करावेत, असं म्हणते. त्याची रेसिपी मला सांगा.

निर्मला : मी पंजाबी पनीर पकोडे पुस्तकात बघून केले. ते आमच्या फ्लॅटमध्ये आहे.

नलूताई : प्लीज ते पुस्तक आण ना.

निर्मला : होल्ड ऑन करून ठेव फोन. (कर्तारसिंगास) प्लीज माझ्याबरोबर आमच्या फ्लॅटमध्ये चला. मला मध्यरात्री एकटीला जायला भीती वाटते. (बिचारे

कर्तारसिंग तोच प्रवास पुन्हा करतात. पुस्तकातलं अठ्ठाविसावं पान काढून निर्मला फोनवर बोलू लागते.)

निर्मला : हॅलो नलूताई, मी रेसिपी सावकाश वाचते. महत्त्वाचे पदार्थ आणि कृती कागदावर लिहून घ्या.

नलूताई : थांबा हं. (अग्रवाल यांना 'प्लीज, कागद आणि पेन द्या.' अग्रवाल देतात.) हं, वाचून दाखवा.

निर्मला : साहित्य - दीड लिटर दुधाचं पनीर. १ चमचा मीठ, १ चमचा गरम मसाला, पाऊण चमचा तिखट, अर्धा चमचा तिखट, १ चमचा मीठ, पाव चमचा बेकिंग पावडर, तळण्यासाठी तेल किंवा डालडा.

आता कृती सांगते. दूध फाडून चोथा निथळत ठेवताना त्यावर पोळपाट आणि पोळपाटावर जड वजन ठेवावं. पनीर नेहमीपेक्षा कमी जाड होईल. पनीरचे चौकोनी तुकडे करावेत. वगैरे वगैरे.

निर्मलाबाईने जवळजवळ पंधरा मिनिटं कृती समजावून सांगितली. तोपर्यंत कर्तारसिंग बिचारे ताटकळत उभे होते आणि तिकडे अग्रवालसुद्धा.

टेलिफोन घरात असला की, हा असा त्रास असतो. कोण कधी येईल आणि किती वेळ आणि किती वेळा फोन करील याचा नेम नसतो. फोन कुणाला नाकारता येत नाही. लगेच वाकडेपणा येतो. "घरात टेलिफोन आहे ना? मस्ती आली आहे. नतद्रष्ट कुठले? याला काय शेजारी म्हणतात? हरामखोर! साधा फोन करू देत नाही!" एक दृष्ट्या ही शिवीगाळ परवडली. कुणी तरी येऊन फोनचा दुरुपयोग करण्यापेक्षा शिव्या परवडल्या.

या नलूताई आणि निर्मलाबाईंचंच बघा ना. बिचारे अग्रवाल आणि कर्तारसिंग यांनी फोन घेतला, हे पापच म्हणायचं. या दोघींनी काय केलं ते वरती सविस्तर दिलेलंच आहे. चिल्लर कामासाठीसुद्धा माणसं हैराण करतात. त्यासाठी ज्यांच्या घरी फोन आहे, त्यांचे दरवाजे वेळी- अवेळी ठोठावायचे. फोनवर खूप वेळ बोलत राहायचं. काम फालतू असतं. तरीही शेजारी फोन आहे ना; घ्या त्याचा सूड!

अशा प्रकारे फोन केलेल्या संभाषणाचे काही तुकडे देत आहे. संभाषणाचा प्रत्येक तुकडा निराळा आहे. आधीच्या संभाषणाशी त्याचा काहीही संबंध नाही. नमुने बघा.

***

"काम कसलं? बरेच दिवस झाले, तुला भेटेन-भेटेन असं म्हणत होते, पण कामामुळे जमतच नाही. निदान फोनवरून चार शब्द बोलावेत म्हणून शेजारच्या घरातून फोन करतेय तुझ्या शेजारीही फोन आहे, हे फार बरं झालं बाई; लांब

जायला नको. शिवाय मनमोकळेपणानं कितीही वेळ बोललं तरी चालतं.''

***

''बंड्या, आज पिक्चरला जाऊ या. त्यासाठी मी तुला फोन करतोय. कालपण तुझ्या शेजारी फोन केला होता. दोन्ही वेळा एंगेज्ड लागत होता. तिसऱ्यांदा फोन केला, तेव्हा नुसतीच बेल वाजत होती. तुझे शेजारी घरात नव्हते वाटतं?''

***

''मी आमच्या शेजारच्या घरातून फोन करतोय. प्लीज, तुम्ही काय करा, वरील तिसऱ्या मजल्यावर श्रीनिवास कोळपेकर राहातात; त्यांना विचारा की, काल तुमच्याकडे भास्करराव गुळवणीकर आले होते. त्यांचं बॉलपेन तिथंच टेबलावर राहिलं. पेन तसं दोन रुपयेवालंच आहे. पण ते आहे का, तेवढं विचारून सांगा. तोपर्यंत मी आमच्या शेजाऱ्यांचा फोन होल्ड ऑन करून ठेवतो. जरा लौकर सांगाल तर बरं होईल.''

***

''गोविंदराव टंबळेकर समोरच्या बिल्डिंगमध्ये राहतात; त्यांना सांगा— मला पाच तारखेचा महाराष्ट्र टाइम्स पाहिजे होता तो मला इथंच मिळाला. प्लीज, तेवढा निरोप सांगा. नाही तर ते निष्कारण शेजाऱ्या-पाजाऱ्याकडे महाराष्ट्र टाइम्स आहे का, विचारत बसतील. त्यांचा तो त्रास वाचविण्यासाठी मी तुम्हाला थोडीशी तसदी देत आहे.''

***

''मी अच्युतराव खिरवंडीकर— ज्येष्ठ नागरिक संघाचा सदस्य बोलतोय. समोर दुसऱ्या मजल्यावर ज्येष्ठ नागरिक संघाचेच एक सदस्य नारायणराव केळवेकर राहतात. त्यांना सांगा की, मी त्यांच्यासाठी शंभर ग्रॅमची हिंगाष्टक चूर्णाची बाटली घेऊन ठेवली आहे. ज्येष्ठ नागरिक संघाच्या पुढच्या मीटिंगच्या वेळी हिंगाष्टक चूर्णाची बाटली घेऊन येईन. त्या वेळी बाटलीचे आठ रुपये पंचाहत्तर पैसे घेऊन या.''

***

''मी सोनाली बोलते. प्लीज, तळमजल्यावरच्या मीनलला बोलवा. आम्ही दोघी जणी उद्या दादरच्या चौपाटीला सहज फिरायला जाणार आहोत. त्याची तिला आठवण करून द्यायची आहे. प्लीज, तिला बोलवा.''

***

ज्यांच्या-ज्यांच्या घरी टेलिफोन आहे, त्यांना अशा प्रकारांना दररोज तोंड द्यावं लागतं.

टेलिफोनच्या गोष्टी □ ८९

पुन्हा काही टेलिफोन कथा.

हल्ली ग्रामीण भागात नवश्रीमंत मंडळी खूप झाली आहेत. प्रत्येक नवश्रीमंत गावातच मुंबई स्टाईलच्या इमारतीत राहातो. शिक्षण बेताचंच असतं, परंतु ऊस आणि नगदी पिकं यांनी त्यांना जंक्शन उत्पन्न मिळतं. त्यामुळे घरात फर्निचर वगैरे एकदम एक्स्प्रेस असतं. इतकं असल्यावर टेलिफोन आलाच की. नवश्रीमंताची नवश्रीमंत बायको तशी जवळजवळ अशिक्षितच असल्याचे दृश्य काही ठिकाणी दिसते. फोन कसा करायचा आणि कसा घ्यायचा याची त्यांना कामापुरती माहिती असते. फोनची कंप्लेंट कोणते नंबर फिरवून करायची, हेही माहीत असतं. अशाच एक सारजाबाई नवश्रीमंत होत्या. त्यांच्याकडे हॉलमधल्या एका टेबलावर त्यांचा फोन होता. फोनची कॉर्ड जरा लांब होती. याचं कारण फोन तिथून हलवून दुसरीकडे सहज ठेवता यावा, हे होतं. पण दोन-तीनदा काय झालं, त्यांचं पायघोळ लुगडं सावरत फोनपाशी येत असताना फोनच्या कॉर्डमध्ये पाय अडकून त्या धडपडल्या. त्यांचं लक्षच नसायचं. त्या कॉर्डनं त्या वैतागल्या.

सारजाबाईंच्या लक्षात आलं की, आपण टेलिफोन कंपनीला फोन करून आपली कंप्लेंट सांगू. फोन केला. बेल वाजल्यावर सारजाबाईंनी फोन उचलला आणि बोलू लागल्या, "फोन कंप्लेंटीवाले बोलत्यात काय?"

"येस् व्हॉट इज द प्रॉब्लेम?"

"म्हराटीत बोला!" —सारजाबाई

"बोला बाईसाहेब, काय तक्रार आहे?"

"ह्ये बघा, आमच्या टेलिफोनची कॉर्ड की काय म्हणत्यात, ती लई लांबलचक हाय. त्यामुळे ती कॉर्ड पायात येते. मी दोनदा अडखळून पडले. तवा तुम्ही काय करा, ही कॉर्ड हाय ना, ती तुमच्या मानस्नांनी सांगून, तुमच्या बाजूनं जोरानं खेचून घ्या, म्हणजे इथं कामापुरतीच कॉर्ड राहील. तुम्ही तिकडून खेचायला लागा. मी पुरे म्हणाले की, कॉड खेचनं थांबवा."

कसा आहे टेलिफोनचा असाही किस्सा?

आता आणखी एक नमुना : काही काही माणसांना राजकारणाच्या उठाठेवी फार लागतात. वर्तमानपत्र वाचायचं, त्यातल्या बातम्या वाचायच्या आणि चालू घडामोडींवरचे अग्रलेख वाचून काढायचे. मग या लोकांच्या राजकारणावरील गप्पांना चांगलाच रंग भरतो. आपण घेत असलेल्या वर्तमानपत्रांचे अग्रलेख ही मंडळी आवर्जून वाचतात. जणू काही आपल्यालाच सुचलं आहे, अशा ढंगात सांगत असतात. कुणी 'लोकसत्ता'चा अग्रलेख आपणच लिहिला आहे, अशा शैलीत बोलतो. दुसरा 'महाराष्ट्र टाइम्स'चा अग्रलेख वाचून हेच करतो. बाकीचेही 'सकाळ',

'नवशक्ती', 'नवाकाळ', 'सामना' या पत्रांचे अग्रलेख तोंडपाठ म्हणून दाखवून जो-तो आपण प्रचलित राजकारणात किती मुरब्बी आहोत, हे दाखवून देत असतो. या उसन्या विद्वत्तेवर पुढं-पुढं हे लोक स्वत:चे अकलेचे तारे तोडू लागतात. असाच एक अकलेचा तारा टेलिफोनवरून बोलत होता. तात्या शहाणे असे त्या ताऱ्याचे नाव. तात्या या उपाधीमुळे ते वयानं प्रौढ आहेत, असं मानणं भागच पडतं. त्यातून आडनाव शहाणे असे आहे. मग तर विचारायलाच नको! त्यांनी कशावरही अधिकारवाणीन बोलावं.

तात्या शहाणे यांच्या ओळखीचे एका वर्तमानपत्राचे उपसंपादक होते. त्यांनी त्या उपसंपादकाला त्याच्या घरी फोन लावला. रात्रपाळी करून, सिटी एडिशन मार्गी लागल्यावर तो कार्यालयातून निघाला आणि घरी आला होता. दैनिक कार्यक्रम उरकून खरं म्हणजे तो तास-दीड तास झोपणार होता. पण तात्यांना सकाळची बातमी चैन पडू देत नव्हती. तात्यांनी लगेच त्या उपसंपादकाच्या घरी फोन लावला. तात्या एकटेच बोलत होते. तो बिचारा रात्रपाळी करून कंटाळून आलेला उपसंपादक जांभया देत ऐकत होता. तात्या मायक्रोफोन पुढं उभं राहून फाडफाड बोलावं तसं टेलिफोनलाच मायक्रोफोन समजून बोलत होते. फोनवरचं बोलणं असे होतं :

''पी. व्ही. नरसिंह रावांवर चारशे वीस कलमाचा आरोप ठेवल्याचं तुमच्या वर्तमानपत्रात मी आताच वाचलं आहे. खरं आहे का हे? नाही म्हटलं, तुम्ही वर्तमानपत्रवाले कधी कधी सनसनाटी बातम्या छापता; पण ही बातमी बहुतेक खरी असावी. कारण पी. एम. वर चारशे वीस कलमाखाली आरोप असे छापणे म्हणजे ते खरंच असलं पाहिजे. (तिकडे उपसंपादकानं पहिली जांभई दिली असणार.)

''आपला देश कुठं चालला आहे, हे कळत नाही. केंद्र सरकारातले दहा-बारा मंत्री निरनिराळ्या आरोपांखाली आहेत. काय हे? केंद्रीय मंत्रिमंडळातले रामेश्वर ठाकूर, बी. शंकरानंद, एच. के. एल. भगत, कल्पनाथ राय, बलराम जाखड, विद्याचरण शुक्ल, माधवराव शिंदे, कॅप्टन सतीश शर्मा, सुखराम... अरे, काय हे? किती केंद्रीय मंत्र्यांची नावं घ्यायची? सर्वांचे मुकुटमणी नरसिंह राव. अनेकांवर फौजदारी स्वरूपाचे खटले? आणि हे आमचे राईट ऑनरेबल नामदार मंत्री? देशाचं वाटोळं होत चाललं आहे. (उपसंपादकाची दुसरी जांभई)

''हर्षद मेहताचं नावच हल्ली पेपरात येत नाही तुमच्या? कसं येणार? दररोज मंत्रिलीलामृताचे नवीन नवीन अध्याय छापून येतात. बिहारमध्ये पशुधनाचे लाखो रुपये सापडतात. छे— छे! देश रसातळाला चालला आहे. हल्ली लाखांत पैसे कुणी खातच नाही; जो-तो कोटी रुपयांचा पौष्टिक आहार घेत असतो. त्यासाठी एकाच बॅगेत कोटी रुपयांच्या नोटा मावणाऱ्या मेगा बॅग्ज बाजारात मिळतात

म्हणजे... (उपसंपादकानं नक्की डुलकी घेतली असणार.)

"लोकप्रतिनिधी पैसे खातात. नोकरशाही पैसे खाते. परीक्षक पैसे खातात, पोलीस पैसे खातात, शाळा-कॉलेजात प्रवेश देणारे पैसे खातात. थोडक्यात म्हणजे, तुम्ही आणि मी सोडून सगळे जण पैसे खाऊ लागल्यावर अन्न खाणार कोण? तुमच्या मुख्य संपादकाला सांगा की, 'तर मग अन्न कोण खाणार?' असं हेडिंग देऊन एक दणदणीत अग्रलेख लिहा. हे हेडिंग मी सुचवलं आहे, असे सांगा पाहिजे तर. हा देश कुठे चालला आहे, हेच कळत नाही. मला वाटतं, 'परित्राणाय साधूनां विनाशायच दुष्कृताम् धर्म संस्थापनार्थाय संभवामि युगे युगे' असे आश्वासन देणाऱ्या श्रीकृष्णानं पुन्हा एकदा अवतार घेतला पाहिजे आणि आपल्या हातातलं सुदर्शन चक्र गरागरा, गरागरा, गरागरा, गरागरा देशभर फिरवून दुर्जनांचा संहार केला पाहिजे; तरच देशात रामराज्य येईल." (तिकडे उपसंपादक चक्क घोरत असणार.)

काय हे? तात्या शहाणे यांनी बोलून-बोलून टेलिफोनचं भुस्कटच पाडलं.

आता टेलिफोनची निराळ्या स्टाइलीतली गंमत.

रात्रीचे दोन वाजले. एका घरातली टेलिफोनची बेल वाजली. घरातल्या गृहस्थानं फोन घेतला. तो म्हणाला, "हॅलो—"

"रामशरण दशरथशरण शर्मा है क्या?"

"रॉंग नंबर." दाणकन् फोन बंद.

पुन्हा ट्रिंग-ट्रिंग-ट्रिंग.

"यू रास्कल! आय ॲम नॉट युवर ब्लडी रामशरण दशरथशरण शर्मा."

"मे आय् नो हू इज स्पीकिंग?"

"आय ॲम दि जनरल मॅनेजर ऑफ टेलिफोन कंपनी."

"राईट पर्सन! सर, मला टेलिफोन कंपनीच्या जनरल मॅनेजरशीच बोलायचं होतं; तेही रात्री दोन-अडीच वाजता."

"फोन करायची ही वेळ आहे का? दुसऱ्याची झोपमोड करायला लाज नाही वाटत? आणि मधेच तो रामशरण दशरथशरण शर्मा कुठून काढलात?"

"सगळं सांगतो सर, हे नाव बोगस आहे. मला रात्री-अपरात्री असेच कुठून तरी फोन येतात. फोनवरून मला कुणी तरी विचारतं, 'अब्दुलभाई हुसेन है ना?' मग मी 'रॉंग नंबर' म्हणतो आणि झोपी जातो. पुन्हा फोन वाजतो. 'हॅलो, मगनभाई, शेअर का भाव चढ गया क्या?' मी 'रॉंग नंबर' म्हणून फोन दाणकन बंद करतो. मग कुणी तरी मला भजनसिंग समजून फोन करतो. 'रॉंग नंबर' सांगून चिडून फोन दाणकन आपटतो."

"हे सगळं तुम्ही कशाला सांगता?"

“तुम्ही टेलिफोनचे जनरल मॅनेजर आहात. रात्री-अपरात्री रॉंग नंबरचे फोन आल्यावर झोपेतून उठणारे ग्राहक कसे वैतागत असतील याची तुम्हालाच जाणीव व्हावी, म्हणून मी पुन: पुन्हा तुमचाच नंबर फिरवून रामशरण आहे का विचारत होतो. रात्री-अपरात्री रॉंग नंबरचे फोन आल्यावर माणूस कसा संतापतो, हे मी आताच पाहिलं आहे. तुम्ही मला ब्लडी फूल, रास्कल म्हणण्याऐवजी तुम्ही तुमची टेलिफोन सर्व्हिस नीट सुधारा. फोन खाली ठेवा आता. मलाही झोपायचं आहे.”

टेलिफोनच्या कथा सांगाव्यात तेवढ्या थोड्याच आहेत.

.८.
मागल्या जन्मातली माणसं

एकाच कुटुंबात बरीच माणसं आहेत. कुटुंबप्रमुख केंद्रस्थानी. त्याचे वृद्ध आई-बाप, त्याचे तीन भाऊ, दोन बहिणी, त्याची बायको, त्याचे दोन मुलगे आणि एक मुलगी, दोन सुना, एक जावई, दोन मेव्हणे, तीन वहिन्या, पुतणे, नातवंडं वगैरे वगैरे. यातील लग्न होऊन सासरी गेलेल्या दोन बहिणी आणि एक मुलगी समोरच्याच घरात तीन निरनिराळ्या फ्लॅट्‌समध्ये राहतात. मूळ घर म्हणजे जुन्या पद्धतीचा मोठा वाडा आहे. समोर राहणाऱ्या नेहमी माहेरीच असतात. झोपण्यापुरत्या सासरी. त्यामुळे त्यांचे 'अहो' सुद्धा त्याच मोठ्या वाड्यात बहुतेक वेळ असतात. फक्त झोपण्यासाठी आपल्या घरी जातात. यावरून बारदाना किती मोठा आहे याची कल्पना येईल. ही मेगा फॅमिली हल्लीच्या राजा-राणीछाप संसारात एकत्रपणे टिकून आहे, हे विशेषच आहे. थोरल्या घरामध्ये लहान-थोर धरून किमान वीस माणसं तरी सहज नेहमी दिसून येतात. इतकी माणसं असली, तरच एकमेकांना बरं वाटतं. या सर्व मंडळींचा अगोदर परिचय करून घेऊ या! (कंसात आकडे वयाचे)

१. माधवराव : कुटुंबप्रमुख (५०)

२. मालतीबाई : माधवरावांची बायको (४५)

३. प्रभाकर : माधवरावांचा थोरला मुलगा (२५)

४. दिवाकर : माधवरावांचा धाकटा मुलगा (२३)

५. आदिती : माधवरावांची मुलगी (२१)

६. अभिजित : माधवरावांचा नातू (प्रभाकर पुत्र) (२)

७. अभिषेक : माधवरावांचा नातू (दिवाकरपुत्र) (२)

८. अर्चना : माधवरावांची नात (आदिती कन्या) (१)

९. नारायणराव : माधवरावांचे वडील (७५)

१०. लक्ष्मीबाई : माधवरावांची आई (७०)

११. वसंतराव : माधवरावांचा भाऊ (४६)

१३. वासंतीबाई : माधवरावांची वहिनी (वसंतपत्नी) (४४)

१४. वत्सलाबाई : माधवरावांची वहिनी (विश्वासपत्नी) (४२)

१५. अविनाश : माधवरावांचा जावई (आदिती पती) (२५)

याशिवाय माधवरावांच्या दोन बहिणी, दोन मेहुणे, त्यांची मुलं वगैरे पसारा आहेच. सर्व मिळून मोजून तीस माणसं आहेत. या घरात सखू नावाची मोलकरीण आणि रामा नावाचा घरगडीही आहे.

पात्रपरिचय झालाच आहे. आता मुद्द्याकडेच वळतो. एकतीस डिसेंबरला रात्री सर्वच्या सर्व तीस नातलग मंडळी आणि दोन कर्मचारी मिळून बत्तीस जण रात्री बारानंतर झोपली. एकतीस डिसेंबरला रात्री बारा वाजता नववर्षाचं स्वागत करण्याचा जल्लोष होत असतो. त्यामुळे त्या दिवशी रात्री बारापूर्वी झोप येणं अशक्यच असतं. सर्व बत्तीस जण सकाळी सहानंतर उठले. उठता क्षणीच, बत्तीस जणांच्या बाबतीत एकच एक सामूहिक चमत्कार झाला. सर्वांना स्वत:चे मागले पाच-पाच जन्म आठवू लागले.

या पाच जन्मांत मिळून एक विलक्षण प्रकार झाला. समजा, सध्या माधवरावांचे वडील असलेले नारायणराव मागच्या पाचव्या जन्मी बालपणीच वारले. चौथ्या जन्मी तरुणपणी वारले. तिसऱ्या जन्मी तिशी ओलांडताच वारले. दुसऱ्या जन्मी पस्तिशीत वारले. गेल्या जन्मी पुन्हा बालपणी वारले. या सर्वांचा संयुक्त परिणाम म्हणजे नारायणराव मागल्या पाचव्या जन्मातून मागल्या चौथ्या जन्मात लवकर जन्माला आले. असं करत-करत सध्याच्या कुटुंबात, सध्याच्या चालू जन्मात ते सर्वांत अगोदर जन्माला आले. त्यामुळे तर सध्याच्या तीस जणांच्या कुटुंबामध्ये नारायणराव सर्वांत वयोवृद्ध म्हणजे पंचावन्न वर्षांचे आहेत. पाच जन्मांत कुणाला किती आयुष्य लाभलं होतं, त्या प्रमाणात या जन्मात त्यांची वयं आहेत. त्यामुळे मजेशीर प्रकार झाले. सध्याचे नातू, नाती या जन्मी उशिरा जन्माला आल्या याचा अर्थ या मागच्या पाच जन्मांत त्यांना भरपूर आयुष्य लाभलं होतं. त्या-त्या जन्मातली आयुष्यं संपल्याशिवाय ते पुढल्या जन्मी जन्माला तरी कसे येणार? याच कारणामुळे सध्याच्या जन्मात त्यांची वयं सध्या आहेत तशी आहेत.

यावरून एक गोष्ट लक्षात आली असेल की, ही सर्व मंडळी या जन्मी एकमेकांचे जवळची नातेवाईक असली तरी मागच्या पाच जन्मांत ती मंडळी एकमेकांची नातेवाईक होतीच, असं नाही. एखाद्या जन्मी दहा-पाच जण नातेवाईक असायचे, तर बाकीचे नसायचे. नातीसुद्धा सध्याच्या जन्मात आहेत ती नव्हे. दुसरीच मामे-आते-मावस-चुलत वगैरे असायची. हा सगळा खुलासा एवढ्याचसाठी

करत आहे की, यापुढे ही सर्व मंडळी मागले जन्म आठवल्यावर मागल्या जन्मींच्या गप्पागोष्टी करताना त्यांची एकमेकांशी सध्या असलेली नाती-गोती बाजूला ठेवा. सध्याच्या नात्यांतून त्यांच्या बोलण्याकडे पाहू नका. मागल्या पाच जन्मांमध्ये त्यांनी काय (काय) केलं, त्याच्या काही गप्पागोष्टी आहेत. प्रत्येक गप्पागोष्टीच्या वेळचं मागल्या जन्मीचं वय त्या-त्या संभाषणास साजेसं आहे, असं समजा. प्रत्येकाचं मागल्या पाच जन्मांतलं काटेकोर वय काय असेल, हे पाहत बसू नका. त्यातून काहीच निष्पन्न होणार नाही. सत्तर वर्षांचा म्हातारासुद्धा पंधरा वर्षांच्या मुलीशी वडिलकीच्या नात्याने लगट करण्याचा प्रयत्न करतो. असली दृश्यं पाहण्यात येत असतातच, तर महानंदेसारखी एखादी धार्मिक प्रवृत्तीची वेश्या पूजा-अर्चा, दिवेलागणीला दिव्याला नमस्कार वगैरे करून पवित्र मनाने व्यवसायाला बसते.

आता ही मंडळी कसल्या गप्पागोष्टी करतात, हे आपण पाहू या. काल रात्री (म्हणजे एकतीस डिसेंबरच्या रात्री) झोपेपर्यंत सध्याच्या नात्यात असलेली ही मंडळी एक जानेवारीला सकाळी उठल्याबरोबर सर्वांनाच पाच जन्मांचं स्मरण झालं. श्रीकृष्णाने गीतेत अर्जुनाला असं सांगितलं होतं की, 'बहूनि मे व्यतीतानि जन्मानि तव चार्जुन, तान्यहं वेद सर्वाणि न त्वं वेत्थ परंतप' म्हणजे अर्जुना, तुझे आणि माझे पुष्कळ जन्म झाले आहेत. फरक एवढाच आहे की, मला सर्व पूर्वजन्म आठवतात आणि तुला ते आठवत नाहीत.

श्रीकृष्णाने पाच हजार वर्षांपूर्वी अर्जुनाला असं सांगितलं होतं. गेल्या एक जानेवारीपर्यंत हे खरंही होतं. पण आता एकंदर बत्तीस जणांना मागचे पाच जन्म आठवतात. विलक्षण प्रकार आहे! नुसता मागला जन्म आठवला असता तरी पुष्कळ होतं; परंतु इथं तर पाच-पाच जन्मांतील आठवणींची मांदियाळी होऊन राहिली आहे. इतकी पार्श्वभूमी सांगून झाल्यावर प्रत्यक्ष काय काय घडलं, ते पाहू या. किस्से मजेदार आहेत. पुन्हा एकदा सूचना— या जन्मीची त्यांची सगळी नाती विसरूनच वाचायला लागा. नाहीतर अनैतिक-अनैतिक करत बसाल. शिवलीलामृतात या जन्मीचे राजपुत्र आणि प्रधानपुत्र असलेले दोन कुमार मागल्या जन्मी कुक्कुट-मर्कट होते, असं सांगितलं आहे. महानंदा या परमशिवभक्त वेश्येने त्यांना पाळलं होतं. 'एक भद्रसेना सावधान, कुक्कुट-मर्कट पाळले प्रीती करून, त्यांच्या गळा रुद्राक्ष बांधोन, नाचू शिकवले कौतुके!' यावरून मागले जन्म कोणते होते, सध्याचा जन्म कोणता आहे यांचा मेळ घालणं कठीण आहे.

आदिती नारायणरावांना म्हणाली, "आजोबा, तुम्ही या जन्मी माझे आजोबा आहात."

"होय!" नारायणराव म्हणाले, "काय गंमत आहे! मागल्या जन्मी तू आणि

मी एका ऑफिसमध्ये कामाला होतो. त्या वेळी आपण शेजारी-शेजारी बसत होतो. हळूहळू आपलं प्रेम जमलं. तसं तुझं लग्न झालं होतं आणि माझंही. परंतु, रोज-रोज शेजारी बसून-बसून आपलं चोरटं प्रेम सुरू झालं. आठवतंय ना?''

''इश्श! न आठवायला काय झालं?'' आदिती म्हणाली, ''त्या जन्मी आपल्या दोघांनाही कल्पना नसेल की, आपण या जन्मी आजोबा आणि नात होणार आहोत. मागले जन्म आठवायला लागल्यामुळे हा घोळ व्हायला लागला आहे.''

नारायणराव म्हणाले, ''पण त्याच्याही मागल्या जन्मी तू मला चप्पलने मारलं होतंस; तेही तुला आठवतंय का?''

''चांगलं आठवतंय.'' आदिती म्हणाली, ''त्या जन्मी आपण दोघेही तरुण होतो. माझ्या जाण्या-येण्याच्या वाटेवर तुम्ही उभं राहून माझी वाट पाहायचे. मी आले की खाकरून, खोटं-खोटं खोकून आणि शीळ घालून माझं लक्ष वेधण्याचा प्रयत्न करत होतात. मी मनात म्हणायची, मवाली मेला! लाज नाही वाटत पोरींची छेड काढायला? याला चांगलाच हिसका दाखवला पाहिजे.''

''आणि तू हिसका दाखवलास.'' नारायणराव म्हणाले, ''भर रस्त्यावर, लोकांची वर्दळ असताना तू पायातली चप्पल काढून माझ्या थोबाडावर फाड-फाड मारलीस. या जन्मी मी तुझा सोज्वळ आजोबा झालो आहे, पण पूर्वीच्या जन्मी मी काय गुण उधळले होते याची आठवण झाली की आता वाटतं, आपण केवढा पाजीपणा करत होतो. कालपर्यंत मागल्या कोणत्याच जन्मातलं काहीच आठवत नव्हतं तोपर्यंत अज्ञानात सुख होतं; परंतु मागले जन्म आठवायला लागल्यापासून डोकेदुखीच होऊन बसली आहे.''

''तरी बरं, पाचच जन्म आठवतात आणि तेही मानवजन्मच होते.'' आदिती म्हणाली, ''नाहीतर मागल्या एखाद्या जन्मात मी म्हैस असली असते तर तुम्ही मला आंबोण, सरकी, कडबा खायला घातलं असतं.''

''तेही खरंच आहे.'' नारायणराव म्हणाले, ''केवळ योगायोगाने या जन्मातल्या आपणा सर्वांना आधीचेही पाच जन्म माणसाचेच लाभले होते.''

प्रभाकर म्हणजे कुटुंबप्रमुख माधवरावांचा मोठा मुलगा. प्रभाकरला मागच्याच्या मागचा जन्म आठवला. तो या जन्मीचे आपले पिताश्री माधवराव यांना म्हणाला, ''बाबा, मागच्याच्या मागच्या जन्मी मी तुमचा पिता होतो आणि तुम्ही माझी मुलगी होतात. तुम्ही माझी मुलगी होता, तेव्हा दिसायला अगदीच हे होता. दिसणं आणि वजन, रंग आणि बुद्धी सर्व काही तुम्ही मातोश्रींकडून उचललं होतं. हे सर्व तुमच्या मातोश्रींनी त्यांच्या मातोश्रीकडून घेतलं होतं. बाबा, त्या जन्मी तुम्ही आणि तुमच्या

मातोश्री यांना कृत्रिम सोंड करून लावली असती आणि तुमच्याशेजारी खरोखरचा हत्ती उभा केला असता, तर ते पाहणाऱ्याला समोर तीन हत्ती उभे आहेत, असंच वाटलं असतं. जेव्हा बुद्धीची चाचणी घ्यावी, तेव्हा कुठं खरा हत्ती आणि तुम्ही मायलेकी यांच्यातला फरक कळला असता.

"बाबा, मागच्याच्या मागच्या जन्मी तुम्ही माझी मुलगी होतात, तेव्हा तुमच्यासाठी स्थळं शोधता-शोधता माझं निम्मं रक्त आटलं, चपलांचे पाच जोड फाटले, 'स्थळ'यात्रेनिमित्त साडेसहा हजार किलोमीटरचा प्रवास झाला. अपेक्षित मुलाच्या पत्रिकेशी जमाव्यात म्हणून वेळोवेळी 'तुमच्या' अडुसष्ट पत्रिका तयार करवून घेतल्या होत्या. तरीही कुठंच जमलं नाही. मंगळ, कडक मंगळ, सौम्य मंगळ अशा मंगळाच्या तीन-तीन पत्रिका केल्या होत्या. प्रत्येक वेळी दोघांचे छत्तीस गुण जमतील, असा बंदोबस्त केला होता. पण बाबा, तुम्ही त्या जन्मी माझी मुलगी होऊन त्या जन्माच्या मागच्या जन्माचा दावा साधलात. बाबा, तुम्हाला मागचा जन्म मिळेपर्यंत मागच्याच्या मागच्या जन्मभर मी तुम्हाला सांभाळलं होतं. पुढे मी तुमच्या आधीच पुढल्या जन्मात आलो. तरीही तुमचं लग्न जमलं नव्हतं. शेवटी तुम्हीही त्यानंतरच्या जन्मात आलात आणि तुमचा हत्तीजन्म संपला."

"वत्सा प्रभाकरा, आता मागल्याच जन्माची सुरस कथा ऐकू." माधवराव म्हणाले, "जस्ट, मागच्या जन्मी मी तुझा बॉस होतो. तू माझ्या हाताखाली कारकून म्हणून काम करत होतास. लाच घेतल्यावाचून तुझा एकही दिवस जात नव्हता. आठवतंय ना? काय?"

"होय, चांगलं आठवतंय." प्रभाकर म्हणाला, "पण बॉस या नात्याचे तुमचे सॉलिड हप्ते मी दरमहा पोहोचते करत होतो. आठवतंय ना? काय?"

"आठवतंय." माधवराव, "पण एकदा एका पार्टीकडून तू एकदम पंचवीस हजार रुपये मागितलेस. त्या पार्टीने दिलेही. प्रभ्या, कार्ट्या, त्या वेळीच नेमका माझा हप्ता द्यायला कसा काय विसरलास? बोल ना! एवढे पैसे पचतील, असं तुला वाटलं होतं."

"अय्या! म्हणजे, तुम्ही दोघेही मागल्या जन्मी सरकारी ऑफिसात काम करत होतात? त्या जन्मात तुमची न् माझी ओळख नव्हती. नाहीतर मागल्या जन्मातल्या बाबांना सांगून मी तुमच्याशीच लग्न केलं असतं. सरकारी नोकरी म्हणजे वाहता पैसा असतो. मागल्या जन्मी मी मात्र एका भिक्षुकाच्या गळ्यात पडले. त्या व्यवसायात मिळणार काय? सवाष्ण-ब्राह्मण म्हणून जेवायला बोलवायचे आणि सव्वा-सव्वा रुपया भोजनदक्षिणा द्यायचे. खण तर कायम तोकडा असे. अंगभर चोळी करताच येत नसे. या जन्मी मी तुमची बायको झाले, पण तुम्ही या जन्मी

सरकारी नोकरीत नाहीत. अजूनही एखादी सरकारी नोकरी बघा. पगाराशिवाय दररोज चार पैसे घरी येत राहतील. भटीण होते, त्या जन्मातल्या अपुऱ्या इच्छा या जन्मी तरी पुऱ्या करता येतील.''

एवढ्यात मालतीबाई म्हणजे माधवरावांची या जन्मीची बायको यांना मध्येच थांबवून रामा गडी म्हणाला, '''वहिनीसाहेब (मालतीबाई), थांबा. मलाही नुकताच होऊन गेलेल्या जन्माच्या मागचा जन्म आठवला. त्या मागच्याच्या मागल्या जन्मी तुम्ही आणि मी एकाच कॉलेजात होतो. आठवतं का?''

''आठवतंय ना!'' मालतीबाई म्हणाल्या, ''त्या वेळी मी कॉलेजकुमार होते.''

''आणि मी कॉलेजक्वीन होतो.'' रामा गडी म्हणाला.

''अरे ए राम्या, थापा मारतोय होय?'' सखू मोलकरीण म्हणाली, ''कोणत्याही जन्मात कॉलेजक्वीनचं रूप तुला असणं शक्य आहे काय? फार झालं तर रामाऐवजी गंगू, साळूबाई, धुर्पदा, भिमी, ठकू वगैरे असला असशील.''

''हातच्या काकणाला आरसा कशाला?'' रामा गडी म्हणाला, ''वहिनीसाहेबांनाच विचार. त्याच सांगतील.''

''वहिनीसाहेब, हा रामा गडी सांगतो, ते खरं आहे काय?'' सखूने विचारलं.

''होय.'' मालतीबाई खाली मान घालून म्हणाल्या, ''मी कॉलेजविद्यार्थी होतो आणि रामा कॉलेजक्वीन होता. दिसायला एकदम चिकणी म्हणतात ना, तसा होता. सेम माधुरी दीक्षितसारखा होता म्हण ना!''

''ए दोडा! हे ध्यान माधुरी दीक्षितसारखं दिसत होतं, यावर शेंबडं पोरगंसुद्धा विश्वास ठेवणार नाही.'' सखू म्हणाली.

''सखू, शप्पथ! रामा कॉलेजक्वीन होता.'' मालतीबाई म्हणाल्या, ''ह्याच्यावर म्हणजे तिच्यावर, कॉलेजातल्या झाडून सगळ्या पोरांच्या लायनी होत्या. प्रत्येक जण तिच्यावर (म्हणजे ह्या रामावर) लाईन मारत होता. मीही त्यांपैकीच एक होते.'' (त्या काळात 'होतो.')

''बरं का मालक!'' रामा माधवरावांना उद्देशून म्हणाला, ''वहिनीसाहेब मागल्याच्या मागच्या जन्मी माझ्यावर फार फिदा झाल्या होत्या. स्वप्नातही मीच त्यांना दिसत असे.''

''काय काय करत असे, ते तरी सांग.'' माधवराव म्हणाले, ''ऐकून माझे कान धन्य होतील.''

''मी कॉलेजजक्वीन होतो त्या जन्मात माझं नाव प्रेमला होतं आणि वहिनीसाहेबांचं नाव तुकाराम कोडिंबा फत्तरफोडे होतं. घरंची शेती वगैरे चांगली होती, म्हणून

मजल दरमजल करत (म्हणजे मार्च-ऑक्टोबर, पुन्हा मार्च, पुन्हा ऑक्टोबर) तो एकदाचा कॉलेजात आला. आला म्हणजे काय, ह्या वहिनीसाहेब आल्या. कुणीतरी तुकारामाला सांगितलं की, तुकाराम, कॉलेजात गेल्यावर फक्त पोरींवर प्रेम करायचं. परीक्षेच्या आणि अभ्यासाच्या भानगडीत अजिबात पडायचं नाही."

"आठवलं मला. असाच उपदेश मला केला होता." मालतीबाई अर्थात तुकाराम म्हणाला, "मी नावाला कॉलेजात जात होते. (होतो.)"

"मालक!" रामा माधवरावांना म्हणाला, "तुकाराम फार मागं लागला होता. पण मी त्याला थोडीच दाद देणार? बरं का मालक, मी गंमत केली. तुकाराम एकदा एक गुलाबाचं फूल घेऊन माझ्याकडे आला आणि मला म्हणाला, 'हे प्राणप्रिय हृदयेश्वरी, डार्लिंग, माझं तुझ्यावर प्राणापलीकडे प्रेम आहे. त्या प्रेमाचं प्रतीक म्हणून मी हे गुलाबपुष्प तुझ्या चरणकमलांवर अर्पण करतो. चरणकमल आणि गुलाब यांचा जसा संगम होईल तसंच तुझं आणि माझं मिलन होऊ दे.' वहिनीसाहेब, मागल्याच्या मागल्या जन्मी तुम्ही हाच डायलॉग मला उद्देशून बोलला होतात ना?"

मालतीबाई लाजून म्हणाल्या, "होय. पण हे दोन जन्मांनंतर आता 'ह्यांच्यासमोर कशाला तू सांगितलंस? ह्यांना काय वाटेल?"

सखू म्हणाली, "वहिनीसाहेब, काहीसुद्धा वाटणार नाही. या जन्माच्या आधीच्या तिसऱ्या जन्मात मी मालकांचा धनी होते आणि मालक माझी कारभारीण होते. विचार पाहिजे तर!"

"काय हो, सखू सांगते ते खरं आहे काय?" मालतीबाईंनी माधवरावांना विचारलं.

"खरं आहे. या जन्मापासून उलटे तीन जन्म गेलं की, त्या जन्मात सखू माझा नवरा होती आणि मी सखूची बायको होतो. त्या जन्मात तेच आमचं नातं होतं. त्याला आपण तरी काय करणार? त्या जन्मात ब्रह्मदेवाने सखूची आणि माझी लग्नगाठ बांधली होती, त्याप्रमाणे आम्ही पतिपत्नी झालो."

"अय्या! बाबा, त्या जन्मात तुम्ही सखूची बायको आणि सखू तुमचा नवरा, म्हणजे धमालच झाली असणार." आदिती— माधवरावांची मुलगी— म्हणाली.

मालतीबाईंनी विचारलं, "सखू, आमचे हे त्या जन्मात कसे वागत होते?"

"वहिनीसाहेब!" सखू म्हणाली, "एकेकाचा स्वभावच असतो बघा. त्याला पुरुषाचा जन्म मिळू दे, नाहीतर बाईचा जन्म मिळू दे. घरातलं सोडून बाहेर हुंगत राहायची वाईट खोड असते. घरात मी एवढा राजबिंडा नवरा असताना हिने चोरून माझ्याच मित्राशी प्रेमसंबंध ठेवले होते."

"बाबा, काय ऐकते मी हे!" आदिती म्हणाली.

"अगं, त्या गोष्टीला तीन जन्म होऊन गेले. त्याचं आता काय?" माधवराव मुद्दा झटकत म्हणाले.

"तर, मला त्याच्या अलीकडच्या जन्मात येऊ या. मघाचं गुलाबपुष्प चरणकमलांवर अर्पण करणं तसंच अर्धवट राहिलं." रामा म्हणाला, "मी कॉलेजक्वीन होतो आणि तुम्ही स्वत:ला गैरसमाजाने कॉलेज हीरो समजत होता. तुम्ही मला गुलाबपुष्प अर्पण केलं. ही चित्तरकथा इथवर आली होती."

"रामा, पुढचं सांग. मला उत्सुकता आहे त्यांनी काय गुण उधळले, हे ऐकण्याची." मालतीबाई म्हणाल्या, "याच जन्मी हे एवढे साळसूद जंटलमन कसे काय झाले याचं मला नवलच वाटतं. सांग, पुढे काय केलंस तू, ते गुलाबाचं फूल घेऊन?"

"मी ते गुलाबाचं फूल वाकून हातात घेतलं. नाकाशी नेल्यासारखं केलं. खोटं-खोटं स्मित केलं आणि ह्यांना म्हणाले, 'फक्त एकच फूल वाटतं? कित्ती कंजूष आहे एक माणूस!' आपल्याला 'एक माणूस' या प्रेमळ जवळीक दाखवणाऱ्या शब्दांनी संबोधलं, हे पाहून तर हे भारीच खूष झाले. मी पुढे म्हणालो (म्हणाले), 'मला तुम्ही दररोज छान-छान टपोरी दहा गुलाबाची फुलं आणून दिली पाहिजेत.' बरं का वहिनीसाहेब, आदितीताई, प्रभाकरसाहेब, दररोज गुलाबाची दहा-दहा फुलं आणायला सांगितलं, तेव्हा या जन्मीचे मालक आणि त्या जन्मीचा कॉलेजहीरो असा काही विरघळला, असा विरघळला, असा विरघळला की— संपूर्ण शरीर विरघळून गेलं आणि तो हीरो झुळूझुळू वाहू लागला."

"मग बाबांनी तुला दररोज गुलाबाची दहा-दहा फुलं दिली का?" आदितीने विचारलं.

"होय!" रामा म्हणाला, "कॉलेजक्वीन या नात्याने मी त्या हीरोला म्हणाले, 'राजुड्या, तू असं कर, एक दिवस दहा गुलाबाची फुलं देत जा, एक दिवस अर्धा किलो साखर देत जा. एक दिवसाआड दहा गुलाबाची फुलं आणि एक दिवसाआड अर्धा किलो साखर.' हीरोने म्हणजे ह्या मालकांनी मला विचारलं, 'प्रिये, अर्धा किलो साखर कशाला?' मी म्हणालो (म्हणाले), 'सख्याहरी, आपल्या प्रेमाची गोडी वाढवण्यासाठी साखर पाहिजेच.' वहिनीसाहेब, महिनाभर फुलांचा आणि साखरेचा रतीब सुरू होता."

"म्हणजे माझ्या ह्या जन्मीच्या ह्यांनी तुला एकशेपन्नास गुलाबाची फुलं आणि साडेसात किलो साखर दिली. साखरेचं एक सोड, तू चहासाठी वापरली असशील; पण दीडशे फुलांचं काय केलंस?"

रामा (कॉलेजक्वीन) सांगू लागला, ''मी बाजारातून एक मोठी काचेची बरणी आणली. तळाला अर्धा किलो साखर पसरली. त्यावर गुलाबाच्या दहा फुलांच्या पाकळ्या पसरल्या. त्यावर पुढल्या दिवशी अर्धा किलो साखरेचा थर, मग पुन्हा दहा फुलांच्या पाकळ्यांचा थर—हे असं महिनाभर सुरू होतं. बरणी गच्च भरली. मग मी हीरोला—म्हणजे ह्या मालकांना— म्हणाले, 'आता पुरे! उद्यापासून फुलं आणि साखरेचा रतीब दुसऱ्या पोरीकडे सुरू कर.' हे ऐकल्यावर हे बिचारे म्हणजे तो हीरो बिचारा चिमणीसारखं तोंड करून निघून गेला.''

''त्या बरणीत काय झालं?'' आदितीने विचारलं.

''प्रेमाचा गुलकंद!'' रामाने सांगितलं.

पूर्वजन्मीच्या एकेकाच्या आणि एकेकीच्या गोष्टी रंगात आल्या होत्या. या जन्मीच्या ह्या मंडळींनी मागल्या दोन, तीन, चार, पाच जन्मांमध्ये काय उचापती केल्या होत्या, हे केवळ पूर्वजन्मीची स्मृती जागृत होण्याच्या शक्तीमुळे कळून आल्या.

''वसंतभावजी, तुमचं काहीतरी सांगा ना!'' मालतीबाई माधवरावांच्या धाकट्या भावाला वसंतराव म्हणाले.

''काय सांगू वहिनी! सांगायची सोय नाही.''

''अरे सांगून टाक, काही भानगड असली तर!'' माधवराव धाकट्या भावाला धीर देत म्हणाले, ''बोलून-चालून मागल्या जन्मातल्या घटना! त्या या जन्मात खुल्लमखुल्ला सांगायला काही हरकत नाही. मघापासून सगळं असंच चाललंय.''

''त्याचं काय आहे, जस्ट मागल्या म्हणजे जस्ट बिफोर धिस जन्म, मी आणि वासंती म्हणजे ही... ही... माझी या जन्मीची बायको एकाच बिल्डिंगमध्ये समोरासमोरच्या फ्लॅटमध्ये राहत होतो. तेव्हा मी भास्कर भोळे होतो आणि वासंती कुंदा काळे होती. दिसायला बऱ्यापैकी होती. ती 'मेरे सामनेवाले खिडकीमें' दररोज दिसायची. मलाही आमच्या खिडकीतून तिच्याकडे बघण्याचा छंद लागला. मी आशाळभूतपणे तिच्याकडे बघत असे. आणि ती मख्खपणे आभाळाकडे बघ उभी असायची. लाईन काही जमत नव्हती. मी शेवटी धाडसी विचार केला. सरळ तिला गाठायचं आणि माझं तुझ्यावर प्रेम आहे, असं सांगून टाकायचं.''

''केलं का धाडस?'' मालतीबाईने विचारलं.

''केलं!'' वसंतराव म्हणाले, ''मी तिला गुलाबाचं फूल दिलं. तिने ते घेतलं आणि मला म्हणाली, 'मी उद्या फूल देते.' हे ऐकल्यावर मी अप्रतिम धन्य झालो. तिने दुसऱ्या दिवशी मी खाली उभा असताना कुंदाने गुलाबाचं फूल नेम धरून

माझ्याकडे फेकलं.''

''काय वासंती, खरं आहे का हे?'' माधवरावांनी विचारलं.

''अगदी खरं आहे. पुढं काय झालं ते त्यांच्याच तोंडून ऐका.'' वासंती म्हणाली, ''अहो, पुढे सांगा.''

''तिने फूल खाली फेकलं.'' वसंतराव म्हणाले, ''तासाभराने माझा मित्र भेटला. तो म्हणाला, 'काय रे भास्कर, डोक्याला बँडेज कसलं बांधलंस?' मी (म्हणजे भास्कर भोळे) म्हणालो, 'माझ्या प्रेयसीने आपल्या नाजूक हाताने गुलाबाचं फूल फेकलं, ते माझ्या डोक्यावर पडलं. त्यामुळे ही जखम झाली.'

मित्राने विचारलं, 'भास्कर, काहीतरीच काय सांगतोस! फुलाने बँडेज बांधण्याइतकी जखम होण्याइतका नाजूक कधीपासून झालास?'

तेव्हा मी (विव्हळत) म्हणालो, 'मित्रा, प्रेयसीने (कुंदा काळेने) जे गुलाबाचं फूल फेकलं होतं ना, ते कुंडीसहित फेकलं होतं!''

''जाऊबाई, खरंच तुम्ही वसंतभावजींच्या डोक्यावर कुंडीसहित फूल फेकलंत?'' मालतीबाईंनी विचारलं.

''होय.'' वासंती म्हणाली, ''मागल्या जन्मी 'ह्यां'नी उच्छाद मांडला होता. मी खिडकीशी उभी राहिले की, 'मेरे सामनेवाली खिडकी में, एक चांदका टुकडा रहता है' हे गाणं म्हणायचे. शीळ वाजवूनही हे गाणं म्हणायचे. वैताग आणला होता. धाडस करून ह्या तत्कालीन उपाशी प्रेमवीराने गुलाबाचं फूल मला देण्याचा फाजीलपणा केला होता. म्हणून त्याला म्हणजे सध्याच्या 'ह्यां'ना धडा शिकवण्यासाठी गुलाबाच्या फुलासहित कुंडी फेकून उपाशी प्रेमवीराला धडा शिकवला.''

''पण वासंती, परमेश्वरी योजना काही निराळीच असते.'' वसंतराव म्हणाले, ''तू टाळक्यावर कुंडीसहित गुलाबाचं फूल फेकल्याचं ब्रह्मदेवाने ब्रह्मलोकातून पाहिलं आणि त्या तिरमिरीतच माझ्याशीच तुझी लग्नगाठ मारून ठेवली. म्हणून तर तुला या जन्मी माझी बायको होणं भागच पडलं.''

''विश्वास, तुझी पूर्वजन्मीची आठवण सांग ना एखादी!'' नारायण, या जन्मीचे विश्वासरावांचे वडील म्हणाले.

''बाबा, मागल्या जन्मीच्या दोन जन्म मागे मी आणि वत्सला होतो. वत्सला शाळेत शिक्षिका होती आणि मी इयत्ता तिसरीतला विद्यार्थी होतो. त्या जन्मातल्या आमच्या घराण्यात गणित येण्याची चाल नव्हती. त्यामुळे माझी गणितं दररोज चुकायची. आणि या जन्मातली ही माझी धर्मपत्नी मला छडीने मारायची. मार खाऊन-खाऊन हाताला घट्टे पडले होते.''

''हे एक झालं.'' वत्सलाबाई म्हणाल्या, ''हे नवरोजीराव, त्या जन्मात एक

नंबरचा अजागळ विद्यार्थी होता. शर्टवर शाईचे डाग, इतर कसले-कसले डाग असायचे. केस पिंजारलेले. हात तर निरनिराळ्या रंगांच्या मळाने, डागाने बरबटलेला असे. छडी मारण्यासाठी मी त्याला हात पुढे करायला सांगितलं तेव्हा त्याने हात पुढे केला. मी म्हणाले, 'काय रे, तुझा हात घाणेरडा आहे! मी तुला आज गणितं चुकल्याबद्दल पाच छड्या मारणार होते; पण तुझ्या या हातापेक्षा दुसरा अधिक घाणेरडा हात दाखवलास, तर मी छड्यांची शिक्षा माफ करीन.' मी असं म्हणायचाच अवकाश, ह्यांनी (म्हणजे त्याने) आपला दुसरा (डावा) हात मला दाखवला. त्याचा डावा हात खरंच उजव्या हातापेक्षा अधिक घाण होता. त्यामुळे बोलल्याप्रमाणे छडीची शिक्षा माफ करणं मला भाग पडलं."

"विश्वास, त्या जन्मात पुढे काय केलंस?" माधवरावांनी विचारलं.

"शाळा जमत नाही, हे लक्षात आल्यावर मी तिसरीत नापास झाल्यावर लगेच शाळा सोडली. मिशा येऊ लागल्यावर डायरेक्ट राजकारणातच पडलो. तिसरी नापास हे क्वॉलिफिकेशन राजकारणालाच योग्य असल्यामुळे मला राजकारणात लगेच प्रवेश मिळाला. पुढे जमही बसला."

"वत्सला, सूनबाई, तू त्याच्या पुढल्या जन्मी कोण झालीस?" नारायणरावांनी विचारलं.

"त्याच्या मागल्या जन्मीचं कोणतं पाप भोवलं, कुणास ठाऊक! मी काही काळ चक्क बोहारीण झाले होते. जुन्या कपड्यांवर भांडी देण्याचा, दारोदार फिरण्याचा व्यवसाय केला. पण पुढे एका गृहस्थाने थोडं भांडवल दिल्यावर एक छोटा गाळा भाड्याने घेतला आणि शिलाईचं मशीन घेऊन शिवणकामाचा व्यवसाय सुरू केला. लेडीज स्पेशालिस्ट होते. ब्लाऊज, पंजाबी ड्रेस, फ्रॉक, मॅक्सी, मिनी वगैरे सर्व प्रकार शिवत होते."

"त्या जन्मी तुझे 'अहो ऐकलंत का' कोण होते?" वासंतीने विचारलं.

"काय हो, सांगू का?" वत्सलाने विश्वासरावांना विचारलं.

"सांग की! त्यात काय मोठंसं!" विश्वासराव म्हणाले, "पाहिजे तर मीच सांगतो. मी रद्दी पेपरवाला होतो. तराजू आणि फक्त अर्धा किलोचं एक वजन एवढं घेऊन 'रद्दी पेपरवाला' असं ओरडत रस्तोरस्ती फिरत होतो. धंदा बरा चालायचा."

जन्मजन्मांतरीच्या गप्पा अशा रंगात आल्या होत्या. प्रत्येकाचे मागले जन्म विलक्षण होते. जावई राहिलेच की! आदितीचे मिस्टर अविनाश यांना खुद्द सासूबाईंनीच म्हणजे मालतीबाईंनी विचारलं, "बाळासाहेब (जावई ना! बाळासाहेबच म्हटलं पाहिजे.) तुमच्या मागल्या जन्मीच्या आठवणी सांगा ना!"

अविनाश तथा जावई म्हणाले, "मला मागचे पाचही जन्म आठवतात.

लगेचच्याच मागल्या जन्मी मी एका अजिबात न चालणाऱ्या लहान हॉटेलात वेटर-कम्-मालक तर कधी मालक-कम्-वेटर असं काम करत होतो.''

''अय्या! एका फालतू हॉटेलात तुम्ही वेटर म्हणून काम करत होतात?'' आदिती नाक मुरडत आपल्या या जन्मीच्या म्हणजे प्रचलित नवऱ्याला म्हणाली.

''एवढं नाक मुरडायला काय झालं?'' अविनाशराव नवरा-कम्-जावई म्हणाले, ''मधून-मधून मी त्या हॉटेलचा मालकसुद्धा होतो. त्या वेळी मी (पैसे नसलेल्या) गल्ल्यावर बसत असे.''

''भाऊजी!'' प्रभाकरने विचारलं, ''ते हॉटेल नीट चालत नव्हतं, तरीही तुम्ही मधून-मधून मालक कसे काय होत होता?''

''त्याचं काय होतं प्रभाकर!'' अविनाशराव सांगू लागले, ''ते हॉटेल अजिबात चालत नव्हतं. दिवसाकाठी सात-आठ गिऱ्हाईकंसुद्धा येत नव्हती. गल्ल्यात दिवसासाठी सात-आठ रुपयेसुद्धा जमायचे नाहीत. ते पैसेही चहा, साखर, दूध आणण्यात खर्च व्हायचे. तिथंही उधारीसुद्धा असे.''

''वेटर म्हणून तुम्हाला पगार तरी कसा मिळत होता?'' दिवाकरने म्हणजे चालू जन्मामधल्या धाकट्या मेव्हण्याने विचारलं.

''तीच तर भानगड होती.'' अविनाशराव म्हणाले, ''सहा-सहा महिने पगारच मिळत नव्हता. सहा महिने वाट पाहिल्यावर मी गल्ल्यावर बसलेल्या मालकापुढे उभा राहून त्याला वरच्या आवाजात म्हणत असे, 'मालक, आज बरोबर सहा महिने झाले. सहा महिने होऊन गेले तरी पगाराचं नाव काढत नाही. जगायचं तरी कसं?'

''मालक दीनवाणा चेहरा करून म्हणायचे—खरं म्हणजे मुद्दाम दीनवाणा चेहरा करावा लागत नसे. हॉटेलच्या अजिबात न चालण्यामुळे तो आपोआपच दीनवाणा दिसत असे. मालक म्हणायचे, 'हे बघ हणम्या, (म्हणजे अविनाश) हॉटेलची काय अवस्था आहे, ते तू रोज पाहतोसच. पाच-सहा, सात-आठ रुपयांपलीकडे गल्ला जमत नाही. बाहेरची उधारीसुद्धा वाढली आहे. अशा परिस्थितीत मी पगार कुठून देणार? हॉटेल नीट चाललं असतं, तर मी तुला ताजमहाल हॉटेलातल्या वेटरचा पगार दिला असता आणि दिवाळीला सहा महिन्यांच्या पगाराइतका बोनस! पण आता मात्र मी एक रुपयासुद्धा देऊ शकत नाही.'

'मला माझा सहा महिन्यांचा पगार द्या. बाकीचं मला काहीस सांगू नका.' मी (अविनाशरावांनी) मालकाला खडसावून सांगितलं. मी रागाने मालकाला असंही म्हणालो की, 'हॉटेल नीटपणे चालवता येत नसेल, तर मालक म्हणून गल्ल्यावर बसता कशाला?'

"हणम्या, मला हौस का आहे? मी आता मालकपण सोडतो आणि वेटर होतो. तू मालक म्हणून गल्ल्यावर बसत जा.' मालक खरोखरच उठले. मी मालक म्हणून गल्ल्यावर बसलो आणि मालक वेटर झाले. मालक सहा महिने वेटर होते. मी मालक या नात्याने त्याला एक पैसाही पगारापोटी देऊ शकलो नाही. तेव्हा वैतागून भूतपूर्व मालक-कम्-वेटर मला संतापाने म्हणाले, 'माझा सहा महिन्यांचा पगार टाका.''

"तेव्हा मी त्याला मालक या नात्याने सांगितलं, 'हॉटेल चालत नाही, हे तुला दिसतंय. पगार देणं परवडत नाही. पाहिजे तर तूच मालक हो.' असं म्हणून मी गल्ल्यावरून उठलो, वेटर झालो आणि मालक पुन्हा मालक झाले. अशा प्रकारे आम्ही दोघे आलटून-पालटून मालक आणि वेटर होत होतो. कुणीच कुणाला पगार देऊ शकत नव्हतो. तरीही हॉटेल चालू होतं.''

"वहिनीसाहेब, दोन जन्मांपूर्वी मीदेखील एका लॉजचा मालक होतो आणि ही या जन्मातली ही सखू त्या जन्मात माझी कारभारीण होती.'' रामा गडी सांगत होता.

"ए रामा, तुला काही लाजबीज आहे की नाही?'' सखू म्हणाली, "इतक्या लोकांसमोर तू मला तुझी बायको म्हणतोस?''

"सखू, तसं नाही गं! रामा मागल्या जन्मातलं नातं सांगतोय.'' मालतीबाई म्हणाल्या.

"बरं का!'' रामा पुढे सांगू लागला, "मी जरी लॉजचा मालक होतो तरी खरी मालक ही सखूच होती. मी गरीब नवरा होतो आणि ही जहांबाज बायको होती. हजार फटाक्यांची माळ लावावी तशी ती फाड् फाड् फाड् (अधिक ९९७) बोलत असे. त्यामुळे लॉजमध्ये राहायला आलेले लोक असोत; हिच्या तोंडाचा पट्टा सदैव चालू असे.''

"एखादा प्रसंग सांग.'' माधवराव म्हणाले.

"मी सांगणारच होतो. आता लगेच सांगून टाकतो.'' रामा म्हणाला, "एकदा काय झालं, बाहेरगावचा एक माणूस आमच्या लॉजमध्ये आला. त्याला एका दिवसाखाली खोली पाहिजे होती. मी आमच्या ऑफिससारख्या खोलीत बसलो होतो. बायको आत झोपली होती—म्हणजे सहज पडली होती आणि तिचा डोळा लागला होता. म्हणून मी त्याला वरची अकरा नंबरची खोली दिली. वेळ साधारण रात्री नऊ-साडेनऊची होती. तो अकरा नंबरवाला खाली माझ्याकडे आला आणि हळूच खासगी आवाजात मला म्हणाला, 'मालक!' असं म्हणून त्याने नाकावर एका बोटाची टिचकी मारली. आणि पुढे म्हणाला, 'हे मिळण्याची इथं सोय आहे

काय?'

'तुम्ही म्हणता तसली टिंबं-टिंबं मिळण्याची सोय आमच्या लॉजमध्ये नाही.' मी त्याला सांगितलं. तो खाली मान घालून निराश होऊन आपल्या खोलीत गेला. एवढ्यात डोळा लागलेली बायको तिथं आली. तिने आमचं बोलणं लांबून 'पाहिलं' होतं, असं वाटतं.

'तो तरणाताठा मेंबर कानाशी लागून तुम्हाला काय विचारत होता?' बायकोने मला दमात घेत विचारलं. मी घाबरत-घाबरत म्हणालो, 'तो अकरा नंबरवाला मला विचारत होता की, टिंबं-टिंबंची सोय होईल काय? मी म्हणालो, तसली टिंबं टिंबंची सोय आमच्या लॉजमध्ये नाही. आमच्या लॉजमध्ये टिंबं-टिंबंला घेऊन फाजीलपण करता येत नाही. हे लॉज जंटलमन माणसांसाठी आहे.'

तेव्हा माझी बायको एकदम कडाडली, 'हलकट मेला! ड्यांबीस! चारशेवीस! बदमाष! मवाली! हरामखोर! पाजी! चाप्टर! अक्करमाशी! दीडदमडीचा! टिनपाट! वगैरे वगैरे कुठला! लाज नाही वाटत! बेशरम! निर्लज्ज! हे लॉज जंटलमन पब्लिकसाठी आहे. तिथं त्याला पाहिजे असलेली टिंबं-टिंबंची सोय नाही.' असं बरंच बोलली.

रामा पुढे सांगू लागला, "मी आधीच गरीब, नेभळट माणूस; त्यात ही अशी भडकली. अकरा नंबरवाल्याऐवजी मीच थरथर कापू लागलो. बायको पदर खोचून तरातरा जिना चढून वर गेली. अकरा नंबरातल्या त्या 'हलकट-मेला'प्रभृती विशेषणं धारण करणाऱ्याला चढ्या आवाजात फायर करू लागली. तो तरुण अकरा नंबरवालाही हकबला. बायकोने चांगलं अर्धा तास त्याला फैलावर घेतलं. झक् मारली आणि टिंबं-टिंबं मिळेल काय असं विचारलं, असं त्या बिचाऱ्याला झालं.

"त्याला दुसऱ्या दिवशी सकाळी निघायचंच होतं. बॅग घेऊन तो माझ्यापाशी आला. बायको आत झोपली होती. बिलाचे पैसे चुकते केले. निघता-निघता तो मला म्हणाला, 'मालक, मी टिंबं-टिंबं पाठवा म्हटलं तर तुम्ही जळती मशाल, आगीचा डोंब पाठवला; तिने अर्धा तास शिवीगाळ करून मला हैराण केलं. पण मालक, अर्ध्या तासानंतर मात्र ती लायनीला आली. पुढचा सगळा वेळ तुम्ही पाठवलेल्या टिंब-टिंबाबरोबर मजेत गेला. उत्कृष्ट टिंबं-टिंबं पाठवल्याबद्दल धन्यवाद! मालक, माझ्याप्रमाणेच तुम्ही पाठवलेली ती जहांबाज, जळती मशाल अशी टिंबं-टिंबंसुद्धा एकदम खूष झाली, बरं का! त्याबद्दल पुन्हा धन्यवाद!"

"रामा, माझ्याबद्दल असलं काहीबाही काय सांगितलंस? अशाने वहिनीसाहेबांना माझ्याबद्दल काय वाटेल?" सखू म्हणाली.

"अगं, बोलून-चालून सगळ्या गोष्टी मागल्या जन्मातल्या. त्या या जन्मीच्या आपल्या हातांमध्ये थोड्याच असतात? मागले जन्म आठवायला लागले की, हे असं काय वाटेल ते मागल्या जन्मांतलं आठवू लागतं. उगीच या जन्मी वाईट वाटून घेण्यात काय अर्थ आहे?"

इतका वेळपर्यंत शांतपणे गतजन्मीच्या सुरस आणि चमत्कारिक कथा ऐकत बसलेला माधवरावांचा नातू म्हणजे प्रभाकरचा मुलगा अभिजित बोलू लागला. खरं तर अभिजितचं सध्याचं वय फक्त तीन वर्षं आहे. तरीही जणू काही ईश्वरी कृपा व्हावी, अशा ढंगात, हिंदी सिनेमातल्या जादा शहाण्या आणि 'बालप्रौढ' अशा कार्ट्यांप्रमाणे तो चुरूचुरू बोलू लागला. कारण अभिजितलाही मागले जन्म आठवले होते. अभिजित या कुटुंबात फक्त तीन वर्षांपूर्वीच जन्माला आला होता. याचाच अर्थ, आधीच्या जन्मांमध्ये त्याला दीर्घायुष्य लाभलं होतं. पूर्वजन्मातल्या त्याच्या आठवणीही जागृत झाल्या. त्याने तर पाचही जन्मांच्या काही आठवणी घडाघडा सांगितल्या. प्रचलित जन्मपूर्व पाचवा जन्म त्याने प्रथम सांगितला. नंतर एक जन्म अलीकडे आला. म्हणजे चौथ्या जन्मातल्या आठवणी सांगितल्या. पुन्हा एक जन्म अलीकडे, असं करत-करत नुकत्याच गेलेल्या मागल्या जन्मातल्या आठवणी सांगितल्या. पाचवा, चौथा, तिसरा, दुसरा आणि जस्ट मागला या कालक्रमाने त्याने कथन केलं. प्रत्येक जन्मात त्याला आयुष्य दीर्घ लाभलं होतं, असं दिसतं. अभिजित काय-काय बोलला, हे त्याच्याच तोंडून थोडक्यात ऐका.

"बाबा, आजोबा, पणजोबा, मी तुम्हा सर्वांचा खापर खापर खापर खापर पणजोबा आहे." अभिजित म्हणाला. तीन वर्षांचं लहान लेकरू सर्वांचा खापर गुणिले पाच पणजोबा होतं, हे ऐकूनच सर्वांना नवल वाटलं.

"या जन्मापासून उलटं मागे जो पाचवा जन्म होता, त्या काळात माझा जन्म झाला होता. त्या जन्माला यंदा तीनशेशहात्तर वर्षं झाली. शिवाजीमहाराजांचा जन्म १६३० झाला. या गोष्टीला यंदा तीनशे अडुसष्ट वर्षं झाली. म्हणजेच शिवाजी महाराज जन्मले तेव्हा मी आठ वर्षांचा होतो. त्या जन्मात मला पंचाहत्तर वर्षांचं प्रदीर्घ आयुष्य लाभलं होतं. शिवाजीमहाराजांनी रोहिडेश्वरासमोर स्वराज्य स्थापनेची प्रतिज्ञा केली, तेव्हा मी चोवीस वर्षांचा होतो. शिवाजीराजे नक्की हिंदवी स्वराज्याची स्थापना करणार याची मला त्या वेळी खात्री होती. आणि बरं का, नंतर झालंही तसंच. १६७४ मध्ये शिवाजीराजेंना रायगडावर राज्यभिषेक झाला. त्या वेळी महाराज चव्वेचाळीस वर्षांचे होते आणि मी बावन्न वर्षांचा होतो."

"अभिजित, तू भलताच भाग्यवान आहेस." माधवराव म्हणाले, "या जन्मी तू आमच्या घराण्यामध्ये जन्माला आलास याचा आम्हाला अभिमान वाटतो."

"इथून मागे चार जन्म चला." अभिजित म्हणाला, "त्या जन्मी मला सत्तर वर्षांचं आयुष्य लाभलं होतं. हा चौथा जन्म होता ना, त्या काळात माझा जन्म १६६७ मध्ये झाला होता. त्या काळात शाहूमहाराज सातार्‍याला होते आणि बाळाजी विश्वनाथ त्यांचे पेशवे म्हणून राज्यकारभार पाहत होते. माझ्या जन्मानंतर तीन वर्षांनी बाळाजी विश्वनाथांचं निधन होऊन त्यांचे वीस वर्षांचे तरुण पुत्र बाजीराव बल्लाळ पेशवे झाले. माझ्या त्या चौथ्या जन्माच्या काळातच झालं होतं. त्या वेळी मी चौसष्ट वर्षांचा होतो. विश्वासराव पेशवे जेमतेम अठरा-एकोणीस वर्षांचे होते १७६१ चं पानिपतचं युद्ध तर त्यांचे धाकटे बंधू माधवराव सतरा वर्षांचे होते. १७६७ मध्ये माझा, मागल्या तिसर्‍या जन्मातला जन्म झाला. त्या तिसर्‍या जन्मात मला त्र्याहत्तर वर्षांचं आयुष्य लाभलं होतं. विलक्षण योगायोग म्हणजे १७४० मध्ये थोरले बाजीराव पेशवे यांचं निधन झालं आणि त्याच वर्षी माझा तिसरा जन्म संपून अलीकडच्या दुसर्‍या जन्मात आलो. या जन्मात मला ऐंशी वर्षांचं आयुष्य लाभलं होतं. गेल्या जन्मी मला अठ्ठ्याहत्तर वर्षांचं लाभलं होतं." अभिजित सांगत होता, "असा जन्मोजन्मीचा प्रवास करत-करत मी तीन वर्षांपूर्वी या घरात जन्माला आलो. शिवाजीमहाराजांच्या जन्मापासून ते दिल्लीची आघाडीची मागची सरकारं कोसळण्यापर्यंतच्या शेकडो घटनांचा चक्षुर्वैसत्यम् वृत्तान्त सांगणारा मी सर्व घटनांचा साक्षीदार आहे. या प्रदीर्घ काळात हिंदवी स्वराज्य, पेशवाई, इंग्रजी राजवट आणि स्वातंत्र्याची एक्कावन्न वर्षं— सर्व काही मी निरनिराळ्या जन्मांतून पाहिलं आहे."

"अरेच्या! खरंच की!" पणजोबा नारायणराव म्हणाले, "आम्हीसुद्धा पेशवाईचा काही काळ, इंग्रजी राजवट पाहिली होती."

गप्पा रंगात सुरू होत्या. आणखीही चुलत, मामे, मावस पुरुष, स्त्रिया होत्या. त्यांनीसुद्धा त्यांच्या जन्मजन्मांतरीच्या आठवणी इतरांना सांगितल्या. त्या ऐकून कुणी धन्य, कुणी थक्क, कुणी चकित, कुणी कृतार्थ, कुणी प्रमुदित असं ज्याला जे जमेल, ते झाले.

त्यांच्यापैकी मागल्या पाच जन्मांत कुणी चोर होते, तर तोच चोर नंतरच्या जन्मात संत झाला आणि त्यानंतरच्या जन्मात स्त्री होऊन चक्क वेश्याव्यवसाय करू लागला. पुन्हा नंतरच्या जन्मात स्मगलर झाला, तर त्या पुढच्या जन्मी चिकणी पोरगी झाला. कुणी दरोडेखोर, आठ मुलींचा बाप, हातगाडीवाला, चप्पल दुरुस्तवाला, सलूनवाला झाले होते. कुणी सासू, सून, नणंद, भावजय, जाऊबाई झाले होते. कुणी कुणी चित्रपट तारका, तिचाच नवरा, पुन्हा नटी आणि पुन्हा नवरा झाले होते. कुणी भेळवाले, गिरणीमालक, भिकारी, टीसी, मोलकरीण या रेंजमधून पाच जन्मांचा प्रवास केला होता. एकंदर तीस नातेवाईकमंडळी, रामा आणि सखू मिळून

बत्तीस माणसं झाली. प्रत्येकाचे पाच-पाच पूर्वजन्म. म्हणजे एकशेसाठ पूर्वजन्मांच्या चित्तचक्षुचमत्कारिक आठवणी सर्वांनी सांगितल्या. हे सर्व पूर्वजन्मपुराण महिनाभर चाललं होतं. मी आतापर्यंत जे काही सांगितलं, तो केवळ ट्रेलर आहे. प्रत्यक्ष संपूर्ण लांबीचा सिनेमा पाहिल्यावर तुम्ही आश्चर्याने तोंडात बोट घालाल किंवा आश्चर्याची तीव्रता वाढली, तर तोंडात बोट घालायचंही विसरून जाल!

ख्ख्ख

.९.
जनाबाई अमेरिकेला गेल्या

'**ज**नाबाई अमेरिकेल्या गेल्या', हे वाक्य ऐकलं, तर कानांना जरा विचित्रच वाटतं. जनाबाईंनी शेतावर जावं, तालुक्याच्या गावाला जावं, फार तर जिल्ह्याच्या गावात जावं किंवा बाजाराच्या गावाला जावं; पुणं-मुंबई म्हणजे डोक्यावरून पाणी गेलं. जनाबाई, सखूबाई, रखमाबाई, बायजाबाई, गंगूबाई अशी नावं असणाऱ्या स्त्रियांनी कुठवर जावं याचे काही संकेत ठरले आहेत. ही सगळी ठिकाणं सोडून जनाबाईंनी एकदम उठायचं आणि अमेरिकेला जायचं म्हणजे आक्रितच आहे! अमेरिका हे पालेभाजीचं नाव आहे की पशुखाद्याचं नाव आहे, हेही माहीत नसणाऱ्या जनाबाई चक्क साता समुद्रांपलीकडच्या अमेरिकेला जातात— केवढं हे आश्चर्य आहे! शिकली-सवरलेली माणसं मराठी भाषा बोलतात तेव्हा ते शुद्ध बोलणंसुद्धा जनाबाईंना नीट समजत नाही. 'पुष्कळ' म्हटलेलं कळत नाही. लै, मायंदळ असा अर्थ सांगितल्यावर कळतं. पत्नी म्हटलं की बघत राहतात. पत्नी म्हणजे दादल्याची बाईल, असं सांगितलं तरच कळतं.

अशा या जनाबाई. खेडेगावात राहणाऱ्या जनाबाई म्हटलं की, ग्रामीण वळणाची स्त्री, असंही डोळ्यांपुढं आलं असणार, हे खरं आहे. जनाबाई पन्नाशीच्या पुढची साठीच्या घरातली असावी, असंसुद्धा वाटत असेल. तुमचा हा अंदाज मात्र साफ चुकला. जनाबाईंचं वय फक्त पस्तीस आहे. वय पस्तीस असलं, तरी दिसतात पंचविशीतल्या. मोकळ्या, ग्रामीण शुद्ध हवेत सतत वावरत असल्यामुळे जनाबाईंची प्रकृती एकदम सुदृढ असून शरीर रेखीव अन् बांधेसूंद आहे. दिसायला सुंदर असून डोळे आकर्षक आहेत. चेहरा हसरा, प्रसन्न आहे. गालाला खळ्या पडतात आणि हनुवटीवर मध्यभागी सुरेख तीळ आहे. लांबसडक रेशमासारखे काळेभोर केस आहेत. जनाबाई या अशा देखण्या आहेत. सिनेमात गेल्या असत्या तर श्रीदेवी, माधुरी दीक्षित, जुही चावला, आयेशा झुल्का, संगीता बिजलानी,

अश्विनी भावे, शिल्पा शिरोडकर, पूजा बेदी, ममता कुलकर्णी; झालंच तर करिश्मा कपूर, चांदणी, झीनत अमान, शबाना आझमी, पूजा भट्ट या सर्वांची जनाबाईंनी केव्हाच सुट्टी करून टाकली असती.

मग जनाबाई सिनेमात का गेल्या नाहीत? अगदी बेसिक म्हणतात ना, तसला प्रश्न आहे. प्रश्न एकच असला तरी त्याची उत्तरं बरीच आहेत. जनाबाईंचा जन्म एका खेडेगावातील एका गरीब, अडाणी कुटुंबात झाला. त्या घराण्यात, मागच्या बेचाळीस पिढ्यांत (आणि जनाबाईंसहित चव्वेचाळीस) कुणीही 'साळंत' गेलंच नव्हतं. कारण, 'शिकुनशान काय करायचं? शेतीची कामं बा करनार का?' या वाक्यालाही बेचाळीस पिढ्यांचा वारसा आहे. जनाबाईंच्या घरची गरिबी होती. (कारण- आपला देशच गरीब आहे.) शिळी भाकरी आणि पाण्यात कालवलेलं तांबडं तिखट हा जनाबाईंचा ब्रेकफास्ट असे; तर ताजी भाकरी कोरड्यास, हे जनरल नाव धारण करणारं तोंडी लावणं, हा जनाबाईंच्या दुपारचा लंच असे. रात्रीच्या डिनरला तसलीच जुंदळ्याची भाकर (जाडी सुमारे दोन ते तीन मिलिमीटर) आणि पाण्यानं आपलं नैसर्गिक 'पातळत्व' सोडलं नव्हतं, अशी आमटी असे. अशा परिस्थितीत जनाबाईचं बालपण जात होतं. आई-वडील शेतावर राबत होते.

दिवसांमागून दिवस जात होते. जनाबाई लहान होती, तेव्हा ती लहान होती म्हणून आणि फाटका-विटका परकर अन् विटकं-फाटकं कसलं तरी पोलकं यामुळे गरिबीमुळे सपक चेहरा, रोज तेल न लावायला मिळाल्यामुळे पिंजारलेल्या केसांच्या झिंज्या— असल्या अवतारात जनाबाई आपल्या आईबरोबर कधी शेतावर जाई, तर कधी सावकाराच्या घरी जाई. हे जाणं तसं नेहमी होत असे. सखुबाईंची आणि शिरपाची मुलगी जनाबाई एवढीच तिची प्रतिमा होती. तिचं स्वत:चं अस्तित्व नगण्यच होतं. सावकारासारख्या गडगंज श्रीमंत माणसाचं लक्ष उगीचच्या उगीच गडीमाणसाच्या आणि मोलकरणीच्या चिमुरड्या मुलीकडे कसं जाईल? अशा मोठ्या लोकांची लक्ष जाण्याची ठिकाणं निराळीच असतात; नाही का?

सावकार वयानं चाळिशीच्या पुढचे होते. ते दिसायला सो-सो होते. वर्ण शेतातल्या आईचा (म्हणजे काळ्या मातीचा) होता. पिढीजात सावकारी असल्यामुळे पोटाचा प्रश्न कायमचाच सुटला होता आणि पोटाचा प्रश्न सुटल्यामुळे पोटही चांगलचं सुटलं होतं. चेहरा वडिलांच्या वळणावर गेला होता. अरुंद कपाळ, बसकं नाक, सामान्य डोळे, राठ केस, जाड ओठ, मांसाळलेले गाल वगैरे वगैरे. वडिलोपार्जित चेहरेपट्टी सावकाराकडे वारसा हक्कानं आली होती. 'पुरोगामी' दातसुद्धा वडिलांचाच वारसा होता. गडगंज श्रीमंती ही जमेची बाजू; तर अतिसामान्य रूप, काळा रंग, तुंदील तनू ही खर्चाची बाजू होती. तरीही 'जमेची बाजू' 'खर्चाच्या

बाजू'वर नेहमी मात करत असे.

'दाम करी काम, बीबी करी सलाम' या पद्धतीनं ह्यांनी अनेक बिब्या, बेब्या, छब्या हाताळल्या होत्या. —अर्थात हिरव्या माडीवरचा शेठ सावकार म्हटल्यावर असले गोंडस छंद पाहिजेतच. त्याशिवाय श्रीमंतीला शोभा येत नाही. हे झालं सावकाराचं एकंदरीत वर्णन.

हे सगळं असलं तरी सावकाराला मूलबाळ नव्हतं. बायको मात्र देखणी होती. श्रीमंत लोकांचं एक मात्र बरं असतं. स्वत: दिसायला कसेही वेडेविद्रे असले, तरी त्यांना बायको मात्र झकास मिळते. कारण— पैसे! श्रीमंती. (त्यामुळे नजरेत भरलेली सुंदर मुलगी, बायको म्हणून पटकावणं त्यांना सहज शक्य होत असतं.) सावकारीणबाई लग्नाच्या वेळी चौदा वर्षांच्या होत्या, तर सावकार पंचवीस वर्षाचे. अकरा वर्षांचं अंतर. सुरुवातीची थोडी वर्षं नैसर्गिक कारणामुळे वाट पाहावी लागली. पण पुढंही काही कारणामुळे वाटच वाट पाहावी लागली. सुंदर सावकारीण बाई वयात आल्यावर त्यांना, 'ह्यो ह्यो नवरा नको गं बाई' असं वाटू लागलं. साहजिकच 'त्यो-त्यो यार हवाय गं बाई' असं होऊ लागलं. काही दिवस जाईपर्यंत सावकरांना पत्ताच नव्हता. खरं आणि नेमकं सांगायचं म्हणजे, 'दिवस जाईपर्यंत' पत्ता नव्हता. पत्ता लागल्यावर सावकारांना आनंद वाटला. परंतु तो आनंद क्षणिकच ठरला. कारण 'शरीरस्पर्शविवर्जित' हे असं कसं घडलं? पुराणकाळात ठीक होतं. पंडूच्या अनुपस्थितीतही कुंतीला मुलगा झाला होता. परंतु आपल्या 'कुंतीला' कोणता सूर्य भेटला? सावकार अस्वस्थ झाले होते. परमेश्वरालाच सावकाराची आणि सावकारीणबाईची काळजी; शिवाय देशाच्या वाढत्या लोकसंख्येचीही! 'ॲबॉर्शन' हा शब्द चोरट्या व्यवहारांना केवढा मोठा दिलासा आहे! करून-सवरून सहिसलामत मुक्तता! ॲबॉर्शनमुळे 'निष्काम कर्मयोगा'चं फळ मात्र नाही. असं हे कर्मयोगशास्त्र आहे.

पुढं यथाकाला तरुण, देखण्या, अष्टादशवर्षीय सावकारीणबाई त्यांचा यार छगनराव पाचपुते याच्या बरोबर मुंबईला पळून गेली. आडनाव पाचपुते असल्यामुळे आणखी चार मुले व्हायला काहीच हरकत नव्हती. सावकारीणबाई पळून गेल्यावर सावकार अस्वस्थ झाले होते. होणारच! 'देखणी बायको दुसऱ्याची' या फर्मास नाटकाचा प्रयोग घरातच झाला होता. फक्त अन्वयार्थ निराळ्या पद्धतीनं घ्यायचा... मूळ नाटकात, 'दुसऱ्याची बायको देखणी' असा अन्वय लावून अर्थ घ्यायचा आणि या ठिकाणी 'देखणी बायको, दुसऱ्याची (झाली)' असा अन्वय लावून अर्थ घ्यायचा. या प्रकारामुळे सावकार एक प्रकारे 'विधुर'च झाले होते. निरनिराळ्या 'स्थळां'ना भेटी देऊन 'दुग्धतृष्णा ताकपर्याय' न्यायानं भागवत होते. पण दूध ते

दूधच आणि ताक ते ताक!

हे सगळं खरं; 'दूध' गेलं, 'ताक' प्यायले; पण जनाबाईचं काय झालं? लक्षात आहे. गोष्ट आहे जनाबाईची. पण थोडीशी फ्लॅशबॅक पद्धतीनं आधीची एक स्टोरी सांगितली पाहिजे ना? फ्लॅशबॅक स्टोरी सांगून झाली. आता मेन स्टोरी पुढं सुरू. 'गरीब बिचारी फेम' चिमुरडी जनाबाई सावकाराच्या वाड्यावर नेहमी येत-जात असे. हे वाक्य आधी स्टोरीची लिंक जुळवण्यासाठी पुन्हा सांगावं लागतं. येणं-जाणं सुरूच होतं. जनाबाई परकाराचा ओचा खोचून आईला भांडी घासायला, केरवारे करायला मदत करत असे. तेवढीच आईला मदत. पोरगी आता हाताशी आली, याबद्दल आईला बरं वाटत होतं.

दिवसांमागून दिवस जात होते. त्यामुळे एक गोष्ट आपोआपच घडत होती. जनाबाई एकेका वर्षानं मोठी होत होती. दहानंतर चौदा, चौदानंतर पंधरा, या अंकलिपीतल्या आकड्यांच्या क्रमानं तिचं तारुण्य वाढत असताना एके दिवशी सावकारांच्या लक्षात ही गोष्ट आली. येणारच की! देवानं डोळे कशाला दिलेत? यासाठीच ना? सावकार मनात म्हणाले, 'च्यायला! (म्हणजे कुणाच्याही आयला नव्हे. हा आपला एक बोलण्याचा भाग) सखूबाईची पोरगी जनाबाई आता, कम इन एज हं!' वयात आली, हा भाव त्यांनी त्यांच्या इंग्लिशमधून व्यक्त केला. सावकारांना जनाबाईकडे बघायची निराळीच दृष्टी आली. निराळी म्हणजे काय? त्यांच्या दृष्टीनं नेहमीच्याच सरावाची.

सावकारांना असं जाणवू लागलं की, जनाबाई आता परकरी मुलगी राहिली नाही. म्हणजे, साडी घेणं ओघानंच आलं. काय योगायोग बघा तरी. दिवाळीच्या आधी साठ दिवस त्यांना जनाबाई वयात आल्याचं समजलं. म्हणून दिवाळीच्या सणाचं खोटं-खोटं निमित्त पुढं करून सावकारांनी जनाबाईसाठी दोन सुंदर साड्या आणि ब्लाऊज पीस दिले. जनाबाईलाच मात्र दिलं, याचा संशय वाटू नये म्हणून सखूबाईलाही एक साधी साडी दिली. सखूबाई आई असली तरी दिसायला साधारण होती. म्हणून तिला साधारण साडी दिली. साडी-ब्लाऊज यांच्या अनुषंगानं लागणाऱ्या अन्य वस्त्रांसाठी सावकारांनी शंभर एक रुपये रोख दिले.

दिवाळीच्या पाडव्या दिवशी पंधरा वर्षांच्या जनाबाई सावकारांना नमस्कार करायला म्हणून नवीन साडीत गेल्या. परकरातून साडीत गेल्याबरोबर जनाबाई चांगल्याच उफाड्याच्या दिसू लागल्या. सावकार हरखूनच गेले. गेली काही वर्षं हे देदीप्यमान माणिक, तेजस्वी, हिरा, अनमोल रत्न रोज आपल्या घरी येत होतं; पण जनाबाई एवढ्या अफलातून सुंदर, आकर्षक, मोहक, मादक, स्मार्ट, देखण्या असतील याचा पत्ताही नव्हता. जनाबाईचं समग्र वर्णन या कथेच्या प्रारंभी दिलं

आहेच. ते-ते सर्व पाहून सावकार म्याडच झाले. पळून गेलेली बायको सुंदर होती पण जनाबाई, 'लाखो बायकांत अशी देखणी, तिच्यासारखी पहिली नाही गं कुणी' अशी अति उच्च कॅटॅगरीत मोडणारी होती. आपल्या सखूबाई मोलकरणीच्या पोटी अशी अप्सरा, रंभा, मेनका, तिलोत्तमा जन्माला यावी, हे आश्चर्यच! शिवाय शिरपा गड्याला अशी बेस्टेस्ट मुलगी व्हावी, हेसुद्धा आश्चर्यच. पण आश्चर्य वाटून तरी काय उपयोग? प्रत्यक्ष तशी वस्तुस्थितीच होती.

दिवाळीच्या पाडव्याचा मुहूर्तच तो! भलताच पॉवरफुल असतो. सावकार तसे गेली काही वर्षं मोकळेच होते. मोकळे म्हणजे काय, बायको पळून गेली. त्यामुळे आणि तेव्हापासून ती मोकळी जागा भरून काढावी, असा विचार सावकारांच्या मनात आला. जनाबाई जादू व्हावी तशी सावकारांच्या मनात भरली. (पूर्वाधार : 'सुंदरा मनामधि भरली' —रामजोशी) या उमलत्या कळीशी, पाडाला आलेल्या आंब्याशी लग्न करावं, असा अप्रतिम आणि अंत:करणाला गुदगुल्या करणारा, आणि गुदगुल्या झाल्यानंतर त्याच अंत:करणावरून हळुवारपणे मोरपीस फिरवणारा विचार सावकारांच्या मनात आला. जनाबाई काहीच्या काहीच सुंदर आहे याचा साक्षात्कार झाल्याबरोबर सावकरांनी लगेच जनाबाईशीच लग्न करण्याचा निश्चय केला. 'शुभस्य शीघ्रम' असं शास्त्रवचन आहे.

सावकरांनी दुपारची शिरपा आणि सखूबाई यांना वाड्यावर बोलावून घेतलं. ते आल्यावर सावकार म्हणाले, "तुम्ही दोघे माझे सासू-सासरे व्हावेत, अशी माझी इच्छा आहे."

हे वाक्य, शिरपा आणि सखूबाई या दोघांच्याही मिळून चारही कानांना संपूर्णपणे अपरिचित होतं, त्यामुळे ते क्षणभर स्तब्धच झाले.

"मग काय? होणार ना माझे सासू-सासरे?" सावकारांनी तोच प्रश्न पुन्हा विचारला.

"मालक, गरिबाची कसली चेष्टा करताय सणासुदीच्या दिवशी?" शिरपा लाचार चेहरा करत म्हणाला, "आम्ही, तुम्ही दिलेल्या तुकड्यावर जगणारी गरीब माणसं! पायीची वहाण पायी बरी!"

"अरे, मी चेष्टा करत नाही." सावकार म्हणाले, "तुमची जनाबाई मला फार आवडली. फार लाघवी, सरळ स्वभावाची, मर्यादाशील मुलगी आहे. म्हणून तिच्याशी लग्न करायचा माझा विचार आहे. तुमचा काय विचार आहे?"

"मालक, तुम्ही सावकार; आम्ही हे असले गरीब—" सखूबाई म्हणाली.

सावकाराच्या आग्रहापुढं आणि इच्छेपुढं त्या तिघांचाही इलाज नव्हता, कारण ते सारं कुटुंबच गेल्या दोन पिढ्यांपासून सावकार घराण्याचं मिंधं होतं.

जनाबाई अमेरिकेल्या गेल्या ❑ ११५

म्हणून नाही म्हणणंच शक्य नव्हतं. जनाबाईला तर स्वत:चा चॉईसच नव्हता. मुळात तिचे आई-बापच सावकाराचे जन्माचे ऋणी होते, मिंधे होते. त्यामुळे जनाबाईला नकार देणं शक्यच नव्हतं. सावकाराचं वय त्या वेळी पंचेचाळीस होतं, तर जनाबाईचं पंधरा. दोघांत तब्बल तीस वर्षांचं अंतर होतं. शिवाय जनाबाई अतीव सौंदर्याचं एक टोक, तर सावकार कुरूपपणाचं दुसरं टोक. सगळाच विषम प्रकार. पण श्रीमंतांच्या इच्छेपुढं गरिबांचं काय चालणार?

एका तीर्थक्षेत्राच्या ठिकाणी जाऊन सावकारांनी जनाबाईंशी लग्न केलं. गावी परत आल्यावर सावकार आणि जनाबाई यांचा सेकंडहँड संसार सुरू झाला. चांगल्या-चांगल्या साड्या, फॅशनेबल ब्लाऊज-ब्रेसिअर, दागदागिने, स्नो, पावडर, क्रीम, अंघोळीला भारी साबण, नेलपेंट, पायांत पैंजण, कानात झुमके, नाकात चमकी, कुंकवाची ठसठसीत टिकली, हिरवा चुडा, सोन्याचं मंगळसूत्र— यांनी काल-परवापर्यंत फाटक्या परकर-पोलक्यात वावरणाऱ्या जनाबाई लग्न झाल्यावर एकदम राजाच्या राणीसारख्या दिसू लागल्या. इतक्या दिवसांपर्यंत जनाबाईकडे रस्त्यानं जाताना कुत्रंसुद्धा ढुंकून बघत नव्हतं. (परस्त्रीकडे ढुंकून, वळून, डोळे मिचकावून वगैरे पद्धतीनं बघण्याची मानवी चाल कुत्र्यांमध्ये नसते. आपण भले की आपली सौ. कुत्री भले!)

आता मात्र जो-तो जनाबाईकडे वरील तीन प्रकारांशिवाय डोळे फाडून, टक लावून, जमल्यास एका डोळ्याचं आकुंचन करून पाहू लागला. आपण सगळ्यांच्या नजरेत भरण्याइतपत सुंदर आहोत याचा साक्षात्कार जनाबाईंना झाला. गावातले सगळ्या वयोगटांतले पुरुष आपल्याकडे वखवखलेल्या नजरेनं बघतात, हे समजल्यावर त्यांचा अहंकार भलताच सुखावला. शिळे तुकडे गेले आणि साजुक तुपातला बदामाचा शिरा आला. कानतुटक्या कपातला कळकट चहा गेला आणि केशर, वेलची, बदामयुक्त मसाला दूध आले. त्यामुळे जनाबाईंच्या शरीरावर निराळाच तजेला दिसू लागल्या. वयाच्या पंधराव्या वर्षीच जनाबाई परिपूर्ण स्त्री दिसू लागल्या.

लग्न होऊन जेमतेम चार महिने झाले असतील, एवढ्यात जनाबाईंना कोरड्या उलट्या होऊ लागल्या. काय हा कामाचा उरक! (आणि कुणाचा?) त्यामुळे जनाबाई सुखावल्या. चेहऱ्यावर आणखी एका तेजाची भर पडली. शुक्ल पक्षातील चंद्राप्रमाणे गर्भ दिन-प्रतिदिन वाढत होता. सावकारही हा शुक्लपक्षीय चांदोबा बघत होते. चांदोबा आपलाच असेल ना, की पहिल्या बायकोप्रमाणं दुसऱ्याचा असेल? सावकार मनातून अस्वस्थच होते. मूल जन्माला आल्यावर पिता कोण याचा रिझल्ट तोंडावळ्यावरून लागेल, या विचारानं सावकार नववा महिना संपण्याची वाट पाहत दिवस मोजत होते. अतिसुंदर बायको असली की, असल्या

नाही-नाही त्या शंका येत असतात. या सोज्वळ जनाबाईंनीही लग्नानंतर आणखी कुठं दुसरं एखादं खातं उघडलं तर नसेल ना, अशीही भयंकर शंका सावकारांच्या मनात येऊन गेली. 'वैरी न चिंती ते मन चिंती' अशी म्हणच आहे. त्याचा प्रत्यय सावकारांना येऊ लागला. मनच ते! चावट लेकाचं!

जनाबाई गरोदर असल्यामुळे खाण्या-पिण्याची चंगळ होती. काम तर काडीचंही नव्हतं. बघता-बघता जनाबाईचं विवाहापूर्व अडतीस किलो वजन आता चक्क पन्नास किलो (पोटातल्या बाळराजेसह) झालं. आकाशातला चंद्र कलेकलेने वाढत होता, तर चंद्रमुखी जनाबाईंचं वजन किलो-किलोनं वाढत होतं. पूर्वाश्रमी अतिशय गरिबी होती. तिची आई तिला पोटात घेऊनचं सर्व कामं करीत असे. डोहाळे लागणं आणि लाडक्या राणीचे डोहाळे पुरवणं असले श्रीमंती चोचले तिच्या माहेरी कुणालाही आणि कधीही शक्य नव्हते. पण जनाबाईंना मात्र छान-छान डोहाळे लागू लागले. जात्यावर बसल्यावर सहज ओवी सुचावी इतक्या सहजपणे पूर्वानुभव नसतानाही हे डोहाळे सुचू लागले. जनाबाईंना कधी गुलाबजाम खावेत, असं वाटू लागलं तर कधी बदामी हलवा खावा, असं वाटू लागलं. चिंचा खाणं, कैरी खावंसं वाटणं, चोरून भिंतीचे पोपडे काढून ती माती खाणं— असले डोहाळे गावामधल्या ऑर्डिनरी बायांना लागतात. पण जनाबाई आता ऑर्डिनरी नव्हत्या. त्या सावकारीण झाल्यामुळे एक्स्ट्रॉ-ऑर्डिनरी झाल्या होत्या. गरोदर बायकांतल्या त्या व्ही. आय. पी. होत्या. त्यामुळे त्यांचे डोहाळे भारी-भारी होते. "इथला उकाडा सहन होत नाही, कुठं तरी थंड ठिकाणी चार दिवस राहावं असं वाटतंय," असं जनाबाईंनी म्हणायचाच अवकाश; सावकार तिला घेऊन महाबळेश्वरला गेले. हे नाव जनाबाईंनींच काय त्यांच्या बापाच्या बापानंही बापजन्मी ऐकलं नव्हतं. त्या तर महाबळेश्वरला चक्क पंधरा दिवस राहून आल्या.

सावकार खुषीत होते. तरीही त्या खुषीला एक शंकायुक्त चिंतेची (किंवा, चिंतायुक्त शंकेची असं म्हटलं तरी चालेल. त्यात काही फरक पडणार नाही.) किनार होती. ही शंकायुक्त चिंता— चिंतायुक्त शंका दोन्ही उलटसुलट असूनही सारख्याच आहेत. 'तो कवि डालडा विकतो' हे वाक्य डावीकडून उजवीकडे वाचा किंवा अक्षर जुळवत-जुळवत उजवीकडून डावीकडे, अशा क्रमानं वाचा. तो कवि डालडा विकतो, कायम आहे. सावकारांची स्थिती तशी झाली होती. जनाबाईंच्या पोटात शुक्लेंदुवत् वाढणारे चिरंजीव किंवा चिरंजीवीनी हे प्युअर सावकाराचं बीज आहे की हायब्रीड बियाणं आहे, याची त्यांना शंका, चिंता वाटत होती. अत्यंत सुंदर तरुण बाई बायको असल्यावर काय मानसिक व्यथा असतात, ते तिच्या (दिसायला अगदीच 'हा' असलेल्या) नवऱ्याला आणि परमेश्वर सर्वज्ञ असल्यामुळे

परमेश्वराला— असं फक्त दोघांनाच माहीत असतं. सावकार वरकरणी आनंदी व मनातून चिंतातूर अशा द्विधा अवस्थेत होते. जनाबाईंना दिवस गेल्यावर दिवसांमागून दिवस जात होते.

उत्कंठा शिगेला पोहोचणारा तो दिवस उगवला. जनाबाई आणि पतिराज सावकार या दोघांनाही दिलासा देणारी एक गोष्ट घडली. दिलासा देणारी गोष्ट ही की, जनाबाईंना मुलगी झाली. मुलगी झाली ही दिलासा देणारी गोष्ट होती, असं म्हणण्यापेक्षा, ती मुलगी मातृमुखी होती. जनाबाईंसारखी दिसत होती. मुलगी किंवा मुलगा पितृमुखी झाला की त्या मातेची पंचाईत होते. नवऱ्याच्या चेहऱ्यासारखा दिसला, तर काही अडचण नसते; पण चोरट्या जन्मदात्याप्रमाणे चेहरा दिसू लागला, तर सगळचं बिंग बाहेर पडतं. म्हणून मातृमुखी मुलगी झाल्यामुळे जनाबाईंनी सुटकेचा नि:श्वास टाकला होता. सावकारांनीही अज्ञात सुख या न्यायानं, झालेलं मूल आपलंच, असं समाधान मानून घेतलं.

प्रसूतिगृहात असताना जनाबाई आणि डॉक्टर यांच्यात काही बोलणं झालं. त्यानंतर डॉक्टरांनी सावकरांना असा वैद्यकीय सल्ला दिला की, जनाबाईंचं ऑपरेशन करून टाकावं. त्यांच्या प्रकृतीच्या दृष्टीने ते ठीक होईल. सावकारांना हा सल्ला लगेच पटला. जनाबाई ही तशी गरिबाघरची गरीब स्वभावाची मुलगी आहे, ती पहिल्या बायकोसारखी भानगड करणार नाही, असं सावकारांना वाटत होतं. ते सगळं खरं; पण जनाबाई आता वयात आली आहे, श्रीमंतीत वावरते आहे, या दोन्ही गोष्टी वाईटच आहेत. वाकडं पाऊल कधी पडेल, हे सांगता येणं कठीण आहे. निदान यापुढं जनाबाईंना मूल होणार नाही, ही केवढी समाधानाची गोष्ट होती! नाही तर प्रत्येक वेळी मूल मातृमुखीच होईल याची काय गॅरंटी? सावकार असल्या पद्धतीनं विचार करत होते. प्रसूतिगृहातून जनाबाई कन्यारत्नासह घरी आल्या. घरात आनंदी वातावरण निर्माण झालं.

बारसं थाटामाटात साजरं झालं. बारश्याला खूप साळकाया-माळकाया आल्या होत्या. त्या जनाबाईंच्या कन्येचं 'कौतुक' करत होत्या. बारशादिवशीचं 'कौतुक' काही खरं नसतं. बोलायचं बाळाला उद्देशून, पण लागू पडावं घरातल्या मोठ्या माणसांना. उदाहरणार्थ— एका बारश्याच्या वेळी मुलाला उद्देशून, गालावरून हात फिरवून म्हणाली होती, 'अरे लब्बाडा! अजून महिनासुद्धा जन्मून झाला नाही. पण सगळीकडे बघतोय कसा टकमक! गुलाम वडिलांच्या वळणावर गेलाय! आतापासूनच बायकांकडे बघतोय. (लगेच चाल बदलून) नाही गं बाई! छकुलं बाबांच्या वळणावर मुळीच जाणार नाही.' दुसरी ठकी प्रेमानं बाळाच्या गालावरून हात फिरवून म्हणते, 'लब्बाड! मोठा झाल्यावर चांगलं वागायचं, बरं का! मुलींच्या मागून हिंडायचं

नाही! कळलं का? नाही तर काय होतं माहीत आहे का? तुझ्या काकाला कॉलेजात मुलीकडून मार बसला होता, तसा मार बसेल. उगी उगी! आता तुला कुणी मारत नाही. माझं गुणाचं लेकरूं आहे.' बारश्याच्या वेळी बाळाच नाव पुढं करून, असं 'कौतुक' केलं जातं. जनाबाईंनाही या कौतुकाचा थोडासा प्रसाद मिळाला.

सावकारांनी मुलीचं नाव 'जनुजा' असं हेतुपूर्वक ठेवलं. जनाबाईना ते प्रेमाने जनू असं म्हणायचे. जनूपासून जन्मली म्हणून जनुजा. कुणा दुसऱ्या पुरुषापासून जन्म झाला वगैरे शंका येऊ नयेत, म्हणून 'जनुजा' नाव ठेवलं. जन्माच्या संदर्भात आईच्याच नावावर लक्ष केंद्रित व्हावं म्हणून जनुजा नाव ठेवलं. जनुजा दिन-प्रतिदिन वाढत होती. ती सावकाराच्याच घरात जन्मली होती, म्हणून कशाचीही कमतरता नव्हती. दोन महिन्यांतच जनुजानं चांगलंच बाळसं धरलं. हळू-हळू ती छान-छान दिसू लागली. छान छाननंतर गोंडस दिसू लागली. गोंडसनंतर मोहक दिसू लागली. मोहकनंतर आकर्षक दिसू लागली. आकर्षकनंतर स्मार्ट दिसू लागली. स्मार्टनंतर ला-जबाब दिसू लागली. ला-जबाबानंतर खूबसुरत दिसू लागली. दर्द-ए-दिलनंतर मलिका-ए-खूबसुरत दिसू लागली. मलिका-ए-खूबसुरतनंतर एकापाठोपाठ एक या क्रमानं रंभा, अप्सरा, मेनका दिसू लागली. त्यानंतर मदनाची मंजिरी दिसू लागली. असं होता-होता 'धोक्याचं फेम' असं सोळावं वर्ष जनुजाला लागलं. (कमाल आहे की नाही? जनुजाच्या सौंदर्याला निरनिराळी विशेषणं लावत-लावत तिला अवघ्या एकाच पॅरिग्राफमध्ये सोळा वर्षांची करून टाकली. याला म्हणतात लेखनाचा उरक! (डोंबलं!)

या पंधरा-सोळा वर्षांत जनुजानं काय केलं? मुख्य म्हणजे, सावकारांनी तिला शिक्षणासाठी पहिल्यापासून मुंबईला ठेवलं होतं, असं म्हटलं म्हणजे जनुजाला मुंबई महानगरपालिकेच्या मराठी शाळेत घातलं की काय, असा गैरसमज होईल. म्हणून बॉम्बे म्हणायचं. कारण जनुजाला इंग्लिश माध्यमाच्या कॉन्व्हेंट स्कूलमध्ये घातलं होतं. (मराठी साळंत न्हवं.) जनाबाईंनाही मुंबईत ठेवलं होतं, पोरीवर लक्ष ठेवायला. घरातलं मायेचं माणूस कुणी तरी पाहिजे. (हा झाला बाह्य हेतू. गावात राहून तिनं गुण उधळू नयेत, म्हणून दूरच ठेवलेली बरी, हा अंत:स्थ हेतू) जनाबाई तशा जाऊन-येऊन होत्या. सुट्या लागल्या की, मायलेकी दोघी गावी यायच्या. जनुजाबरोबर राहून-राहून जनाबाईंनाही इंग्लिश बोलायला येऊ लागलं होतं. लिहिण्या-वाचण्याचं थोडंफार जमलं होतं. नाही तर काय, इंग्लिश बोलायला आलं म्हणजे झालं; ते खरं महत्त्वाचं असतं. जनाबाईंना ते हळूहळू जमू लागलं.

बॉम्बेत राहिल्यामुळे आणि इंग्लिश माध्यमातून शिकल्यामुळे जनुजा चांगलीच चुणचुणीत, हुषार, धीट झाली होती. (तिच्या मते स्मार्ट, क्लेव्हर आणि बोल्ड!)

पंधरा पूर्ण झाले तेव्हा तिचं शालेय शिक्षण संपलं होतं. आता कॉलेजात जायला पाहिजे. जनुजानं सावकारांना सांगितलं, "डॅडी, इंडियातलं कॉलेज एज्युकेशन बोगस असतं. इंडियातले ग्रॅज्युएट्स, डिग्री होल्डर्ससुद्धा इल्लिटरेट असतात. इंडियात शिकून लाईफमधली व्हॅल्युएबल इअर्स व्हाय वेस्ट करायची? म्हणून मी फर्दर स्टडीसाठी अमेरिकेला जाणार आहे."

सावकारांना इंग्लिश शब्दांच्या जंजाळातून जनुजाला अमेरिकेला जायचंय, एवढंच कळलं, जे कळलं, ते महत्वाचं होतं. जनुजा म्हणाली, "तुम्ही मला अमेरिकेला पाठवा. ममी आता यापुढं तुमच्याकडेच राहील. नाऊ तुम्ही सिक्स्टी इयर्स ओल्ड झाला आहात. ममी तुमच्याजवळ असणं आवश्यक आहे, या एजमध्ये."

आता पुढचं कथन पटापट. जनुजा फर्दर स्टडीसाठी अमेरिकेला गेली. खुद्द राजधानी वॉशिंग्टन इथंच होस्टेलमध्ये राहत होती. थोड्याच दिवसांत ती तिथल्या वातावरणात रुळली. सर्वांचा परिचय झाला. बघता-बघता ती लोकप्रिय झाली. इंग्लिशचे प्रोफेसर जॉन जेनसन यांची ती पेट स्टुडंट झाली होती. ती एकसारखी 'सर— सर— सर' करत होती. जॉन सर एकदम स्मार्ट आणि तरुण होते. जॉन सरांची ती आवडती विद्यार्थिनी झाली होती.

जनाबाई इकडे गावी येऊन आपले पतिदेव सावकार यांच्यासह राहू लागल्या. साठी नुकतेच ओलांडलेले सावकार आणखीच कसे तरी दिसू लागले. एकावन्नाव्या वर्षी ते एकसष्ट वर्षांचे दिसत होते. याच क्रमानं साठाव्या वर्षी ते चक्क सत्तर वर्षांचे दिसत होते. हे झालं सावकाराचं वयोमान. जनाबाईच्या बाबतीत मात्र उलट प्रकार दिसत होता. त्यांना पंचविसावं वर्ष लागलं, तेव्हा त्या चोवीस वर्षांच्या दिसायचा. सव्विसावं वर्ष लागलं, तेव्हा तेवीस वर्षांच्या वाटायच्या. वयाचं एका वर्षानं पुढं सरकणं आणि प्रत्यक्षात एकेक वर्षानं मागं आल्यासारखं दिसणं, असा प्रकार सुरू होता. हातात टाळ घेऊन त्या लयीत 'ग्यानबा-तुकाराम' म्हणणारे वारकरी, ग्यानबा म्हटलं की एक पाऊल मागं टाकतात. अन् तुकाराम म्हटलं की एक पाऊल मागं टाकतात; जनाबाईचं वय असंच ग्यानबा-तुकाराम करत होतं. ग्यानबा म्हटलं की वय एक वर्षानं पुढं सरकायचं आणि तुकाराम म्हटलं की, प्रत्यक्ष 'दिसणं' एक वर्षानं मागं सरकायचं. या ग्यानबा-तुकाराम पद्धतीनं सध्याच्या एकतीस वर्षांच्या जनाबाई जेमतेम एकोणीस-वीस वर्षांच्या दिसतात. मुंबईत असताना तर जनाबाई आणि जनुजा बहिणी-बहिणीच वाटायच्या. (थोडंसं कंसात— मुंबईत असताना एकदा जनाबाईंनी जनुजाचा मिनिफ्रॉक आणि त्यावरचा ब्लाऊज घातला होता. तेव्हा तर जनाबाई आणखीच लहान दिसू लागल्या होत्या. घरातल्या घरातच घातला होता, तेव्हा खुद्द जनुजाच जनाबाईंना म्हणाली होती— 'मम्मी, यू किनई लुक

लाईक माय यंगर सिस्टर इन धिस् मिनिफ्रॉक.' बोला आता! आणि चला कंसाबाहेर)

आता अमेरिकेत काय चाललंय— हे पाहू या. जनुजाला एकसारखं वाटायचं— आपण एकसारखं इंग्लिशच शिकावं आणि प्रो. जॉन जेनसन यांनाही वाटायचं की, आपण एकसारखं जनुजाला इंग्लिश शिकवत बसावं. दोघांच्याही या तीव्र इच्छेमुळे ते दोघेही वारंवार भेटू लागले. दोघांच्याही ओठांतून एकसारखे इंग्लिशांचे 'चक्' 'चक्' असे आवाज येऊ लागले. इतक्या जवळून जॉन सरांनी चक् चक् इंग्लिश शिकवल्यामुळे जनुजासुद्धा चकाचक इंग्लिशचा जोरदार सराव करू लागली.

जनुजाला अमेरिकेत राहून चार एक महिने झाले होते. प्रो. जॉन जेनसन यांची ओळख होऊनही साधारण तेवढेच महिने झाले होते. एके दिवशी जनुजाचं अमेरिकेतून जनाबाईंना पत्र आलं. त्या पाकिटात दोन पत्रं होती. एका पत्रात आपण आजारी असल्याचं लिहिलं होतं. दुसऱ्या पत्रात असं लिहिलं होतं की— मम्मी गं, मला 'डेज हॅव गॉन', असं काही तरी वाटतंय. अस्सल इंग्लिश नाही समजलं तर घोटाळा नको म्हणून 'मराठी इंग्लिश'मधून मातृत्वाची चाहूल कळवली होती. ती दुसरी चिठ्ठी वाचून फाडून टाक, असंही जनुजानं लिहिलं होतं. उगीच बोभाटा नको. जनाबाईंच्या लक्षात एकंदर प्रकार आला. दुसऱ्या पत्रातल्या कारणासाठी जनुजानं आपल्याला अमेरिकेमध्ये बोलावलं आहे, हे तिनं चाणाक्षपणे जाणलं. सावकारांना दाखवण्यासाठी पहिलं पत्र होतंच. जनाबाईंनं ते आजारपणाचं पत्र सावकारांना दाखवलं. त्यानंतर बारीक तोंड करून म्हणाल्या, "लेकरू तिकडे अमेरिकेत एकटंच आहे. आजारी आहे. मला तिच्याकडे गेलंच पाहिजे. पोरगी माझ्या वाटेकडे डोळे लावून बसली असेल."

सावकारांनाही पटलं. नाही तरी सावकार थकले होते. जनाबाई इंडियात असल्या काय आणि अमेरिकेत असल्या काय; सारखंच. एकंदरीत त्या स्पर्शविरहित होत्या. सावकारांनी जनाबाईंची अमेरिकेला जायची व्यवस्था केली. जनाबाई वॉशिंग्टनच्या विमानतळावर उतरल्या तेव्हा जनुजा त्यांना न्यायला आली होती. मुक्कामाच्या ठिकाणी गेल्यावर जनुजा आईला म्हणाली, "मम्मी, कसं करायचं गं आता?"

"एवढ्यातल्या एवढ्यात तू परदेशात हे असलं मेतकूट कसं काय जमवलंस?' जनाबाईंनी विचारलं.

"मम्मी गं, माझे इंग्लिशचे प्रोफेसर आहेत ना, ते एकसारखे जवळ बसून मला अमेरिकन इंग्लिश शिकवत असतात. ते म्हणतात की, इंग्लंडमधलं इंग्लिश क्लासरूममध्ये बसून शिकता येतं; पण अमेरिकन इंग्लिश मात्र अगदी जवळ बसून शिकलं, तरच नीट येतं. सरांनीच तसं सांगितल्यामुळे मला अगदी चिकटून बसावं लागलं. मम्मी, अशानं काय होतं ते तू जाणत असशीलच. म्हणून तर मी तुला

बोलावून घेतलंय.'

"तुझा प्रोफेसर जॉन का डॉन बराच लबाड दिसतोय की! अमेरिकन इंग्लिश जवळ चिकटून बसल्यावर चांगलं शिकता येतं काय?" जनाबाई म्हणाल्या, "त्याला बोलावून घे. आणि हे बघ जनुजा, मी मम्मी आहे म्हणून डोन्ट टेल हिम! नाही तर त्याला उगीचच संकोचल्यासारखं वाटायचं."

"नाही तरी मम्मी, तू माझ्या अेल्डर सिस्टरसारखीच दिसतेच." जनुजा म्हणाली.

प्रो. जॉन जेनसन आले. त्यांना पाहून जनाबाई मनातल्या मनात हरखूनच गेल्या. असल्या राजबिंड्या प्रोफेसरच्या अगदी जवळ बसून अमेरिकन इंग्लिश शिकण्याचा मोह कुणाला बरं होणार नाही? आणि पुढचा मोह कुणाला बरं टाळता येईल? जनुजाचं— लेकराचं फार चुकलं असेल, असं तरी कसं म्हणावं?

आता पुढचं काम. मायलेकी डॉक्टरकडे गेल्या. डॉक्टरांनी जनुजाला नीट तपासलं. डॉक्टर म्हणाले, "तुम्हांला वाटतं तसं काही झालं नाही. मी गोळ्या देतो. पुन्हा नेहमीप्रमाणं सुरळीत होईल."

दोघींनीही सुटकेचा निःश्वास टाकला. मातृत्वाची चाहूल लागली होती, ती चाहूल नसून नुसतीच हूल होती; तर दिवस गेल्याचा भास होता.

"मम्मी, आलीस तर राहाच इथं चार-सहा महिने. तुझ्यावाचून डॅडींचं काही अडत नाही आणि तुझंही डॅडींवाचून अडत नाही. राहा इथंच."

'पोरीचा फारच आग्रह झाला म्हणून अमेरिकेतच तिच्याजवळ चार-सहा महिने राहते', अशा आशयाचं पत्र जनाबाईंनी सावकार पतिदेवांना पाठवले. उलट-टपाली सावकारांची संमती आली.

"जनुजा, माझं इंग्लिश बरंच कच्चं आहे. बॉम्बेत असताना तुझ्या नादानं एस-फेस करत होते, तेवढेच. ते कसलं इंग्लिश?" जनाबाई म्हणाल्या.

"मग तुझा काय बेत आहे मम्मी? अमेरिकन फाडफाड इंग्लिश शिकायचंय तुला?" जनुजानं टीनएजर दिसणाऱ्या महन्मंगल मातोश्रींना विचारलं.

"शिकवतील ना!" जनुजा म्हणाली.

"शिकवतील तर बरं होईल बाई." जनाबाई आतुरतेनं म्हणाल्या.

जनुजा कॉलेजात सहा-सात तास असायची. प्रोफेसर जॉन यांना ऑफ पिरियड असले की ते जनाबाईंकडे येऊन 'चिकटून मेथड'नं अमेरिकन इंग्लिश शिकवू लागले. व्हायचं तेच झालं. आता जनाबाईंना मातृत्वाची चाहूल लागली. ही मात्र चाहूल होती; नुसतीच हूल नव्हती. प्रोफेसर जॉनही एव्हाना जनाबाईंच्या प्रेमात पडले होते. त्यांनी जनाबाईंचा सवत्स स्वीकार करण्याचं ठरवलं. जनाबाईंनाही बरं

वाटलं. आपल्यापेक्षा सहा वर्षांनी लहान असलेला उमदा, हँडसम नवरा मिळाला म्हणून आनंद झाला. आणि आपल्याला सहा वर्षांनी लहान (?) अशी ब्युटिफुल, स्मार्ट बायको मिळाली म्हणून प्रो. जॉन यांनाही आनंद वाटला.

ते ऑपरेशन ना? तो बनाव होता. जनाबाईनं सावकाराची भुणभुण रोज मागं लागू नये, म्हणून खोटंच सांगितलं होतं. आता मुक्काम पोस्ट वॉशिंग्टन इथं, प्रोफेसर जॉन जेनसन, मिसेस जनाबाई भ्रतार जॉन जेनसन आणि मिस जनुजा अशी 'जन' वर्गातली मंडळी राहत होती. मुलगीच झाली तर तिचं नाव जेनी ठेवायचं आणि मुलगा झाला तर त्याचं नाव जॉनसन असं ठेवायचं, असं जनाबाईंनी ठरवलं. नाही तर जॉनपासून होणारा सन हा जॉनसनच की!

जनाबाईंनी सावकारांना पत्रानं कळवलं की, 'माझं लग्न लहानपणी आपल्याशी माझ्या मनाविरुद्ध आई-वडिलांनी मिंधेपणापोटी केलं होतं. त्या वेळी तुमच्या-माझ्यात तीस वर्षांचं अंतर होतं. वगैरे वगैरे. आता मी अमेरिकेतच राहायचं ठरवलं आहे. माझे हे खूपच हँडसम असून माझ्यापेक्षा सहा वर्षांनी तरुण आहेत. आणि मी त्यांच्यापेक्षा सहा वर्षांनी तरुण दिसते. वगैरे वगैरे. आणखी जास्त काय लिहू? आपली एक्स - वाईफ जनाबाई.'

फाटका परकर, फाटकं पोलकं आणि शिळ्या भाकरीचे तुकडे ते थेट अमेरिकेतील प्रोफेसरशी अमेरिकन इंग्लिश फाड-फाड बोलणं— असा प्रवास करणाऱ्या जनाबाईंची ही अशी चित्तरकथा आहे.

ଔଔଔ

.१०.
बाबूराव डोकेदुखी

बाबूरावांचं आडनाव आडमुठकर आहे. हे आडमुठ गाव कुठं आहे, हे बाबूरावांना तरी माहीत आहे का, याची शंकाच आहे; परंतु बाबूरावांचं आडमुठकर हे आडनाव मागं पडलं असून ते ओळखीच्या लोकांत 'डोकेदुखी' या नवीन आडनावानंच ओळखले जातात. बाबूराव येताना लांबून जरी दिसले तरी लोक 'डोकेदुखी आली', असंच म्हणतात. बाबूराव येताना दुसऱ्यांना वाटण्यासाठी भरपूर वैताग घेऊन येतात. आल्यापासून ते तो वैताग सर्वांना वाटत सुटतात. त्यामुळे बाबूराव गेल्यावरच सर्व जण सुटकेचा निःश्वास टाकतात. बाबूराव डोकेदुखी नाना प्रकारे लोकांना पिडत असतात. पिडण्याचा एकच प्रकार असेल, तर माणूस समजू शकतो. बाबूरावांचं तसं नाही. दुसऱ्यांना पिडून वैताग आणण्याचे आणि पाठोपाठ डोकेदुखी निर्माण करण्याचे पाच-पंचवीस प्रकार तरी त्यांच्या संग्रहात कायम असतात.

अनेक लोकांचे अनुभव आहेत. मलाही नेहमी त्यांच्या डोकेदुखीला नेहमी तोंड द्यावं लागतं. बडबड ही त्यांची स्पेशालिटी आहे. बडबड म्हटली की असंबद्ध बडबड बाबूराव एक-एक तास सहज करू शकतात. पहिल्या पाच-सहा वाक्यांनंतर ते दुसऱ्याच विषयावर उडी मारून तिथं पाच वाक्यं बोलतात. लगेच तिसरा असंबद्धपणा सुरू होतो. मग चौथा, पाचवा, आठवा, दहावा वगैरे. आपण काय बोलतो याचा त्यांचा त्यांनाच पत्ता नसतो. बाबूराव हे फारच चमत्कारिक प्रकरण आहे. त्यांचंच दर्शन आता घडवायचं आहे. हे बघा बाबूराव आलेच.

"काय विनायकराव, काय चाललंय?" बाबूरावांनी मला सलामीचा प्रश्न विचारला.

"दिवाळी अंकासाठी लेखन सुरू आहे." मी म्हणालो.

"मी नोकरीनिमित्त दिल्लीला होतो, तेव्हा एकदा माझ्याकडं ऑफिसच्या

कामासाठी 'इलस्ट्रेटड विकली' चे त्या वळेचे संपादक मिस्टर सी. आर. मँडी आले होते. ते मला म्हणाले, मि. बाबूराव, व्हाय डोन्च्यू राइट फॉर अवर इलस्ट्रेटेड विकली?''

मी म्हणालो, मानधन किती देणार? वन हंड्रेड रुपीज— मँडी म्हणाले.

''सॉरी मिस्टर मँडी. लंडन टाइम्स मला वन हंड्रेड पौंड द्यायला तयार आहे. पण मी त्यांना टू हंड्रेड पौंड मागितले. माझ्या रायटिंगला काही किंमत आहे की नाही? तुम्हाला सांगतो विनायकराव, मँडीला मी लेख दिला नाही. शंभर रुपये म्हणजे अगदी दरिद्री मानधन.'' (तो काळ पन्नास वर्षांपूर्वीचा होता. त्या वेळी बाबूरावांचा जन्म व्हायचा होता! आणि बाता मारतात मँडी भेटायला आल्याच्या!)

बाबूराव मला सांगू लागले, ''त्यांना लेख पाहिजे होता, हिंदुस्थानातील दारिद्र्याचं सविस्तर आर्थिक सर्वेक्षण. ते म्हणजे— मँडी मला म्हणाले, मी हे काम धनंजयराव गाडगीळांना देणार होतो. पण त्यांचं ज्ञान पुस्तकी. म्हणून मी मुद्दाम तुमच्याकडे आलो. मी त्यांना सांगितलं, सध्या मला सवड नाही. कारण 'वॉशिंग्टन पोस्ट' साठी मला एक आर्टिकल लिहायचं आहे.'' वगैरे.

एवढं बोलत असताना मध्येच विषय बदलून बाबूराव मला म्हणाले, ''विनायकराव वहिनी कुठं आहेत?'' मी ती आत असल्याचं सांगितल्यावर बाबूराव स्वयंपाक घराकडे तोंड करून म्हणाले, ''वहिनी, बाहेर या ना. मी आलोय.'' बायको मख्ख चेहरा करून बाहेर आली. कारण कपाळाला आठ्या घातल्या, तर वाईट दिसेल. बाबूराव बायकोला म्हणाले, ''बरं का वहिनी, कांद्याची भजी खावीत तर तुमच्या हातचीच! कांद्याची भजी करून आणा. बाहेर छान पाऊस पडत आहे, हवेत गारवा आहे. अशा वेळी तुमच्या हातची गरमागरम कांद्याची भजी खाण्यात और मजा असते. 'तुम्हाला आमदार करू, मंत्री करू, की कांद्याची भजी देऊ', असं जर मला कुणी विचारलं तर मी स्पष्ट सांगेन, 'मला तुमच्या हातची कांद्याची भजी पाहिजेत.' वहिनी, तुम्ही काय करा, अमेरिकेचे प्रेसिडेंट बिल क्लिंटन आहेत ना, त्यांना कांद्याची भजी एअर इंडियाच्या विमानानं पाठवा. क्लिंटन खूष होतील आणि इंडियाला लाखो डॉलर्सची मदत फाडकन् करील.''

एवढं बोलणं झालं तोच बाबूराव म्हणाले, ''एक सांगायचं विसरलोच. मागं माझी बदली जबलपूरला झाली होती, तेव्हा मी भीमसेन जोशींचं गाणं ऐकलं. बरे गायले. कारण त्या गाण्याच्या वेळी मला नीट गाढ झोप लागली नाही. मला रात्री बारापर्यंत झोपच येत नव्हती. मग झोपेच्या गोळ्या घेऊन पाहिल्या. पण गोळ्यांमुळे मी रात्री एकपर्यंत जागा राहू लागलो. चंद्रपूरला होतो तेव्हाही मी एकदा रात्री एकपर्यंत जागा होतो. एवढ्यात चोर आला. मी त्याला विचारलं, 'कोण आहे?'

तेव्हा चोर प्रामाणिकपणे म्हणाला, 'मी चोर आहे आणि चोरी करायला आलो आहे.'' चोराचा प्रामाणिकपणा मला आवडला. माणसानं कसं प्रामाणिकपणे वागावं.

''राजस्थानात जयपूर इथं होतो. तिथल्या महाराष्ट्र मंडळानं मराठी नाटक करायचं ठरवलं. सर्वांनी मला नाटकात काम करायचा आग्रह केला. मी शिवाजी झालो होतो. जयपूरचे लोक माझी अजून आठवण काढतात. 'इतना बढिया शिवाजी अभी तक हमने कभी नहीं देखा था', असं म्हणतात. पुढं काय झालं; मी जोधपूरला गेलो होतो. जोधपुरी कोट शिवून घेतला. लोक मला आय. ए. एस्. ऑफिसरच समजत होते. तो कोट घालायला सुरुवात केली आणि मला सर्दी-पडशानं हैराण केलं. त्याच सुमारास पुष्करतीर्थ बघून आलो. रिक्षावाल्याशी माझं भांडण झालं.'' वगैरे वगैरे वगैरे— काय वाटेल ते सुरू असतं. कशाचाही कशाला मेळ नाही. वडाची साल पिंपळाला, पिंपळाची साल देवदाराला, देवदाराची साल उंबराला— असली त्यांची बडबड असते. ही बडबड सुरू असताना कांद्याची भजी खाण्याचा सपाटा सुरूच असतो. बाबूराव डोकेदुखी आले की, आमच्या सर्वांची डोकी सामुदायिकरीत्या दुखू लागतात.

बाबूराव डोकेदुखी आले की खरंच आमची डोकेदुखी सुरू होते.

''अरे वा! नवीन कॅमेरा आणला वाटतं?'' असं म्हणून लगेच तो कॅमेरा पिशवीत टाकतात आणि वरती विचारतात, ''आत रोल घातला आहे ना?''

''माझी बायको नेहमी म्हणते, आपल्या सर्वांचे एकदा रोलभर फोटो काढू या. विनायकराव, या रोलवर तुम्ही किती फोटो काढले आहेत?''

''फक्त एकच!'' मी पडेल चेहऱ्यानं म्हणालो.

''अरे वा! तर मग बायकोची इच्छा आजच पूर्ण करतो. एकसारखं रंगीत फोटो काढा, असं म्हणत होती. आता घरी गेलो की सर्वांचे सटासट तीस-पस्तीस फोटो काढून टाकतो. बरं का, विनायकराव, जाता-जाता एक सांगतो. माझा मेहुणा येत्या शनिवारी महाबळेश्वरला ट्रिपसाठी जाणार आहे. त्यालाही हा कॅमेरा लागेल. बाय द वे, मला हे सांगा, तुम्ही रोल कुठून विकत घेता?'' बाबूरावांनी पिडलं.

मी अनवधानानं म्हणालो, ''अमुक ठिकाणी माझ्या मित्राचंच दुकान आहे. तिथून घेतो.''

या खेपेला बाबूराव डोकेदुखी लवकर गेले. त्यांनी हिच्याकडे कांद्याची भजी मागितली नाहीत. त्यामुळे आम्हाला फार हलकं-हलकं वाटलं. डोकेदुखीसुद्धा थोडा वेळच होती. पण नंतर हिसका कळला. बाबूराव त्या दुकानात गेले. ''विनायकरावांकडून आलो आहे. हा त्यांचा कॅमेरा.'' दुकानदारानं कॅमेरा ओळखला. बाबूरावांनी त्यांना सांगितलं, विनायकरावांनी दोन रंगीत रोल आणायला सांगितलं आहे. ''संध्याकाळी

ते पैसे देतील.'' दुकानदारानं दोन रोल दिले. कॅमेरा आणि दोन रंगीत रोल घरी ठेवून बाबूराव पुन्हा माझ्याकडे आले आणि म्हणाले, ''तुमच्याकडे वॉटर बॅग आणि गॉगल आहे; तेही द्या. माझा मेहुणा ग्रेटच आहे. स्वत:चं असं त्याच्याकडे काहीही नसतं. सगळ्या वस्तू मला गोळा करून आणायला सांगतो. आता हेच बघा ना— प्रवासाला पैसे कमी पडतात, महाबळेश्वरलाही पैसे लागणार, म्हणून त्यानं कुणाकडून तरी पाचशे रुपये आणायला सांगितलं आहे.'' बाबूरावांच्या तोंडून 'पाचशे' हा आकडा ऐकताच माझ्या पोटात गोळाच उठला.

''विनायकराव, सगळेच्या सगळे पाचशे रुपये तुम्हाला द्यावे लागणार नाहीत; मीही देणार आहे. पण पाचशेला कमी पडतात.'' बाबूराव म्हणाले, ''तुम्ही फक्त चारशे पंचाऐंशी रुपये द्या; बाकीचे सगळे पैसे मी देतो. काय करणार? बायकोचा भाऊ पडला. नाजूक नातं आहे. नाही पैसे दिले, तर बायकोचा राग ओढावून घ्यावा लागतो. ती लगेच माहेरी जायला निघते. तिकीट माझ्या पैशांनी काढावं लागतं. म्हणून मेहुण्याला पाचशे रुपये देऊन टाकावेत, असं मी मनाशी ठरवून तुमच्याकडे आलो आहे.'' अगदी खनपटीला बसून बाबूरावांनी पाचशे रुपये नेलेच. बाबूराव डोकेदुखी हा माणूस असा आहे. हे पाचशे रुपये कृष्णार्पण म्हणूनच दिले. बाबूरावांना दिलेले पैसे पाण्यात गेले, असं समजूनच द्यायचे असतात. पैशांची आठवण करून काही उपयोग नसतो. तरीही आशा सुटत नाही. निदान या खेपेला तरी परत करतील, असं मला वाटलं होतं. म्हणून मी एकदा त्यांना पाचशे रुपयांबद्दल विचारलं.

बाबूरावांनी त्या वेळी मला दहा हजार कोटी रुपयांचा प्रचंड प्रकल्प सांगितला. ते म्हणाले, ''माझा हा प्रकल्प गव्हर्नमेंट ऑफ इंडियानं ओ. के. केला की मी त्याच दिवशी वर्ल्ड बँकेकडे दहा हजार कोटी रुपयांच्या कर्जासाठी अर्ज करणार आहे.''

''बाबूराव, तो मोठा अर्ज करण्यापूर्वी तुम्ही काय करा, वर्ल्ड बँकेकडे पाचशे रुपयांच्या कर्जासाठी अर्ज करा. त्यांच्याकडून पाचशे रुपयांची मनिऑर्डर आली की, ते पैसे मला द्या.''

''विनायकराव, तुम्ही तर कमालच करता!'' बाबूराव म्हणाले, ''दिवाळीसाठी ऑफिसमधून जे लोन घ्यायचं असतं, ते पाचशे रुपयांपर्यंत असतं. वर्ल्ड बँक म्हणजे तुम्हाला तुमचं ऑफिस वाटलं काय? तिथं सगळे व्यवहार मिलियनमध्ये आणि बिलियनमध्ये चालतात. पाचशे रुपयांसाठी मी अर्ज केला, तर खुद्द वर्ल्ड बँकेचे अध्यक्ष इंग्लिशमधून फिदी-फिदी हसतील. बाकीचे डायरेक्टर्स आपापल्या भाषेतून म्हणजे स्पॅनिश, फ्रेंच, रशियन, स्विस, पोलिश वगैरे भाषातून खो-खो-खो हसतील. त्यांचं मला पत्र येईल, पाचशे रुपये म्हणजे सध्याच्या रेटनं सुमारे चौदा

डॉलर्स. आमची बँक चौदा डॉलर्ससारख्या क्षुद्र अतिक्षुद्र रकमेचं कर्ज देत नसते. एवढी अतिक्षुद्र रक्कम मागण्याचं धाडस तरी तुम्ही कसं केलंत? म्हणून आम्ही हा अर्ज परत पाठवत आहोत. आमची बँक कमीत कमी पाचशे कोटी डॉलर्सचं कर्ज देत असते. तरी तुमच्या अर्जात पाचशेच्या पुढं कोटी हा शब्द लिहा, तसंच रुपयांऐवजी डॉलर्स हा शब्द लिहा. अशी दुरुस्ती करून नवीन अर्ज पाठवा, म्हणजे आम्ही तुमचं कर्ज मंजूर करू.''

बाबूराव असं बोलल्यावर मी काय बोलणार? तरीही मी लोचटपणा करून म्हणालोच, ''बाबूराव, माझ्या पाचशे रुपयांसाठी तरी तुम्ही नवीन अर्ज कराच.''

बाबूराव म्हणाले, ''वर्ल्ड बँकेत लगेच दोनदा कसं कर्ज देतील? माझ्या अँबिशन प्रोजेक्टसाठी दहा हजार कोटींचं कर्ज मला काढायचं आहे.''

''एवढे पैसे घेऊन तुम्ही करणार तरी काय?'' मी बाबूरावांना विचारले.

''आपल्या प्रमुख नद्या आहेत ना, त्या एकमेकींना जोडायच्या.'' बाबूराव आपला महान महत्त्वाकांक्षी प्रकल्प सांगू लागले, ''गंगा नदी आहे ना, तिचा अर्धा प्रवाह अलाहाबादजवळ त्रिवेणी संगम व्हायच्या आधी दक्षिणेत वळवायचा, थेट कावेरी नदीपर्यंत. त्यामुळे तिकडे पुराची भीती राहणार नाही. शिवाय दक्षिणोत्तर वाहणारी आणखी एक पवित्र गंगा नदी देशाला मिळेल. गोदावरी आणि कृष्णा नदी याच पद्धतीनं जोडायच्या. नर्मदा आणि तापी नद्या अशाच जोडायच्या. थोडक्यात म्हणजे, नवीन दक्षिणोत्तर नद्या तयार करायच्या. त्यांच्यावर धरणं बांधायची, कालवे काढायचे, वीजनिर्मिती करायची. माझा हा प्रोजेक्ट पूर्ण झाल्यावर, 'सुजलाम् सुफलाम्' हे शब्द खरे होतील. जोडीलाच नवअरण्यनिर्मितीची योजनाही आखली आहे. सर्व नद्यांच्या काठी नदीच्या लांबीची आणि तीन ते पाच किलोमीटर रुंदीची अरण्यं निर्माण करण्याची योजना आहे. या देशात सध्या बिल्डिंगारण्येच जिकडे तिकडे अफाट पसरली आहेत. त्याऐवजी दंडकारण्य, नैमिषारण्य वगैरे प्राचीन पद्धतीची अरण्ये निर्माण झाली पाहिजेत.''

''हे इतकं दहा हजार कोटी रुपयांत होईल काय?'' काही तरी बोलायचं म्हणून मी विचारलं. ''हा कर्जाचा पहिला टप्पा आहे. जसजसं काम वाढत जाईल तसतसं मी वर्ल्ड बँकेकडून कर्ज काढत राहणार आहे. जवळजवळ एक लाख कोटी रुपये खर्च होतील.''

''हे लाखो कोटी रुपयांचे व्यवहार करण्यात तुम्ही गुंतलात की, तुमची-माझी गाठभेट होणंही कठीण होईल. म्हणून लाखो कोटींचे व्यवहार सुरू होण्यापूर्वी माझे पाचशे रुपये देऊन टाका ना—'' मी पुन्हा अजीजानं म्हणालो.

''विनायकराव, पाचशे रुपये, पाचशे रुपये काय मागत बसलात? एवढा

मोठा श्रीराम, बायकोसह आणि भावासह चौदा वर्षांच्या वनवासासाठी निघाला होता तेव्हा प्रवासखर्च म्हणून दशरथाकडे पाचशे रुपये मागितल्याचा उल्लेख रामायणात आहे काय? पांडव द्रौपदीसह तेरा वर्षं वनवासात गेले होते, तेव्हा युधिष्ठिरानं बाकीच्या पांडवांच्या वतीनं दुर्योधनाकडे वाटखर्चसाठी पाचशे रुपये मागितल्याचा उल्लेख महाभारतातल्या एक लाख श्लोकांपैकी एका तरी श्लोकात आहे काय? संत तुकारामानंसुद्धा देवाकडे पाचशे रुपये मागितले नाहीत; उलट 'नलगे मुक्ती धनसंपदा' असंच त्यांनी देवाला सांगितलं होतं. ध्रुव बाळ-लहान लेकरू खूप तपश्चर्या केल्यावर देव प्रसन्न झाला, तेव्हा त्या लेकरानंही देवाकडे पाचशे रुपये मागितले नाहीत; फक्त अढळपद मागितलं. हरिश्चंद्र राजानं विश्वमित्र ऋषीला संपूर्ण राज्य अर्पण केलं. त्या वेळी हरिश्चंद्राला विश्वमित्राकडे राज्याची प्रतीकात्मक किंमत म्हणून किमान पाचशे रुपये तरी मागता आले असते. पण हरिश्चंद्रानं विश्वमित्राकडे पाचशे रुपयांची मागणी केल्याचं कुठंही लिहलेलं नाही. ज्ञानेश्वरांच्या पसायदानातसुद्धा, 'खळांची व्यंकटी सांडो, दुरिताचे तिमिर जावो,' असंच काही काही मागितलं. पसायदानात ज्ञानेश्वरांनाही विश्वात्मक देवाकडे पाचशे रुपये सहज मागता आले असते. त्या चारही भावंडांचं लहानपण हाल-अपेष्टांत गेलेलं देवालाही माहीत होतं. देवानं पसायदानातल्या मागण्यांबरोबरच हातासरशी पाचशे रुपये सहज देऊन टाकले असते. पण माऊलीनं पाचशे रुपये मागितले नाहीत.''

बाबूरावांनी दणकाच लावला. ते पुढं म्हणाले, ''संत नामदेवानंसुद्धा देवाकडे, 'आकल्प आयुष्य व्हावे, ही संत मंडळी सुखी असो, नामा म्हणे तया असावे कल्याण' असंच बरंच काही मागितलं. या मागण्यातच हळूच 'मज पंचशतक रुपये द्यावे', अशी ओळ घुसडली नाही. श्रीराम, पांडव, ज्ञानेश्वर, तुकाराम, नामदेव यापैकी कुण्णा कुण्णाला पाचशे रुपयांचा मोह नव्हता. पाचशे रुपये मागणं किंवा परत मागणं, हे थोर महन्मंगल भारतीय संस्कृतीत बसत नाही. म्हणून विनायकराव, माझ्याकडे पाचशे रुपये मागून परमपवित्र, सनातन, थोर भारतीय परंपरेला आणि परमंगल, महाउदात्त, आदर्श भारतीय संस्कृतीला कलंक लागेल असं काही करू नका. पाचशे रुपये ही क्षुद्र बाब आहे आणि पाच हजार वर्षांची भारतीय संस्कृती अतिभव्य गोष्ट आहे.''

बाबूरावांनी एक सणसणीत लेक्चरच माझ्या थोबाडावर हाणलं. मी पाचशे रुपये परत मागतो काय? याचं तात्पर्य एवढंच की, मी त्यांना दिलेले पाचशे रुपये चक्क बुडले. हे प्रकरण एवढ्यावरच थांबलं नाही. अनेक थोर विभूतींना अवघ्या पाचशे रुपयांसाठी खर्ची घालून बाबूराव जायला निघाले तेव्हा मी सुटकेचा निःश्वास टाकणार एवढ्यात जाता-जाता बाबूराव मला म्हणाले, ''प्लीज, मला शंभर रुपये

द्या. अर्जंट पाहिजेत.'' पैसे मागण्याच्या वेळी खनपटीला बसणं, एवढाच बसण्याचा प्रकार त्यांना माहीत होता. त्यामुळे दुसऱ्या कोणत्याही प्रकारानं न बसता खनपटीलाच बसले. शंभर रुपये मी त्यांना का दिले पाहिजेत, हे बाबूरावांनी दीड तास व्याखान देऊन मला बोअर केलं असतं. ऐवी-तेवी आधीच्या पाचशे रुपयांवर मी पाणी सोडलंच होतं. आणखी ओंजळभर पाणी शंभर रुपयांवर सोडून मी बाबूरावांना शंभर रुपये दिले. जाताना बाबूराव मला आश्वासन देत म्हणाले, ''वर्ल्ड बँकेकडून दहा हजार कोटींचा पहिला हप्ता आला की, तुमचे आधीचे पाचशे रुपये आणि आताचे शंभर रुपये मिळून सहाशे रुपये एकदमच देऊन टाकीन. माझा स्वभाव असा आहे की, कुणाचे पैसे बुडवायचे नाहीत. दुसऱ्याचे पैसे बुडवणारा माणूस रौरव नरकात पडतो. बरं आहे, मी निघतो.''

असं म्हणून बाबूराव डोकेदुखी गेले. शंभर रुपये गेल्याच्या आनंदच आम्हाला अधिक झाला. त्यांचं येणं दुःखदायक अन् जाणं आनंददायक असतं.

राजकारण हा विषय तसा एकंदरीत बेवारशीच असतो. या विषयावर अमक्यानंच बोलावं आणि तमक्यानं बोलू नये, असं कुठं लिहून ठेवलेलं नाही. त्यामुळे राजकारणावर बोलण्याचा बाबूरावांचा अधिकार दांडगा आहे. राजकीय सल्ले द्यावेत तर ते बाबूरावांनीच. त्यांचा प्रत्येक सल्ला अफलातून असतो. त्यांना जर कुणी सल्लागार म्हणून नेमलं, तर तो नेमणारा माणूस त्यांचा सल्ला ऐकून गारच पडेल. या अर्थानं मात्र ते खरे 'सल्ला-गार' आहेत. कुणाला सुचणार नाहीत, असले सल्ले बाबूरावांना सुचत असतात. डोकंच और!

एकोणीशे सत्तेचाळीसमध्ये देशाला स्वातंत्र्य मिळालं आणि त्याच वेळी देशाची फाळणीही झाली. पाकिस्तान हे मुस्लिम राष्ट्र निर्माण झालं. पाकिस्ताननं तिकडील हिंदूंना पाकिस्तानाबाहेर हाकलून लावण्यात सपाटा लावला होता. हा संदर्भ लक्षात ठेवा. बाबूराव मला म्हणाले, ''मी (म्हणजे बाबूराव) त्या वेळी जेमतेम सतरा-अठरा वर्षांचा असेन. आपणही इथले मुसलमान पाकिस्तानात पाठवले पाहिजेत, असं मला सुचलं. मी लगेच पंडित नेहरूंना पत्र पाठवलं— सप्रेम नमस्कार, विनंती विशेष. पत्रास कारण की, देशाची फाळणी झाली आहे. पाकिस्तानातून हिंदूचे लोंढे इकडे येत आहेत आणि तुम्ही मात्र इथून एकही मुसलमान तिकडे पाठवत नाही. व्हॉट इज धिस? त्यासाठी मी एक योजना सुचवतो. भारत-पाक सीमेवर प्रत्येक किलोमीटरवर एक-एक गेट, म्हणजे आम्ही मराठीत फाटक म्हणतो, ते तयार करावं. प्रत्येक गेटवर आपले बंदूकधारी सैनिक ठेवावेत. त्यांनाही सांगावं की, तुम्हीसुद्धा गेटच्या त्या बाजूला त्यांचे सैनिक ठेवा. मग त्या गेटमधून काय करायचं, ते माहीत आहे का?''''

“तुम्ही सांगितल्याशिवाय कसं कळणार?” मी म्हणालो.

“गेटच्या मध्यावर आपले सैनिक एका भारतीय मुसलमानास उभा करतील. पाकिस्तानी सैनिकानं तिकडचा एक हिंदू उभा करायचा. त्यांनी हिंदूला आपल्या बाजूला ढकलायचं आणि आपण इकडच्या मुसलमानाला तिकडे ढकलायचं. असं एकास एक प्रमाण ठेवलं, तर त्याच वेळी सगळे मुसलमान पाकिस्तानात जातील. माझा हा उपाय तुम्ही लगेच अमलात आणा. नाही तर नंतर फार मोठा प्रॉब्लेम होऊन बसेल. कळावे, आपला बाबूराव. मी नेहरूंना पत्र पाठवलं; पण त्यांनी साधी अॅकनॉलेजमेंटसुद्धा पाठवली नाही. नंतर माझी पंडितजींची मुंबईत गाठ पडली, तेव्हा प्रत्यक्षच विचारलं. तेव्हा हा सल्ला एकदम आवडल्याचं त्यांनी मला सांगितलं. माझं हे पत्र बहुधा पोस्टात गहाळ झालं असावं, असं नेहरू मला म्हणाले. त्यामुळे आज कोणकोणत्या प्रॉब्लेम्सना आपल्याला तोंड द्यावं लागतं. हे आपण रोज पाहतच आहोत. माझं ते पोस्टकार्ड त्याच वेळी नेहरूंच्या हातात पडायला पाहिजे होतं. पण विनायकराव, त्या वेळी माझंही जरा चुकलंच. मी ते पत्र नेहरूंना न पाठवता वल्लभभाई पटेल यांना पाठवायला पाहिजे होतं. वल्लभभाईंचं नाव पत्त्यावर वाचल्यावर पोस्टमननं ते पत्र गहाळ केलं नसतं. ते पोलादी पुरुष होते. त्यांनी लगेच एक-एक किलोमीटरवर गेट्स उभारून हिंदू-मुसलमानांची अदलाबदल चुटकीसरशी करून टाकली असती.”

बाबूराव सांगत होते आणि मी ऐकत होतो. ते काय वाटेल ते सांगतात. सांगतो ते ऐकणाऱ्याला खरं वाटेल की नाही याचा ते विचारच करत नाहीत. बाबूराव मला आणखी एकदा म्हणाले, “चीननं भारतावर हल्ला केला, तेव्हाही मी पंडित नेहरूंना पत्र पाठवून आपल्या सैन्याची रचना भारत-चीन सीमेवर कशी करावी, हे कळवलं होतं. पण नेहरूंकडून या पत्राचीही पोच आली नाही. पुढं त्यांची आणि माझी गाठ पडली, तेव्हा खूप उशीर झाला होता. तुमचं पत्र वेळेवर मिळालं असतं, तर भारताची नामुष्की नक्की टळली असती, असं ते म्हणाले. विनायकराव, आपल्या सैन्याची सीमेवर रचना कशी करायची याचा संपूर्ण प्लॅनच मी त्यांना पाठवला होता.”

“कसला प्लॅन होता?” मी विचारण्याचा गाढवपणा केला.

“सांगतो. आधी वहिनींना बोलवा. हिंदू-मुसलमानांच्या अदलाबदलीची हकिगत मी सांगितली होती, त्या वेळची कांद्याची भजी बाकी आहेत. त्या वेळची आणि आताची मिळून कांद्याची डबल भजी पाहिजेत.”

मी बायकोला आतून बोलावलं. बाबूरावांनी लगेच कांद्याच्या भज्यांची ऑर्डर सोडली. थोड्या वेळानं भजी आली. त्यांच्यापुढं भज्यांची टेकडीच ठेवली. मागच्या

खेपेचा बॅकलॉग भरून काढायचा होता— म्हणून ही भज्यांची टेकडी होती. भजी खात-खात बाबूराव म्हणाले, ''वहिनी, तुमची भजी तुम्ही बिल क्लिंटनला पाठवा. तो आपली बायको मिसेस् हिलरी क्लिंटनला इंडियात विमानानं तुमच्याकडे कांद्याची भजी कशी करायची, हे शिकायला पाठवील.'' बाबूरावांनी भज्यांबरोबर तोंडी लावणं म्हणून क्लिंटन दांपत्याला घेतलं होतं. प्रेसिडेंट असले म्हणून काय झालं? ते तिकडे अमेरिकेत. बाबूरावांना सगळेच 'अरे-तुरे'तले.

बाबूराव भजी खात-खात सांगू लागले, ''चिनी हल्ला झाला होता, त्या वेळी आपण काय करायला पाहिजे होतं, ते सांगतो. काश्मीरपासून आसामपर्यंत आपली उत्तर सीमा आहे. काश्मीरपासून आसामच्या त्या टोकापर्यंत आपले सैनिक हातात बंदूक घेऊन एकाला एक चिकटून उभे करायचे. आला चिनी की दोन भारतीय सैनिकांनी आपल्या दोघांत त्याला दाबून धरायचा. त्याला पुढं जाऊच द्यायचं नाही. मागल्या बाजूला आणखी दोन रांगा अशाच उभ्या करायच्या. पहिल्या रांगेतून सैनिकांनी त्याला दाबून धरायचा, तेवढ्यातूनही निसटला तर तिसऱ्या रांगेतल्या आपल्या सैनिकांनी त्याला दाबून धरायचा.'' हे सांगताना बाबूरावांनी त्याचं प्रात्यक्षिक करून दाखवलं. डाव्या हाताची दोन बोटं उभी धरली. ही बोटं म्हणजे दोन भारतीय सैनिक. त्या दोन बोटांत एकेका चिन्याला ते दाबून दाखवत होते. बोलता-बोलता कांद्याच्या भज्यांची टेकडी त्यांनी फस्त केली. जाताना माझ्या बायकोला ते म्हणाले, ''बरं का वहिनी, तुम्ही कांद्याच्या भज्यांचं पेटंट घ्या. आपण अमेरिका आणि युरोप या दोन खंडांत हजारो टन कांद्याची भजी एक्स्पोर्ट करू. पाहिजे तर मी तुम्हाला वर्ल्ड बँकेकडून सुरुवातीला पाच कोटी रुपयांचं कर्ज मिळवून देतो. तुमच्या कांद्याच्या भज्यांची चटक एकदा का अमेरिका-युरोपमधल्या लोकांना लागली की, लाखो डॉलर्सची लक्ष्मी तुमच्याकडे घरी चालून येईल. विमानंच्या विमानं भरून गरमागरम भजी पाठवली की देशालाही फार मोठ्या प्रमाणात परकीय चलन मिळेल.''

बाबूराव असा दिव्य संदेश देऊन गेले. त्या दिवशी बाबूरावांनी माझे तब्बल पाच तास खाल्ले. स्वत: मात्र कांद्याची भजी खाल्ली. बाबूरावांना आपण काय बोलतो याचं भानच राहत नाही. तोंडाला येईल ते बडबडत राहतात. आपण बोलतो ते तर्काला धरून आहे की नाही, ऐकणाऱ्याला ते खरं वाटेल की नाही, आपलं बोलणं सुसंबद्ध आहे की नाही, या कशाचाही बाबूराव विचार करत नाहीत. त्यामुळे तर ते आले की, आमची डोकेदुखी सुरू होते. कांद्याच्या भज्यांचंच बघा. कांद्याची भजी कढईतून काढल्यावर गरमा-गरम, फू-फू-फू करत खाण्यातच मजा असते आणि बाबूराव निघाले विमानामागून विमानं कांद्याची भजी गच्च भरून युरोप

अमेरिकेला!

माझ्याकडे कुणी पाहुणे आले आणि त्याच वेळी बाबूराव टपकले की, माझी आणि पाहुण्यांची अक्षरश: वाट लागते. मला पाहुण्यांशी बोलायला संधी मिळत नाही आणि पाहुण्यांना माझ्याशी बोलायला संधी मिळत नाही. बाबूरावच डॉमिनेट करून टाकतात.

''तुमचं नाव काय?'' बाबूरावांनी माझ्या पाहुण्यांना सलामीचा प्रश्न विचारला.

''गोपाळ गणेश टिळक.'' पाहुणे म्हणाले.

''अरे वा! तुम्ही तर दोन-तृतीयांश आगरकरच आहात की, आणि उरलेले एक-तृतीयांश लोकमान्य टिळक आहात. आज दोन महापुरुषांचं एकत्र दर्शन झालं. आजचा हा दिवस भाग्याचाच म्हटला पाहिजे. तुमचा जन्म आगरकरांप्रमाणे टेंबू या गावी झाला की टिळकांप्रमाणे रत्नागिरी इथं झाला? की दोन-तृतीयांश जन्म टेंबू इथं आणि एक-तृतीयांश जन्म रत्नागिरी इथं झाला? मला तर हेच जास्त शक्य वाटतं. या बाबतीत तुमचं मत काय?''

''तुमचं, दोन ठिकाणी माझा जन्म झाल्याचं जे मत आहे, त्याच्याशी मी सहमत आहे.'' गोपाळराव टिळक वाद वाढू नये म्हणून म्हणाले.

''तुम्ही गोपाळ आहात, त्या मूळ गोपाळकृष्णाचाही थोडा जन्म मथुरेत आणि उरलेल्या जन्म गोकुळात झाला होता.'' बाबूराव म्हणाले, ''गोपाळराव, ते आगरकर म्हणायचे, सामाजिक सुधारणा आधी झाल्या पाहिजेत आणि ते टिळक म्हणायचे, आधी राजकीय स्वातंत्र्य मिळालं पाहिजे. तुम्ही तर दोन्ही आहात. या संदर्भात तुमचं मत काय आहे?''

''मी दोन्ही असल्यामुळे माझा दोन्ही मतांना पाठिंबा आहे!'' कटकट नको म्हणून गोपाळराव टिळक म्हणाले.

''आगरकरांचं 'सुधारक' हे पत्र आणि टिळकांचं 'केसरी' हे पत्र यात तुम्हाला कोणतं आवडतं?''

''केसरीचा सुद्धा पहिली दहा वर्षं मीच संपादक होतो.'' गोपाळराव म्हणाले.

''गोपाळराव, ही गोष्ट तुम्ही इतकी वर्षं लपवून ठेवली होती वाटतं! कारण सगळे लोक 'केसरी' म्हटलं की टिळकांचं, असंच समजत होते. बरं, तुम्ही आता कोणत्या गाडीनं आलात?'' बाबूरावांनी विषय बदलून दुसरा वैताग सुरू केला.

''मी गोरखपूर एक्स्प्रेसनं आलो.'' गोपाळराव म्हणाले. आता हा इसम काय बडबडणार याकडे चिंतातूर नजरेनं पाहू लागले.

''गोरखपूर एक्स्प्रेस कायम लेट असते. टीव्हीवर रोज सांगतात ना— अमुक तास लेट, तमुक तास लेट! एकदाच नव्हे, तर बऱ्याच वेळा असंही

सांगतात की, गोरखपूर एक्स्पेस आज सुमारे पस्तीस तास लेट आहे, आज त्रेचाळीस तास लेट आहे. वगैरे. प्रत्येक 'आज' ला फक्त चोवीसच तास लेट असतात, हे रेल्वेवाल्यांना कुणी तरी सांगितलं पाहिजे.'' बाबूरावांनी नवीन डोकेदुखी पाहुण्यांच्या माथ्यावर मारली.

''आज किती तास लेट होती?'' बाबूरावांनी विचारलं.

''आज फक्त बरोबर चोवीत तास लेट होती. त्यामुळे आज मात्र गाडी अगदी राईट टाइम आल्याचा काल्पनिक का होईना, आनंद वाटला.'' गोपाळराव मुद्दाम असं बोलले.

''तुम्हाला सांगतो गोपाळराव, या सेंट्रल रेल्वेचं असंच आहे. तिचं जुनं नाव जी. आय. पी. रेल्वे असं होतं. ग्रेट इंडियन पेनिन्शुला रेल्वे. पण जुने लोक मात्र तिला ग्रेट इरेग्युलर अँड नॉट पंक्चुअल रेल्वे, असं म्हणत असत. सध्याच्या सेंट्रल रेल्वेनं तोच वारसा जुनं नाव बदललं तरी सुरू ठेवला आहे.'' गोपाळरावांचं बोअरिंग सुरूच होतं त्यांना कसं कटवावं, हा तर आमचा नेहमीचाच प्रॉब्लेम असतो.

''गोपाळराव, तुम्हाला कांद्याची भजी आवडतात का?'' बाबूरावांनी मध्येच गैरलागू (स्वत:लाच लागू) प्रश्न विचारला.

अगदी वाद नको म्हणून गोपाळराव म्हणाले, ''कांद्याची भजी आवडतात.''

लगेच बाबूरावांनी स्वयंपाकघराकडे तोंड करून ''वहिनीऽऽ'' अशी हाक मारली. माझी बायको आली. बाबूराव तिला म्हणाले, ''वहिनी, तुमच्या पाहुण्यांची आवड आणि माझी आवड अगदी डिट्टो, सेम, सारखी निघाली. मला कांद्याची भजी आवडतात आणि पाहुण्यांनाही कांद्याचीच भजी आवडतात. तर मग दमून-भागून आलेल्या पाहुण्यांना गरमागरम कांद्याची भजी करून खायला द्या.''

मग पाहुण्यांकडे वळून बाबूराव म्हणाले, ''बरं का टिळक, आमच्या या वहिनी आहेत ना, त्या गरमागरम कांद्याची भजी करून, विमानंच्या विमानं भरून अमेरिका आणि युरोपमध्ये पाठविणार आहेत. दररोज कमीत कमी दहा तरी प्रमुख देशांत भजी जातील. लाखो रुपये किमतीचे परकीय चलन आपल्या देशाला मिळेल. धंदा सुरू करायला मी त्यांना जागतिक बँकेकडून खूप मोठं कर्ज मिळवून देणार आहे. बरं टिळक, बाय द वे, तुम्ही मला असं सांगा की, मला ज्याप्रमाणे कांद्याची भजी आवडतात त्याप्रमाणे काय आवडतं?''

''खरं सांगू का, पदार्थ चांगला असेल तर कोणताही आवडतो.'' बोलणे लांबू नये म्हणून टिळकांनी असं उत्तर दिलं. टिळक वैतागलेले दिसत होते.

काही तरी करून बाबूराव डोकेदुखी यांना त्यांच्या घरी जायला सांगावं, असं मला तीव्रतेने वाटू लागलं. मी बाबूरावांना म्हणालो, ''बाबूराव, पाहुणे प्रवासातून

दमून-भागून आले आहेत. त्यांचे सर्व दैनंदिन कार्यक्रम अजून उरकायचे आहेत. तुम्ही असं करा, उद्याच या ना. त्यांचं अजून स्नानसुद्धा व्हायचं आहे.''

बाबूरावांनी लगेच स्नान हा शब्द पकडला. ते गोपाळराव टिळकांना म्हणाले, ''तुम्ही गार पाण्यानं स्नान करता की गरम पाण्यानं?''

''ऋतुमानाप्रमाणे पाणी गरम किंवा गार घेतो.'' गोपाळराव टिळकांना मोघम उत्तर दिलं.

''काही काही माणसं बाराही महिने गार पाण्यानं स्नान करतात. मी तर असं ऐकलं की, उत्तर ध्रुवाच्या परिसरातले लोक, साबण चोळावा तसं अंगाला बर्फ चोळत बसतात. ते दररोज असं बर्फस्नानच करत असतात म्हणे. स्नानाचं कळलं. पण साबण कोणता वापरता?'' बाबूरावांनी विचारलं.

''कोणताही.'' गोपाळराव म्हणाले.

अंघोळीचं पाणी प्लॅस्टिकच्या बादलीत घेता की, स्टेनलेस स्टीलच्या बादलीत? की पितळेच्या बादलीत? किंवा जुन्या पद्धतीच्या घंगाळात पाणी घेता? अंघोळीच्या तांब्या प्लॅस्टिकचा आहे की ॲल्युमिनिअमचा? अंघोळ झाल्यावर अंग पंचानं पुसता की टॉवेलनं? टॉवेल साधा असतो की टर्किश? टर्किश असेल तर तो बॉम्बे डाइंगचा की दुसऱ्या मिलचा? टॉवेल स्वत: धुता की मोलकरणीला धुवायला देता? मोलकरणीला दरमहा किती पैसे देता? ती नेहमी खाडे करते का? खाडे कापायचे नाहीत, अशी अट ती घालती का? दिवाळीला बक्षीस म्हणून दहा-वीस रुपये देता की, साडीसाठी ती रुसून बसते? वगैरे वगैरे तीस चाळीस-प्रश्न बाबूरावांनी गोपाळरावांना विचारले. वैतागून गोपाळराव शेवटी मला म्हणाले, ''विनायकराव, मी अजून बॅग उघडलेली नाही; निघतो मी परत जायला.''

''पण आता गाडी कोणती?'' बाबूरावांनी इथंही निगरगट्टपणे एक प्रश्न विचारलाच.

''आता साडेबाराची आहे.'' टिळक म्हणाले.

''पण साडेबाराची कोणतीच गाडी नाही.'' बाबूराव म्हणाले.

''नवीन सुरू झाली आहे.'' टिळकांनी खोटंच सांगितलं. ते बिचारे तरी काय करणार?

''ही नवीन गाडी कुठं जाते?'' बाबूरावांनी विचारलं.

''जहन्नममे!'' गोपाळराव टिळकांनी वैतागून जोरात सांगितलं.

''जहन्नममध्ये फक्त पापी मुसलमानांनाच नेतात; तुम्ही तर हिंदू आहात! तुम्हाला या गाडीचे तिकीट कसं काय मिळणार?'' बाबूरावांनी पुन:पुन्हा वाटेल ते विचारून हैराण गुणिले शंभर इतकं हैराण केलं. शेवटी मी बाबूरावांचा हात धरून

त्यांना उठवलं आणि जवळजवळ ढकलत-ढकलत दाराबाहेर आणलं, मी चटकन आत आलो आणि लगेच दार लावून घेतलं.

बाबूराव म्हणजे अशी भयंकर डोकेदुखी आहे. जगातल्या मोठमोठ्या व्यक्तींना मी पत्र लिहिणार आहे, असंच एकदा मला सांगितलं. काही पत्रांचे कच्चे मसुदेही दाखवले. त्यातलं एक पत्र इंग्लंडच्या राणीला लिहिलेलं होतं.

"माननीय सौ. एलिझाबेथबाई (दुसऱ्या) भ्रतार प्रिन्स फिलीप यांना

स. न. वि. वि.

पत्र लिहिण्यास कारण की, सत्तेचाळीस साली तुमच्या तीर्थरूपांकडून आमचा देश स्वातंत्र झाल्यावर आमच्या देशाचं बरं चाललं आहे. असो.

पत्राचं मुख्य कारण हे आहे की, आमचा कोहिनूर हिरा तुमच्याकडे आहे. तुम्ही किंवा तुमच्या सरकाराने तो हिरा खरं म्हणजे मागंच परत करायला पाहिजे होता. खूप वाट पाहून मी हे पत्र पाठवत आहे. भारताला स्वातंत्र्य मिळून जवळजवळ पन्नास वर्षे झाली. आज कोहिनूर हिरा पाठवाल, उद्या कोहिनूर हिरा पाठवाल, अशी वाट पाहण्यातच एकोणपन्नास वर्षे गेली. पुढल्या वर्षी वाट पाहण्याची गोल्डन ज्युबिली होईल. तरी कोहिनूर हिरा त्वरित पाठवावा. कधी पाठविणार ते उलट टपाली लगेच कळवावे. हेच पत्री श्री. फिलीपरावांना सप्रेम नमस्कार सांगावा. कळावे. आपला बाबूराव (इंडिया)'

ही काय पत्र लिहिण्याची पद्धत झाली? कुठं ती इंग्लडची राणी आणि कुठं वेळेला (वेळेला म्हणजे बहुतेक वेळा) खिशात एक-दीड रुपयाही नसलेले बाबूराव! 'टू हर मॅजेस्टी दि क्वीन' वगैरे वगैरे काही नाही आणि निघाले कोहिनूर हिरा मागायला.

एकदा अमेरिकेचे राष्ट्राध्यक्ष बिल क्लिंटन यांना लिहिलेल्या पत्राचा ड्राफ्ट त्यांनी मला दाखविला. पत्र मराठीतूनच. क्लिंटन झाले म्हणून काय झालं? 'मराठी असे आमुची मायबोली!'

श्रीयुत बिलराव क्लिंटन!

यांना स. न. वि. वि.

पत्र लिहिण्यास कारण की, तुम्ही पाकिस्तानला शस्त्रात्रं पुरविण्याचे ताबडतोब बंद करावे किंवा पाकिस्तानला जेवढी शस्त्रात्रे पुरवता त्याच्या दुप्पट शस्त्रात्रे हिंदुस्थानला पुरवावीत. कारण शेवटी जय आमच्या देशाचा झाला पाहिजे. इतर मदतही भरपूर करा. तुम्हाला काय कमी आहे? तुमचा देश गडगंज श्रीमंत आहे. काही कोटी डॉलर्स ताबडतोब पाठवा. एवढे पैसे मनिऑर्डरने पाठवता येणं शक्य नाही, म्हणून चेकनेच पाठवावेत. चेक रजिस्टर्ड पोस्टानेच पाठवावा, म्हणजे टपालात गहाळ होणार नाही. लौकर पाठवा. हेच पत्री सौ. हिलरीताई यांना सप्रेम

नमस्कार आणि मुलांना सप्रेम आशीर्वाद. कळावे, आपला, बाबूराव (इंडिया)

ताजा कलम— वॉशिंग्टनमध्ये अनुवाद करून घ्यावा. शिकागो, न्यूयॉर्क, सॅन फ्रान्सिस्को, मॅसॅच्युसेट्स वगैरे बऱ्याच ठिकाणी मराठी माणसं आहेत. तुम्ही स्वत: तसदी न घेता तुमच्या पी. ए. ला हे काम सांगा. नाही तर ही कामं पी. ए. चीच असतात.

बाबूराव डोकेदुखी हे रत्न एकंदरीत असं आहे. इंग्लंडच्या राणीला आणि अमेरिकेच्या राष्ट्राध्यक्षांना पत्र लिहिण्याची ही पद्धत झाली का? पण बाबूराव-सारख्या दीड शहाण्यांना सांगायचं कुणी? मला एक आयडिया सुचते. शत्रुराष्ट्राशी जेव्हा आपल्या देशाची वाटाघाटी सुरू असतात, तेव्हा आपल्या देशाच्या वतीनं बाबूरावांना वाटाघाटी करायला छू: म्हणून सोडून द्यावं. शत्रूराष्ट्राचा प्रतिनिधी, "तुमच्या सगळ्या अटी मान्य, पण बाबूरावांना आवरा", असे कळवळून, कळवळून सांगेल! कुणावर सूड उगवायचा असेल, त्या सूडावर बाबूरावांची नियुक्ती करावी. तो माणूस चारी मुंड्या चीत झालाच पाहिजे. बाबूरावांना कुणावरही सोडायचाच अवकाश; तो माणूस ची-ची-ची करत पार्श्वतनूला पाय लावून सुसाट पळत सुटेल.

बाबूराव कुणाशीही सहज भांडू शकतात. रिक्षावाल्याबरोबर भांडण करा म्हणून सांगा; लगेच तयार! 'गिऱ्हाइकाशी भांडतोस म्हणजे तुझ्या अन्नदात्याशी भांडतोस', असं मंगलाचरण करून बाबूराव रिक्षावाल्याशी सहज अर्धा तास मुद्देसूद आडमुठेपणा करण्यात बाबूरावांचा हात-हात म्हणजे काय—तोंड कुणीही धरू शकणार नाही. तर्कशुद्ध वादविवाद करणाऱ्या माणसाशी बाबूराव इतकं अप्रतिम आडमुठेपणानं बोलतात की, तो तर्कशुद्धवालाच बाबूरावांपुढं कोपरापासून हात जोडून शरणागती पत्करतो.

हे बघा बाबूराव आले. "वहिनी, आज तुमच्या हातची कांद्याची भजी खाण्याची उत्कृष्ट इच्छा झाली आहे." असं म्हणून असंबद्ध बडबड सुरू करतात. "आज काय उकडतंय! भाज्या फार महाग आहेत. स्वस्त असत्या तर बरं झालं असतं. मागं मी काही काळ वर्ध्याला होतो. छान गाव आहे. पण आमच्या गावची नदी अधिक छान आहे. पुलाच्या बांधकामात कॉंट्रॅक्टरनं हजारो रुपये खाल्ले, पण पठ्ठ्यानं सगळे पचवून दाखविले." वगैरे वगैरे.

"Some people bring happiness wherever they go and Some people bring happiness whenever they go"

यापैकी बाबूराव डोकेदुखी दुसऱ्या वर्गात बसायला अगदी फिट आहेत.

•११•
फिल्मी ब्रेनट्रस्ट

मी वयानं प्रौढ आहे. माझं सिनेमाबद्दलचं ज्ञान तसं बेताचंच आहे. ऐकून-ऐकून भर पडूनही तसं जेमतेमच आहे. लहानपणी पाहिलेले जुने सिनेमे, तरुणपणी पाहिलेले जुने हिंदी सिनेमे तेवढे मात्र चांगले लक्षात आहेत. दोनच अभिनेत्री लहानपणी माहीत होत्या. एक दुर्गा खोटे आणि दुसरी शांता आपटे. त्यातही 'कुंकू', 'अमर ज्योती' सिनेमांमुळे शांता आपटे लोकांना अधिक माहीत होती. लोकप्रिय होती.

आमच्या गावातल्या एका टांगेवाल्यानं केवळ प्रेमापोटी, टांग्याच्या घोडीचं नाव शांता आपटे ठेवलं होतं. टांगा जोरात चालवायचा असला की नाजूक पद्धतीनं चाबूक मारून, "शांता आपटे, चला लौकर—" असं म्हणत असे. केवळ प्रेम आणि भक्तीपोटी घोडीचं नाव शांता आपटे ठेवलं होतं, ते एक माझ्या लक्षात आहे. नंतर मीनाक्षी आली. 'ब्रह्मचारी' मध्ये तिनं त्या काळात स्विमिंग ड्रेस घालून, "यमुना जळि खेळ खेळु कन्हय्या का लाजता" हे गाणं म्हणताना तो खेळ पडद्यावरचा मास्टर विनायक न लाजता थेटरात बसलेला होता. हा बाल-विनायकच (मी) लाजला. कारण त्या काळात इतके कमीत कमी कपडे जाहीररीत्या घातलेली स्त्री कुणीच पाहिली नव्हती. ते गाणं सुरू असताना कॅमेऱ्याचा एक शॉट असा होता की, थिएटरमधल्या प्रत्येक प्रेक्षकाला वाटायचं की, "का लाजता" हे आपल्याकडेच डायरेक्ट बघून म्हणत आहे. त्यामुळे तर मी बालवयात जमेल तसं आणखी लाजणं उरकून घेतलं. मनात म्हटलं, 'हिनं गार पाण्यात असं जास्त वेळ राहू नये. सर्दी-पडसं होईल, ताप येईल. तिनं शक्य तो लवकर साडी नेसावी, म्हणजे डोळे वर करून पुढचा सिनेमा बघता येईल.'

यावरून एक गोष्ट लक्षात आली असेल की, बाळपणापासूनच सभ्यपणा माझ्या रक्तात, नसानसांतून कसा मुरला आहे. अशी सभ्य माणसं हल्ली कमी-

कमी होत चालली आहेत. असो. त्याच सुमारास शांता हुबळीकर 'माणूस' सिनेमामुळे गाजली. त्या सिनेमात ती वेश्या असते. वेश्या हा एक स्त्रियांचाच प्रकार आहे, एवढंच माफक ज्ञान होतं. (हाही सभ्यपणाचाच भाग). त्या सिनेमातलं, 'कशाला उद्याची बात' हे गाणं मला मजेशीर वाटलं. मला मराठीमध्ये पैकीच्या पैकी मार्क मिळत होते. पण वेश्या झालेली शांता हुबळीकर मात्र धडाधड हिंदी, गुजराती, कन्नड, तमिळ, पंजाबी अशा सहा-सात भाषांत गाणं गात होती. वेश्या एवढ्या बहुभाषा विशारद असतात, हे पाहून तर मी थक्कच झालो होतो.

पुढं तरुणपणी हिंदी सिनेमे पाहू लागलो. हिंदी सिनेमांत त्या काळात खुर्शीद, नादिया, लीला चिटणीस, नलिनी जयवंत वगैरे नट्या प्रसिद्ध होत्या. पण हृदयात स्थान मिळवलं ते मधुबालानं. मला भाबडेपणानं वाटलं होतं की, मधुबाला कुणालाही न सांगता गुपचूप माझ्या हृदयसिंहासनावर येऊन बसली आहे. पण कसलं काय न् कसलं काय! माझ्या दहा-बारा मित्रांची हृदयसिंहासनं एकट्या मधुबालानंच बळकावली होती. त्यामुळे मी जरा नाराजच झालो होतो. माझं हृदयसिंहासन मी तिच्यासाठी कायमचं राखून ठेवलं असताना मधुबालानं या हृदयसिंहासनावरून त्या हृदयसिंहासनावर उड्या मारत जायला नको होतं. तिला एकटीलाच माझ्या हृदयसिंहासनावर ऐसपैस बसता यावं म्हणून, चाळीतल्या कुलकर्ण्यांच्या कुसुमला, जोश्यांच्या मालूला आणि देशपांडेंच्या शकूला माझ्या हृदयसिंहासनावरून त्यांच्या घरी जायला सांगितलं. हेतू हा की, तिला माझ्या हृदयसिंहासनावर ऐसपैस बसता यावं. (हल्लीच्या लोकलगाडीतल्या चौथ्या सीटप्रमाणे अंग चोरून, अवघडून बसावं लागू नये.) म्हणून सगळ्या लोकल प्रेयसींना घरी जायला सांगितलं होतं. मधुबालानं त्या काळात आम्हा सर्वांची, म्हणजे समवयस्क तरुणांची, झोप बराच काळपर्यंत उडवली होती.

त्याच सुमारास नर्गीस, सुरैया, वैजयंतीमाला वगैरे आल्या. मधुबालानं सर्वांनाच प्रेमाची खिरापत वाटल्यामुळे मी पुढं सावध झालो. या हिरोइन्ससाठी हृदयसिंहासन साफसूफ करून ठेवण्याचं थांबवलं. त्यातच नर्गीसचं आणि राज कपूरचं, सुरैयाचं आणि देव आनंदचं, वैजयंतीमालाचं आणि दिलीपकुमारचं लव्ह अफेअर आहे, अशी कुणकुण माझ्या कानांवर आली होती. म्हणून या मोठ्यांच्या झुंजीत आपण पडायचं नाही, असं ठरवून टाकलं आणि पुन्हा कुसुम, मालू आणि शकू या तिघी हृदयसिंहासनावर, एका बाकावर किंवा रिक्षात तिघांनी खेटून बसावं, त्याप्रमाणे खेटून बसल्या.

पुढं या तिघींनीही माझ्या पवित्र, महन्मंगल फेम प्रेमाला फारसा प्रतिसाद न दिल्यामुळे मी एकेकीला सीट मोकळी करायला सांगितलं. त्या तिघींनाही मी फारसा

पसंत नसल्यामुळे एका पाठोपाठ एक तिघी जणी निघून गेल्या. हृदयसिंहासन संपूर्ण मोकळं राहिलं. यथाकाल माझं लग्न 'मुलगी दाखवून' या पारंपरिक पद्धतीनं झालं. बायकोला मी हृदयसिंहासनावर विराजमान हो, असं सांगितलं. ती मला म्हणाली, "मी जर अशी तुमच्या हृदयसिंहासनावर फतकल मारून बसले तर घरातला स्वयंपाक, धुणी-भांडी, केर-वारे, दळण, बाजार, भाजी, स्टोव्ह दुरुस्त करणं, रेशन आणणं ही कामं कोण करणार?" ती पुढं असंही म्हणाली, "मी तुमच्या हृदयसिंहासनावर एकाच जागी पाय आखडून बसले, तर माझ्या पायांना मुंग्या येतील ना!" मी म्हटले, "पाय आखडून कशाला बसतेस? सरळ पाय खाली सोडून बस, म्हणजे झालं." तेव्हा ती पारंपरिक विचाराची बायको मला म्हणाली, "अहो, असं काय करता? मी जर पाय खाली सोडून बसले, तर तुमच्या हृदयाला माझ्या लाथा लागतील ना? नवऱ्याच्या हृदयाला लाथा मारल्या तर मला पाप लागेल की!"

यावरून माझ्या असं लक्षात आलं की, आपली बायको प्रेम वगैरे बाबतीत अगदीच रूक्ष आहे. साधा संसार करायला ठीक आहे. "बऱ्याच दिवसांत अळू आणला नाही. मंडईतून घेऊन या, वड्या करीन म्हणते."... "गिरणीतून आज कणीक जरा जाडच आली, चपात्या नीट होत नाहीत."... "स्टोव्हच्या पिनांचं पाकीट आणा, शेजारच्या निर्मलाबाईंनी आपली पिन नेली आणि माहेरी जाऊन बसल्या!" ... असली सांसारिक वाक्यंच सतत माझ्या कानांवर पडू लागली. बायकोच्या नित्य सहवासामुळे मीही रूक्ष संसारी माणूस झालो. पुढं या रूक्षपणातून मला यथाकाल दोन मुलगे आणि दोन मुली झाल्या. योग्य वेळी सर्वांची लग्नं झाली. घरात सुना आल्या. मधून-मधून मुलांच्या मेहुण्या येऊ लागल्या. जावई, त्यांच्या बहिणी येऊ लागल्या.

अशा प्रकारे आठ-दहा जणांची तरुण पिढी आमच्या घरात येऊन-जाऊन वावरू लागली. आम्ही दोघे जुने झालो. माझं सिनेमाचं ज्ञान तर मागंच संपलं होतं. हल्लीच्या चित्रपटसृष्टीमध्ये काय काय चाललं आहे, याची मला अजिबात माहिती नव्हती. ही तरुण मंडळी म्हणजे साक्षात् 'एन्सायक्लोपीडिया इंडियाना सिनेमाका' होती. (चाल : एन्सायक्लोपीडिया ब्रिटानिका) त्या तरुण मंडळींचं हिंदी सिनेमांचं अद्यावत ज्ञान पाहून मी थक्कच होत असतो. काय अप्रतिम माहिती! काय व्यासंग! कमाल आहे! मुलगे, सुना, मुली, जावई, मेहुण्या, वन्सं, वहिन्या— सर्वच जण एम्. एच्. एम्. पी. ही 'डिग्री' धारण करणारे होते. (म्हणजे, 'मास्टर ऑफ हिंदी मोशन पिक्चर्स')

हल्ली आमच्या घरात एक घरगुती समारंभ होता. आमच्या लग्नाचा त्रिदशक

महोत्सव या मंडळींनी करायचं ठरवलं. त्या निमित्तानं सर्व जण आमच्या घरी एकत्र जमले होते. गच्चीवर रात्र जागवण्याचं ठरवलं. अकरा भटजींना बोलावून मंत्रजागर करावा आणि अकरा भटजींना दक्षिणा द्यावी, असं मला वाटत होतं. असंच वाटण्याच्या वयाला मी येऊन पोहोचलो होतो. माझा हा प्रस्ताव सर्वांनी एकमतानं फेटाळून लावला.

'फिल्मी ब्रेनट्रस्ट' हा अभिनव कार्यक्रम करण्याचं ठरलं. मी आणि बायको उत्सवमूर्तीच असल्यामुळे नाइलाजानं बसलो. या तरुण मंडळींचं हिंदी सिनेमाचं चौफेर ज्ञान पाहून मी वयानं वडील असूनही त्यांच्या ज्ञानामुळे त्यांच्यापुढे नतमस्तक झालो. संपूर्ण फिल्मी ब्रेनट्रस्ट नुसतं ऐकत राहणं, एवढंच काम मला होतं. मुलगे, मुली, जावई प्रभृती सर्व जण तोडीस तोड होते. एवढं अफाट ज्ञान या 'लेकरां' नी कुठून मिळवलं असेल, ते डोक्यात कसं साठवलं असेल, योग्य वेळी ते त्यांना पटापट कसं आठवत असेल; हे सगळंच माझ्या दृष्टीनं वंडरफुल होतं. मी हा फिल्मी ब्रेनट्रस्ट तटस्थपणे, पण कुतूहलानं पाहत होतो. याशिवाय दुसरं काय करणार?

फिल्मी ब्रेनट्रस्ट

(प्रश्नोत्तरं सुरू झाली.)

मुलगा १ : सर्वोच्च फिल्म अवॉर्ड म्हणजे 'दादासाहेब फाळके पुरस्कार.' हा पुरस्कार सर्वांत प्रथम कुणाला मिळाला?

मी : आचार्य अत्रे यांच्या 'श्यामची आई' या चित्रपटाला हा पुरस्कार मिळाला होता. (सर्व जण फिदी-फिदी हसतात.)

मुलगी १ : बाबा, तुम्हाला सिनेमातलं काही कळत नाही. तुम्ही नुसतं ऐकण्याचं काम करा. पहिला दादासाहेब फाळके पुरस्कार देविकाराणीला मिळाला होता. आता मी विचारते, राज कपूरला हा पुरस्कार कोणत्या वर्षी मिळाला?

जावई १ : अगदीच सोपा प्रश्न विचारलास. हा पुरस्कार राज कपूरला १९८८ मध्ये मिळाला. त्या वेळी राज कपूर आजारी होता. चाकांच्या खुर्चीवरून त्याला समारंभासाठी आणलं होतं, तेव्हा राष्ट्रपतींनी व्यासपीठावरून खाली येऊन राज कपूरला पुरस्कार दिला होता. आणखी माहिती सांगू का?

मुलगा २ : कोणत्या सिनेमामुळे झीनत अमन प्रकाशात आली?

मेहुणी : 'हरे राम हरे कृष्ण' या सिनेमात देव आनंदबरोबर काम करून ती प्रकाशात आली आणि 'सत्यं शिवं सुंदरम्'मधील टॉपलेसमुळे प्रकाशझोतात आली.

मुलगी २ : ताई, तू उत्तर दे. माधुरीचे एक नातलग फार मोठे बिल्डर

आहेत; त्यांचं नाव काय?

मुलगी १ : डी. एस्. कुलकर्णी. माधुरी दीक्षित त्यांच्या कंपनीत डायरेक्टरसुद्धा आहे.

सून १ : माधुरी दीक्षित जेव्हा जेव्हा शूटिंगला जाते तेव्हा नेहमी तिच्याबरोबर कोण असतं?

सून २ : जाऊबाई, उत्तर पाहिजे ना, घ्या. माधुरीबरोबर नेहमी तिची आई असते. इतकंच काय, पण तिनं यंदा 'किस्त्रीम' दिवाळी अंकासाठी माधुरीविषयीची मुलाखतपण दिली आहे. मनोरमा बापट यांनी ही मुलाखत घेतली असून 'किस्त्रीम' दिवाळी अंकात प्रसिद्ध होणार आहे.

जावई १ : अरे वा! बरीच अप-टू-डेट माहिती आहे की! आता मी आमच्या साडूंना विचारतो. काय हो, गोविंदा हा नट प्रसिद्धीस येण्यापूर्वी काय करत होता? कुठं राहत होता? त्याची घरची परिस्थिती कशी होती? त्याला आधार कुणी दिला?

जावई २ : काय हा प्रश्नांचा भडिमार? त्यापेक्षा मला गोविंदाचं चरित्रच लिहून आणायला सांगा ना. तरीही मी थोडक्यात उत्तरं देतो. मुंबईतल्या पश्चिम रेल्वेचं विरार हे शेवटचं लोकल गाड्यांचं स्टेशन आहे. गोविंदा विरारमध्ये राहत होता. घरची फार गरिबी होती. एकदा तर त्यानं घरातली भांडी आणि साडी विकून दीडशे रुपये आणले होते. त्या पैशांत त्यांनी थोडे दिवस काढले. त्या भागातले आमदार भाई ठाकूर आहेत ना, ते गोविंदाच्या थोरल्या भावाचे वर्गमित्र होते. त्यांनी गोविंदाच्या बहिणीच्या लग्नासाठी मदत केली होती.

मेहुणी : गोविंदाला कोणकोणती व्यसनं आहेत? लाइनीनं एकेक व्यसन सांगा. थोरले भावोजी, सांगा बघू.

मुलगा १ : ए ठकूबाई, माझ्या फिरक्या घेतेस काय? व्यसनं लाइनीनं सांगा म्हणे. नीट कान खोलके सुन. गोविंदाला कसलंही व्यसन नाही. तो दारू पीत नाही, साधी सिगारेटसुद्धा ओढत नाही. बिलकुल निर्व्यसनी आहे.

मुलगा २ : गोविंदाच्या घरचा पत्ता कोण सांगतंय? जावईबापू नंबर दोन, सांगाल का?

जावई २ : उसमे क्या बडी बात है? यूं करके बोलूंगा. बिल्डिंगचं नाव आहे. 'जलदर्शन', ए विंग, रुईया पार्क, जुहू, मुंबई-४०० ०४९.

मुलगी २ : अय्या! तुम्हाला कसा काय गोविंदाचा पत्ता माहीत? त्याच्या घरी-बिरी गेला होता की काय? आणि काय हो, मला का बरोबर नेलं नाही? गोविंदा आणि त्याची बायको सुनीता यांची ओळख झाली असती की!

सून १ : गोविंदा आणि करिष्मा कपूर यांची जोडी प्रसिद्ध आहे. पूर्वी राज कपूर-नर्गीस यांची होती, तशी. तरीही गोविंदानं दुसऱ्या हिरोइन्सबरोबरही भूमिका केल्या आहेत आणि करिष्मा कपूरनंही दुसऱ्या हीरोबरोबर भूमिका केल्या आहेत. याबद्दल कोण सांगणार आहे?

सून २ : मी सांगते. मला माहीत आहे. 'कृष्णा' या चित्रपटात करिष्मानं सुनील शेट्टीबरोबर भूमिका केली आहे. तसंच 'बाल ब्रह्मचारी' चित्रपटात करिष्मानं पुरू राजकुमारबरोबर भूमिका केली आहे.

मेहुणी १ : 'मृत्युदाता'मध्ये करिष्माच्या जोडीला अमिताभ बच्चन, अरबाझ अली खान आणि डिंपलसुद्धा आहे. 'जीत'मध्ये सलमानबरोबर भूमिका करते.

जावई १ : रेखाच्या वडिलाचं नाव काय?

मुलगी १ : जेमिनी गणेशन.

जावई २ : मागं माला सिन्हाचं आणि तिच्या नवऱ्याचं पटत नव्हतं, अशा अफवा होत्या याबद्दल कोणी काही सांगेल काय?

मुलगी २ : दुसरं कुणी कशाला? मी तुमची धर्म पत्नीच सांगते ना. ज्या वेळी या अफवा पसरल्या होत्या, तेव्हा हाच प्रश्न एका पत्रकारानं खुद्द माला सिन्हा हिला विचारला होता. तेव्हा ती म्हणाली होती, "लोक माझ्याबद्दल काय वाटेल त्या अफवा उठवतात. पत्रकारलोकही त्यात मीठ-मसाला घालून अफवा खमंग करतात. माझं आणि माझ्या नवऱ्याचं प्रेम कायम आहे. शूटिंगच्या शेड्यूलमधून मला चार महिन्यांपूर्वी थोडा वेळा मिळाला होता, तेव्हा मी आठवणीनं त्याला भेटायला त्याच्या घरी गेले होते. यावरून माझं आणि त्याचं प्रेम कसं दाट आहे, हे दिसून येतं."

मी : तुम्ही तरुण मंडळी या विषयातले भलतेच तज्ज्ञ दिसता. मलाही एखादा जुना प्रश्न विचारा ना?

सून १ : मामंजी, आम्हाला जुनं काहीच माहीत नाही. तुम्हीच काहीतरी माहिती सांगा.

मी : व्ही. शांताराम यांच्या वडिलांचं नाव राजाराम वणकुद्रे होतं आणि आईचं कमलाबाई. वडील जैन होते, तर आई उच्चवर्णीय हिंदू होती. आई-वडिलांच्या नावातील काही अक्षरं घेऊन शांतारामांनी 'राजकमल' चित्रसंस्था काढली होता. व्ही. शांताराम हे बाबूराव पेंढारकारांचे मावसभाऊ होते. व्ही. म्हणजे वणकुद्रे आडनावाचं पहिलं अक्षर होय.

मुलगा १ : बाबा, जुनी माहिती तुम्हाला बरीच आहे, असं दिसतं.

मी : पूर्वी काही सिनेमे पाहिले होते. त्यातलं थोडं फार लक्षात आहे.

आमच्या लहानपणी मीनाक्षी नावाच्या नटीनं तोकडे कपडे घालून पोहल्याचं आठवतं. पुढं संसाराला लागल्यावर या विषयावरचा व्यासंग सुटला.

सून १ : जाऊबाई, मी तुम्हाला एक प्रश्न विचारते. 'सौतन की सौतन'मध्ये मनीषा कोईरालाचा हीरो कोण आहे सांगा बरं? बघू या तुमचं फिल्मी ज्ञान!

सून २ : हा तर अगदीच फुसका प्रश्न विचारलात. 'सौतन की सौतनं'मध्ये मनीषा कोईरालाच हीरो अक्षय खन्ना आहे. मनीषा कोईरालाबद्दल काय वाटेल ते विचारा. मला खडान् खडा माहिती आहे. 'अग्निसाक्षी' आणि तमिळ 'इंडियन' यातील यशामुळे मनीषा नंबर वन्‌च्या दिशेनं सरकत आहे.

मुलगा २ : ए ऐकलंस का, मनीषाचा गाजू पाहणारा चित्रपट कोणता, हे सांगू शकशील का?

सून २ : इश्श! न सांगायला काय झालं? 'खामोशी' हा तिचा चित्रपट आहे. संजय भन्साळी हा 'खामोशी'चा दिग्दर्शक आहे. मनीषाबरोबर नाना पाटेकर, सीमा विश्वास आणि सलमान आहेत.

जावई १ : 'अचानक'मधे मनीषा कोईरालाबरोबर आणखी कोण कोण आहे?

मेहुणी : मी सांगते. अचानकमध्ये मनीषाबरोबर गोविंदा आणि जॉनी लिव्हर आहेत.

जावई १ : मनीषा आणखी कोणत्या सिनेमांत कुणा-कुणाबरोबर आहे?

सून २ : 'युगपुरुष'मध्ये मनीषा आणि नाना पाटेकर ही जोडी आहे, तर 'ग्रहण'मध्ये मनीषा जॅकी श्रॉफबरोबर काम करते.

माझ्या तरुण नातेवाइकांचे हे अफाट फिल्मी ज्ञान पाहून मी अक्षरश: चकित झालो. माझा थोरला मुलगा—लहानपणी नाकातला शेंबूडसुद्धा त्याला नीट काढता येत नव्हता. संध्याकाळी देवाचं म्हणताना शुभं करोतीच्या वेळी दहा चुका करायचा. धाकट्याला संपूर्ण एक वर्ष 'या कुन्देदु तुषार हार धवला', हा श्लोक काही पाठ झाला नव्हता. पुन: पुन्हा चुकायचा. शेवटी 'नि:शेष जाड्या पहा'च्या वेळी हटकून 'जाड्या पाहा' असं म्हणायचा. थोरली मुलगी क्ष, ज्ञ काढताना अडखळायची; तिला तेरा, सतरा, एकोणीस हे पाढे यायचे नाहीत. धाकट्या मुलीला जोडाक्षरं काही केल्या काढता येत नसत. अशी ही माझी मुलं! पण आज बघावं, तर संपूर्ण हिंदी सिनेमासृष्टी कोळून प्यायली आहे. माझी मुलं अभ्यास कधी करत होती आणि सिनेमाचं हे बहुमोल ज्ञान कधी मिळवत होती, कुणास ठाऊक?

मला इतकी वर्षं उगीचच वाटत होतं की, माझ्या मुलांना फक्त शुभं करोति, वक्रतुण्ड महाकाय, या कुन्देदु, शान्ताकारम्, मारुती स्तोत्र, रामरक्षा, गीतेचा

बारावा अध्याय वगैरे येत असेल. परंतु आज बघतो तर काय, त्यांनी हे सगळं मागंच कधीतरी गुंडाळून ठेवलं असून, प्रत्येक जण हिंदी सिनेमाची पीएच. डी. मिळवण्याइतका विद्वान झाला आहे.

माझ्या दोन्ही मुली माझ्या बाळबोध वळणाखाली लहानाच्या मोठ्या झाल्या, असा माझा भाबडा समज होता. म्हणून दोघींनाही स्थळंसुद्धा बाळबोध वळणाचीच पाहिली होती. माझे दोन्ही जावई असे निरागस आणि निष्पाप दिसायचे की, जेवण्यापूर्वी 'वदनि कवळ घेता नाम घ्या श्रीहरीचे' हा श्लोक म्हटल्याशिवाय अन्नाचा पहिला घास तोंडात घालत नसावेत, असं वाटे. सकाळी स्नान झाल्याबरोबर संध्या आणि एकशे आठ सूर्यनमस्कार नक्की घालत असावेत, असं वाटे. दोघे दिसायला इतके साधेभोळे दिसायचे की, त्यांना जर, 'माधुरी दीक्षित कोण' असं विचारलं तर, "आमच्या संस्कृतच्या दीक्षित सरांची बहुतेक मुलगी असेल" असं निरागस उत्तर देतील, असं वाटायचं. राजेश खन्ना कोण, असं विचारलं तर, "आमच्या वडिलांच्या ऑफिसात खन्ना नावाचा एक डिस्पॅच क्लार्क आहे, त्याचा तो मुलगा आहे. त्याचे वडील, त्या राजेशला त्याच ऑफिसात चिकटवून घ्यायच्या खटपटीत आहेत." अशी माहिती सांगतील, असं वाटायचं.

माझ्या मुलीं लहानपणी सागरगोटे खेळायच्या, भोंडल्याच्या दिवसांत, "ऐलोमा पैलोमा गणेश देवा, माझा खेळ मांडून दे, करिन तुझी सेवा" असली गाणी म्हणायच्या. परकराखाली लपवलेल्या वाटीतली खिरापत ओळखा बघू, असं म्हणायच्या. घट्ट तिपेडी वेणी, वेणीच्या टोकाशी लाला रंगाची रिब्बन, कानात डूल अशा साध्या वेषात असायच्या. संकष्टीच्या दिवसांत पुरुषांच्या बरोबरीनं गणपतीची आरती, मंत्रपुष्पांजली म्हणायच्या. आणि आता बघावं, तर त्यांचं निराळंच रूप दिसतंय. माधुरी काय, मनीषा काय, अक्षय खन्ना काय, नाना पाटेकर काय! या पोरींनी माझी नजर चुकवून हे हिंदी सिनेमांचं ब्रह्मज्ञान तरी कधी मिळवलं? मी विचारच करत होतो. इकडे या मंडळींचा फिल्मी ब्रेनट्रस्ट जोरात सुरूच होता.

दोन्ही सुना लग्नाच्या वेळी किती सोज्वळ होत्या! लग्नानंतर वाती काय करायच्या, फुलवाती काय करायच्या, जिवती काय पुजायच्या, श्रावणी सोमवारी शिवामूठ काय वाहायच्या, श्रावणातल्या रविवारी आदित्य रेणूबाईची कहाणी काय सासूला वाचून दाखवायच्या, फुलांचे हार करून देवांना काय घालायच्या, सडा घालून रांगोळी काय काढायच्या! मी तर धन्य झालो होतो. माहेराहून दोन्ही सुना किती अप्रतिम वळण घेऊन आल्या आहेत, असं वाटायचं. पण आज माझ्या दोन्ही सुनांचं हिंदी सिनेमांचं अफाट अद्यावत ज्ञान बघून, ह्याच का देवासाठी फुलांचे हार करणाऱ्या सुना; असा संभ्रम माझ्या मनात निर्माण झाला. दोन्ही सुनांनी माहेराहून

सासरी येताना आपल्या डोक्यात हिंदी सिनेमाचं गोडाऊनपण ठेवलं होतं याचा मला पत्ताच नव्हता. आता गोडाऊनचा पत्ता लागला. चला, बघू या, फिल्मी ब्रेनट्रस्ट!

मुलगा १ : शशी कपूरनं आतापर्यंत किती चित्रपटांत काम केलं आहे? भावोजी नंबर दोन, सांगाल काय?

जावई २ : उसमे क्या बडी बात है? शशी कपूरनं १९६१ मधे पहिली भूमिका केली, 'चार दीवारी'मधे. त्या वेळी नंदा त्याची हिरोईन होती. तिथून पुढं सुमारे सव्वाशे चित्रपटांत शशी कपूरनं भूमिका केल्या. अगदी १९९५ पर्यंत.

मुलगी २ : शशी कपूरबरोबर कोण कोण हिरॉइन्स होत्या कोण सांगू शकेल? मी नंदापासूनच सुरुवात करते. नंदानं त्यानंतरही, 'मेहंदी लगे मेरे हाथ', 'जब जब फूल खिले', 'मोहब्बत इसको कहते है', 'नींद हमारी ख्वाब तुम्हारे', 'जुआरी', 'राजा साब' वगैरे चित्रपटांत शशी कपूरबरोबर हिरोईनचं काम केलं.

सून १ : 'जहाँ प्यार मिले' या चित्रपटात हेमामलिनीनं प्रथमच शशी कपूरबरोबर भूमिका केली होती. पुढं, 'अभिनेत्री', 'आप बीती', 'अपना खून', 'नाच उठा संसार', 'त्रिशूल', 'दो और दो पाच', 'मान गये उस्ताद' या चित्रपटांतही हेमामालिनीनं शशी कपूरबरोबर भूमिका केल्या. याशिवाय शर्मिला टागोरनं, 'आमने सामने'पासून ते 'माँ बेटी'पर्यंत सुमारे दहा चित्रपटांतून शशीबरोबर भूमिका केल्या आहेत.

सून २ : याशिवाय झीनत अमान, मीनाकुमारी, बबिता, फरियाल, आशा पारेख, मौसमी चटर्जी, राधा सलुजा, नीतू सिंह, परवीन बाबी, रेखा, राखी, वहिदा रहेमान, स्मिता पाटील, जयाप्रदा वगैरे किती तरी हिरोइन्सबरोबर शशी कपूरनं भूमिका केल्या आहेत. जुन्या जमान्यात पी. जसराज हा नटही हिरोइन्सच्या बाबतीत सॉलिड लकी होता. हिरोईन, हिरॉईनची मुलगी आणि हिरोईनची नात ह्या हिरोइन्स आणि पी. जयराज मात्र सर्वांचा हीरो, असं गमतीनं म्हटलं जात असे.

माझ्या दोन्ही सुनांचं हे अद्वितीय ज्ञान पाहून मी स्तिमितच झालो. इतकी नावं पद्धतशीर लक्षात ठेवायची, म्हणजे जोक नाही. या दोन्ही सुनांचे नवरे म्हणजे माझे दोन सुपुत्र लहानपणी मुंज झाल्यावर संध्या करत असत. करत असत म्हणजे काय, मी त्यांना करायला लावत असे. नंतर सूर्यनमस्कारसुद्धा घालायला लावत असे. त्या वेळी संध्येतली, 'केशवाय नमः, नारायणाय नमः, माधवाय नमः गोविंदाय नमः, विष्णवे नमः, मधुसूदनाय नमः, त्रिविक्रमाय नमः' पासनं ते 'उपेंद्राय नमः, हरये नमः, कृष्णाय नमः' पर्यंतची चोवीस नावं दोन्ही मुलांकडून तोंडपाठ म्हणून घेईपर्यंत माझीच दमछाक होत असे. नंतर 'मित्राय नमः, रवये नमः, सूर्याय नमः' ही बारा नावं पाठ करून घेइपर्यंत मी हैराण होत असे. आणि

आता पाहावं तर दोघांच्या बायका, झाडून सर्व सिनेमा नट्यांची नावं घडाघडा तोंडपाठ म्हणून दाखवत आहेत. दोन्ही सुनासुद्धा छुप्या रुस्तुम दिसतात.

माझ्या लहानपणीसुद्धा सिनेमे होते. पण चार-सहा नट्यांपेक्षा माझी अधिक धाव कधीच गेली नाही. त्यातून मधुबालानं निराश केल्यापासून नटीनाम जप करणं मी सोडूनच दिलं. 'बायकोच सबकुछ' या निर्णयाप्रत येऊन संसार करू लागलो तेव्हापासून आजपर्यंत अगदी सोज्वळ राहिलो आहे. पण मुलगे, मुली, सुना, जावई यांची प्रगती मात्र दृष्ट लागण्यासारखी आहे. ह्या मंडळींना काहीही विचारा; फटाफट उत्तरं देतात. मला वाटतं, सध्या ह्यांचा हाच फटाफट उत्तरांचाच कार्यक्रम सुरू आहे.

मुलगा १ : मंदाकिनीची पहिली भूमिका असलेला चित्रपट कोणता?
सून १ : राम तेरी गंगा मैली.
जावई १ : शबाना आझमीच्या वडिलांचं नाव काय?
मुलगी १ : कैफी आझमी.
जावई २ : सी. रामचंद्रचं खरं नाव काय?
मुलगी २ : रामचंद्र चितळकर.
मुलगा २ : मनोजकुमारचं आडनाव काय?
सून २ : गोस्वामी.
जावई १ : टॉपलेस हिरोईनची दोन नावं सांगा.
मुलगी १ : मंदाकिनी आणि झीनत आमन.
जावई २ : त्या सिनेमांची नावं सांगा.
मुलगी २ : राम तेरी गंगा मैली आणि सत्यम् शिवम् सुंदरम्.
मुलगा १ : तीन पिढ्या एकाच सिनेमात; त्याचं नाव काय?
सून १ : कल, आज और कल.
जावई २ : हेमामालिनीचं आधीचं आडनाव काय?
मुलगी २ : चक्रवर्ती.
मुलगा १ : शर्मिला टागोरच्या प्रसिद्ध पूर्वजाचं नाव काय?
सून १ : रवींद्रनाथ टोगोर.
मुलगा २ : दिलीपकुमारचं मूळ नाव काय?
सून २ : युसूफखान
जावई १ : देव आनंद चित्रपटसृष्टीत यायच्या आधी काय करत होता?
मुलगी : मुंबईतल्या फॉरिन पोस्ट ऑफिसात क्लार्क होता.
जावई २ : मुंबईतल्या बसमध्ये कंडक्टर असलेला एक जण पुढं विनोदी

नट झाला; त्याचं नाव काय?

मुलगी २ : जॉनी वॉकर.

मुलगा १ : लक्ष्मीकांत-प्यारेलाल या जोडीतल्या लक्ष्मीकांतचं आडनाव काय?

सून १ : कुडाळकर.

मुलगा २ : एन. चंद्रा म्हणजे काय?

सून २ : चंद्रशेखर नार्वेकर.

जावई १ : जॅकी श्रॉफ मूळचा राहणारा कुठला?

मुलगी १ : माथेरानचा.

जावई २ : अमिताभ बच्चनच्या वडिलांचं आणि सासऱ्याचं नाव काय?

मुलगी २ : हरिवंशराय बच्चन आणि तरुण भादुरी.

मुलगा १ : किशोरकुमारच्या पहिल्या बायकोचं नाव काय?

सून १ : रुमादेवी.

जावई १ : मनीषा कोइराला मूळची कुठली?

मुलगी १ : नेपाळची.

जावई २ : आणखी एक प्रसिद्ध नटी नेपाळी आहे; तिचं नाव काय?

मुलगी २ : माला सिन्हा.

प्रश्न की लगेच उत्तर, प्रश्न की लगेच उत्तर— ही तर ग्रेट परीक्षाच होय. ताबडतोब उत्तर, हेच वैशिष्ट्य होतं. मी शाळेत शिकत असताना इतिहासातल्या सनावळ्या पाठ कराव्या लागत असत. शिक्षकानं सन विचारायचा आणि मुलांनी घटना सांगायची. हे पटापट नाही सांगितलं— तर मार्क जायचे. उदाहरणार्थ : १६३०— शिवाजीचा जन्म, १६४६— शिवाजीनं तोरणा किल्ला घेतला, १७०७ — औरंगजेबाचा मृत्यू, १७००— थोरल्या बाजीरावांचा जन्म, १७२०— थोरल्या बाजीरावानं पेशवाईची वस्त्रे मिळाली. वगैरे. ही उत्तरे आम्ही लहानपणी सन विचारला रे विचारला की, फटाफट देत असू. त्याची आता आठवण झाली.

हल्लीच्या पिढीची ही भलत्याच विषयातली प्रगती, प्रावीण्य आणि प्रियता पाहून मी धन्य झालो. 'सिलसिला' सिनेमाच्या निर्मितीच्या वेळी अमिताभ रेखाच्या मागं लागला होता, तेव्हा जया आणि अमिताभ यांच्यात दुरावा निर्माण झाला होता, नाना पाटेकर आणि मनीषा कोईराला या दोघांमध्ये भांडण का झालं, अंजली जठार एअर होस्टेस किंवा शिक्षिका होणार होती; पण अभिनेत्री का झाली, अंजली जठार लौकरच लग्न करणार आहे, 'मदहोश'मध्ये आमीर खानबरोबर, 'शस्त्र'मध्ये सुनील शेट्टीबरोबर आणि 'त्रिमूर्ती'मध्ये शाहरुख खानबरोबर भूमिका करणारी अंजली

जठार लग्नाचा विचार का करते, अमुक तमुक नटीला सध्या कितवा महिना आहे, तमुक तमुक नटीचं दुसऱ्यांदाही मिस्‌कॅरेज का झालं इत्यादी खासगी गोष्टींचीही खडान् खडा माहिती आमच्या घरातल्या सर्वांना— अर्थात मी आणि माझी बायको सोडून— कशी काय आहे याचं खरोखरच आश्चर्य वाटतं.

सगळ्या बारीक-सारीक गोष्टी ह्या मंडळींना लगेच माहीत होतात. यश चोप्राच्या चित्रपटातून ऊर्मिला मातोंडकर आऊट झाली आणि तिची जागा करिष्मा कपूरनं कशी बळकावली, 'मैने तो मोहब्बत कर ली' या चित्रपटात जुही चावलानं, माधुरी दीक्षितबरोबर काम करण्याचं का नाकारलं, विश्वसुंदरी आणि अभिनेत्री सुश्मिता सेन हिच्या हिऱ्याच्या तीन मौल्यवान अंगठ्या तिच्या मित्राच्या बायकोनंच कशा चोरल्या, तब्बू या नवीन अभिनेत्रीच्या आईनं पंचविसाव्या वर्षी ऐन तरुणपणी विभक्त होऊन तब्बूला कशी घडविली, शबाना आझमी तब्बूची मावशी आहे, संजय कपूर अजूनही तब्बूचा मित्र आहे... काय काय म्हणून सांगावं? मुलगे, मुली, सुना, जावई, प्रत्येक जण आपापल्या परीनं फिल्मी ज्ञानकोशच आहे. आता आणि मघाशी मी जे-जे काही सांगितलं ना, ते एवढ्यातच या मंडळींच्या फिल्मी ब्रेनट्रस्ट-मधून मी ऐकलं आहे. नाही तर मला कशाला या गोष्टी माहीत असणार?

थोड्या वेळानं ही मंडळी फिल्मी गाण्याच्या भेंड्यांकडे वळली.

मुलगा १ : हम तुम एक कमरे मे बंद हो और चाबी खो जाय

सून १ : यह है मोहब्बत, तुम्हारा हमारा.

मुलगा २ : रास्ता भूल गयी अंधेरेमे,

सून २ : मंजधार मे मेरी नय्या अटक गयी.

जावई १ : यार हो ऐसा जिगर मेरा दोस्त.

मुलगी १ : तमन्ना पूरी ना कभी होगी.

जावई २ : गम है प्यार का जो बिगड गया.

मुलगी २ : यह जिंदगी है चार दिनोंकी,

मुलगा १ : काटे और फूल मैने चखा है.

मुलगी १ : हम है पंछी एक डाल के.

मुलगा २ : क्या कहेगी दुनिया कंबख्त.

मुलगी २ : तेरे मेरे बीच मे कैसा है यह बंधन.

जावई १ : नफरत है प्यारसे तोबा तोबा

मुलगी १ : बोल राधा बोल संगम होगा की नहीं.

सून १ : हाय मेरे राम, शादी कब होगी.

सून २ : गहरा है यह गम, बिछडे हुआ प्यार का

जावई १ : कौन कहे मुझे पगला.

मुलगी १ : लव्ह मी डार्लिंग, आय लव्ह यू.

या फिल्मी गाण्यांच्या भेंड्या चांगल्या दोन तास चालल्या होत्या. यावरून माझे वंशविभूषण दोन सुपुत्र, माझ्या सुपुत्रांच्या धर्मपत्नी, माझ्या दोन सुकन्या, त्यांचे पतिदेव यांचा फिल्मी गाण्यांचा केवढा प्रचंड व्यासंग होता, हे पाहून मी थक्कच झालो. एवढी गाणी त्यांच्या जिभेच्या टोकांवर होती. स्वातंत्र्यपूर्वकाळातलं पाठांतर निराळं होतं. कवितांच्या किंवा गावांच्या नावांच्या भेंड्या होत असत. आज त्यांची जागा फिल्मी गाण्यांनी घेतली आहे. हिंदी सिनेमांचे हे घरोघरचे चालते-बोलते ज्ञानकोश पाहिले की, धन्य-धन्य वाटतं. हे आता बदलणं अशक्य आहे. म्हणून धन्य धन्य लादून घ्यायचं. यालाच म्हणतात— 'मेरा भारत महान!' शेवटी 'कालाय तस्मै नम:', हेच खरं.

☙☙☙

.१२.
जाहीरनामे सप्लायर्स

एकच गोष्ट; पण आधी तिचं नाव एक असतं आणि नंतर नाव दुसरं असतं. पातेलंभर शिरा करा, तो देवाला दाखवा. देवाला दाखवताना तो नैवेद्य असतो आणि तोच शिरा देवाला दाखवून झाला की त्याला प्रसाद म्हणतात. विधिमंडळात निरनिराळे कायदे तयार होतात. त्यासाठी अगोदर जो मजकूर मांडला जातो, त्याला बिल किंवा विधेयक म्हणतात आणि मजकूर विधिमंडळात संमत झाला की त्याला ॲक्ट किंवा कायदा म्हणतात. पण तोच; लग्नाच्या अगोदर त्याला शूर पुरुष म्हणतात, पण लग्नानंतर त्याच शूर पुरुषाला गरीब बिचारा नवरा म्हणतात. गळ्यात असेपर्यंत हार, गळ्यातून काढला की निर्माल्य—असे किती तरी जोडशब्द सांगता येतील. खुर्चीवर असेपर्यंत 'जनतेचे लाडके नेते' आणि खुर्चीवरून खाली आले की हेच जनतेचे लाडके नेते लगेच 'मिस्टर नोबडी' होतात, हे दोन शब्दांचं चक्र सगळीकडे बघायला मिळतं.

लोकशाहीच्या म्हणजे डेमॉक्रसीच्या बाबतीतही असंच असतं. आधी एक आणि नंतर दुसरंच! लोकशाही सरकारची सुप्रसिद्ध व्याख्या इथल्या आवश्यक संदर्भासाठी पुन्हा सांगतो. 'डेमॉक्रसी फॉर दि पीपल ऑफ दि पीपल अँड बाय दि पीपल' ही मूळ संकल्पना या, 'फॉर, ऑफ आणि बाय'च्या जोरावर पब्लिकची मतं मिळवायची, निवडून यायचं, सरकार स्थापन करायचं, आपापल्या फेव्हिकोलाइज्ड खुर्च्यांवर घट्ट बसायचं आणि मिळेल ते गट्ट करायचं, वरील संकल्पनेतला डेमॉक्रसी हा शब्द घट्ट पकडून ठेवायचा आणि दि पीपल वगैरेंना टाटा करायचं. फॉर, ऑफ बाय यांची स्पेलिंगही चलाखी करून बदलली जातात. कानांनी ऐकताना याच शब्दांचे उच्चार ऐकायला येतात. म्हणून लोकांना वाटतं, डेमॉक्रसी छान चालली हं. पण दाखवायचे दात निराळे आणि खायचे दात निराळे, या चालीवर उच्चारायचे स्पेलिंग निराळं आणि लिहायचं स्पेलिंग निराळं असतं. निवडून येऊन डेमॉक्रेटिक

सरकार सत्तेवर आलं की, 'डेमॉक्रसी फार दि पीपल, ऑफ दि पीपल अँड बाय दि पीपल'— असला प्रकार सुरू होतो. लोकांपासून दूर, लोक नसलेली आणि लोकांना विकत घ्यायची डेमॉक्रसी सुरू होते.

लोकशाही देशांमध्ये किती तरी राजकीय पक्ष असतात. देशपातळीवर आणि प्रदेशपातळीवर त्यांची प्रत्येकाची विचारप्रणाली परस्परभिन्न असते. हा सगळा गोंधळ असला तरी देशात खरे राजकीय पक्ष दोनच असतात. एका राजकीय पक्षाचं नाव असतं, 'सत्ताधारी पक्ष'. लोक कुणालाही मत देतात. नशिबानं ज्यांना जास्त मतं (पक्षी सीट्स) मिळतात, ते सत्ताधारी होतात. दुसरे सत्ताकांक्षी होऊन वाट बघत असतात. कधी तरी आजच्या सत्ताकांक्षी पक्षाला सत्ताधारी होण्याची संधी मिळते. मग खाली आलेला सत्ताधारी पक्ष उद्याचा सत्ताकांक्षी पक्ष बनतो. ह्या पक्षाचं सरकार झालं काय आणि त्या पक्षाचं सरकार झालं काय, जनतेच्या दृष्टीनं सगळी सरकारं सारखीच असतात. स्थितप्रज्ञवृत्तीनं जनता म्हणते, ''या पक्षाचं सरकार जाऊन त्या पक्षाचं सरकार आलं, याचा अर्थ एवढाच की नागनाथ गेला आणि सापनाथ आला,'' पुढं एखादे दिवशी सापनाथ जातो आणि पुन्हा नागनाथ येतो. यालाच लोकशाही म्हणायची पद्धत आहे. लोकशाहीत 'वाटेल त्याला संधी' हे महावाक्य आहे. त्यामुळे लोकशाहीत वाटेल तो माणूस वाटेल ते होतो आणि वाटेल ते करतो. लोकशाहीमध्ये ही फार मोठी सोय आहे. हे असं वाटेल ते वाटेल ते आणि वाटेल ते पाहिजे असल्यास लोकशाही पद्धतीनं निवडून आलं पाहिजे.

निवडून यायचं म्हणजे निवडणूक लढवली पाहिजे. निवडणूक लढवायची झाल्यास राजकीय पक्ष पाहिजेत. राजकीय पक्ष असले की, प्रत्येक पक्षाला निवडणूक जाहीरनामा पाहिजे. तसं पाहिलं तर निवडणूक जाहीरनामा लागतोच. त्या एकपात्री जाहीरनाम्यात जग हलवून (किंवा हादरूनसुद्धा चालेल) टाकण्याची आश्वासनं त्यानं मतदारांना दिलेली असतात. ''सत्तेचाळीस सालापासून चिघळत असलेला काश्मीर प्रश्न मला नगरपालिकेच्या निवडणुकीतील वॉर्ड नंबर सतरामधून निवडून दिल्यास चुटकीसरशी सोडवून टाकीन.'' (आहे काय न् नाही काय?), ''जगात अण्वस्त्रबंदी पूर्णपणे करायची असल्यास आपल्या ग्रामपंचायतीत मला बहुमतांनी निवडून द्या.'' असली कसली-कसली आश्वासनं जाहीरनाम्यात दिलेली असतात.

नगरपालिका, महानगरपालिका, ग्रामपंचायत, तालुका पंचायत, जिल्हा परिषद, राज्य आणि केंद्रीय अशी कोणतीही निवडणूक असो; तिथं पहिले अधिष्ठान पाहिजे जाहीरनाम्यांचे, ही महत्त्वाची गोष्ट माझ्या लक्षात आली. त्यातून मला एका व्यवसायाची प्रेरणा मिळाली. तो व्यवसाय म्हणजे, आपण स्वतःच निरनिराळ्या राजकीय पक्षांना आणि अपक्ष उमेदवारांना इन्स्टंट जाहीरनामे पुरविले तर? आपण

जाहीरनाम्यांच्या खूप व्हरायटीज ठेवायच्या. ज्याला जी-जी कलमं लागतील, ती-ती कलमं लगेच बाजूला काढून आणि तांत्रिक भर घालून त्या पक्षाला विकत द्यायची. असं केलं म्हणजे, निरनिराळ्या पक्षांच्या श्रेष्ठींची खरं म्हणजे डोकेदुखीच थांबेल. पण तसं म्हणणं बरं दिसत नाही, म्हणून ते हा वाचलेला वेळ पक्षाच्या विधायक कार्यासाठी वापरू शकतील, असं आपणच जाहिरातीत लिहून टाकायचं.

आपल्या देशात एकंदर पक्ष किती आहेत, त्यापैकी देशपातळीवरचे किती पक्ष आहेत, राज्यपातळीवरचे किती आहेत, जिल्हापातळीवरचे किती आहेत, पक्षांची ध्येयधोरणं काय आहेत, कोण (कोण) त्या प्रश्नांवर निवडणूक लढवायची, या सर्व बाबींचा मी पद्धतशीर अभ्यास केला. निरनिराळ्या पक्षांनी आपापल्या निवडणूक जाहीरनाम्यात कोणकोणती ऐसपैस आश्वासनं दिली होती, या सर्वांचे अभ्यासपूर्ण निरीक्षण केल्यानंतर जाहीरनाम्यातील मी तयार केलेल्या आश्वासनांचं वर्गीकरण केलं. कोणता उमेदवार कोणत्या राजकीय पक्षाचा आहे, हे पाहून त्याप्रमाणे मी जाहीरनाम्याची कलमं देण्याचं ठरवलं. माझ्या कल्पनेप्रमाणे रेडिमेड जाहीरनामे विकण्याचा माझा उपक्रम कदाचित हिंदुस्थानात प्रथमच असावा आणि पुन्हा एकदा कदाचित म्हणतो, कारण कदाचित हा उपक्रम जगातसुद्धा पहिलाच असेल! (कुणी तरी एक पोस्टकार्ड टाकून त्या गिनेस बुकवाल्यांना हे कळवील काय?)

जाहीरनाम्यांचं एक बरं असतं. राजकीय पक्ष ते प्रसिद्ध करतात. लोक म्हणजे मतदार ते वाचतात; त्यातल्या आश्वासनांचं कुणी फारसं मनावर घेत नाही. अंगात खूप ताप (ज्वर) असल्यावर तो माणूस तापात काहीबाही बोलत असतो. हे बोलणं घरामधली बिनतापाची माणसं मनावर घेत नाहीत. ताप नॉर्मल झाल्यावर बोलणंही नॉर्मल होईल, असं समजून घेतात. या जाहीरनाम्यांचंही असंच असतं. निरनिराळ्या राजकीय पक्षांना निवडणुका आल्या की निर्वाचन ज्वर येऊ लागतो. हे राजकीय पक्ष जनतेला उद्देशून काही काही बोलत राहातात, ते कुणी तरी लिहून काढतो. टेंपरेचर सुरूच असतं. निवडणूक संपल्यावर ते नॉर्मलला (किंवा कधी कधी बिलोनॉर्मलसुद्धा! राम! दुसरं काय?)

निर्वाचन ज्वरात लोकांना उद्देशून जे-जे बोललं जातं, ते-ते म्हणजेच, त्या त्या राजकीय पक्षाचा निवडणूक जाहीरनामा. तो प्रसिद्ध करून व्याख्यानांतून आणि प्रचारपत्रकांतून नाना प्रकारची आश्वासनं दिली जातात. काही आश्वासनं चिरंतन स्वरूपाची असतात. पुढच्या प्रत्येक जाहीरनाम्यातही तीच आश्वासनं पुनः पुन्हा दिली तरी लोक तथा मतदार फार मनावर घेत नाहीत. फक्त मध्येच कधी तरी, "या आश्वासनांची ही रौप्यमहोत्सवी खेप बरं का!", असं म्हणतात आणि सव्विसाव्यांदाची

वाट पाहत राहतात. ही आश्वासनं मतदारांच्या कानवळणी पडलेली असतात.

(जाता जाता : आश्वासन हा शब्द आहे ना, हा मुळात आश्वासन नसून 'अश्वासन' (अ ला काना नको) असा असावा. अश्वासन म्हणजे अश्व आणि आसन यांचा संधी होऊन झालेला शब्द. अश्वाचं म्हणजे घोड्यांचं आणि आसन म्हणजे खोगीर. मालकानं किंवा कुणीही खूष झाल्याचा आव आणून नोकराला म्हणायचं, "मी तुझ्यावर बेहद्द खूष झालो आहे. म्हणून मी तुला एक अश्व बक्षीस म्हणून देणार आहे." नोकर बिचारा वाट पाहतो. आज अश्व मिळेल, उद्या अश्व मिळेल; परंतु काहीही नाही. वर्षभरानं नोकरानं मालकाला अश्वाची आठवण करून दिल्यावर मालक म्हणतो, "अरे! तुला अश्व द्यायचं ते (सोइस्कररीत्या) विसरून गेलो होतो. बरं झालं तू आठवण केलीस ते." मालकाचं हे उत्साहवर्धक बोलणं ऐकून नोकर आनंदित झाला. आता मात्र नक्की अश्व मिळणार, असं त्याला वाटतं. मालक पुढं म्हणतात, "मी तुला अश्व देईन असं म्हणालो होतो, परंतु तूर्त मी तुला अश्वाचं आसनच देतो. अश्वाचं पुढं कधी तरी बघू." असं म्हणून मालक फक्त आसनच देतात. आश्वासन हे असं असतं. आश्वासनसुद्धा अश्वासनाप्रमाणे असतं. मोठं काही तरी देतो, असं म्हणायचं आणि थोडक्यात कटवायचं.)

आश्वासनांची बैठक 'जो जे वांछील तो ते लाहो' इतकी औरस-चौरस ऐसपैस असावी. लागते. मुंबईतल्या लोकलगाडीमधील चौथ्या सीटप्रमाणे ('जरा सरकून घ्या'फेम) तोकडी असून चालत नाही. म्हणून सगळे जाहीरनामे आणि सगळी आश्वासनं अघळपघळ असतात. वाचतानासुद्धा मतदारांना काही तरी भव्य, मोठं व्यापक, लोककल्याणकारी, सुखकारक वाटलं पाहिजे. नंतर मतदारांनी मनातल्या मनात जर ('नुस्त्या टी एच ए पी ए', असं म्हटलं तर आपण तरी काय करणार? कुणाच्या मनात कसली प्रतिक्रिया निर्माण होते, हे आपल्याला थोडंच दिसतं?)

सगळं जाहीरनामे वाचून त्यांचा पद्धतशीर अभ्यास करूनच मी माझा 'जाहीरनामा सप्लायर्स' हा व्यवसाय सुरू केला. विविध राजकीय पक्षांचे लोक माझ्याकडे येऊ लागले. अमुक पार्टी, तुमक पार्टी, अलाणे पार्टी, फलाणे पार्टी, क्ष पार्टी, मोघम पार्टी— अशी निरनिराळ्या राजकीय पक्षांची नावं आहेत. प्रत्येक आश्वासनाची मी वर्गवारी करून ठेवली होती. सर्वसामान्य आश्वासन, ठाम आश्वासन, कुरघोडी आश्वासन, नोकरी आश्वासन—अशी वर्गवारी केली होती. ग्राहक बघून मी आश्वासनाला संकेत क्रमांक दिला होता. वर्गवारी क्रमांक आणि आश्वासन क्रमांक त्यामुळे कुणालाही, कोणत्याही आश्वासनाचा सँपल दाखवणं सोपं जातं. प्रत्यक्ष व्यवसाय सुरू करण्याची सर्व पूर्ण सिद्धता झाली.

आणि एके दिवशी 'जाहीरनामे सप्लायर्स' हा अभिनव व्यवसाय सुरू

झाला.

एक उमेदवार आला. तो म्हणाला, ''मी ग्रामपंचायतीच्या निवडणुकीला उभा राहणार आहे. मला काही आश्वासनं खरेदी करायची आहेत. चांगल्या क्वालिटीची काही आश्वासनं दाखवा.''

पहिला ग्राहक या नात्यानं मी त्याचं स्वागत आणि खाद्यपेय देऊन आदरातिथ्य केलं. ''तुम्ही काय करा— तुम्ही कोणत्या पार्टीच्या तिकिटावर उभे आहात काय?''

''मी अमुक पार्टीत होतो; पण मला तिकीट न मिळाल्यामुळे मी बंडखोर, अपक्ष म्हणून उभा राहणार आहे. आश्वासनांचे सॅंपल्स दाखवा.'' उमेदवार म्हणाला.

''म्हणजे तुम्हाला एकपात्री जाहीरनामा पाहिजे!'' मी म्हणालो.

''होय. पण जाहीरनामा असा एक्स्ट्रा स्ट्रॉंग द्या की, सत्ताधारी पक्ष मनातून हबकूनच गेला पाहिजे.'' उमेदवारानं सांगितलं.

''तुम्ही हा जाहीरनामा घ्या—'' मी म्हणालो.

१) आपल्या ग्रामपंचायतीचं नगरपालिकेत रूपांतर करण्यासाठी मी प्राणपणानं लढेन.

२) त्यानंतर नगरपालिकेचं महानगरपालिकेत रूपांतर होण्यासाठी मी पंचप्राणांची कुरवंडी करीन.

३) आपल्या गावात रेल्वेची ब्रॉडगेजची लाईन आणण्यासाठी मी प्राणाहुती देईन.

४) आपल्या गावी विमानतळ होण्यासाठी मी वेळ आलीच, तर आत्मसमर्पण करीन.

५) आपल्या गावात विद्यापीठ आणि त्या विद्यापीठांना जोडण्यासाठी किमान शंभर कॉलेजं निर्माण करण्यासाठी प्रसंगी प्राणांतिक उपोषणही करीन आणि त्यातच आत्मबलिदानही करीन.

६) ग्रामपंचायतीच्या आपल्या या गावातले रस्ते चांगले व्हावेत, म्हणून मी दिल्लीला पार्लमेंटमध्ये माझा बुलंद आवाज उठवीन.

७) गावात पोहण्याचा तलाव आणि क्रीडांगण व्हावं, यासाठी मी युनोमध्ये माझ्या मायमराठीतून दणदणीत आवाज उठवीन.

८) ग्रामपंचायतीच्या आवारातल्या सर्व विहिरींवर पंप बसवण्यासाठी जागतिक बॅंकेकडून कर्ज मिळवून देण्यासाठी, त्या बॅंकेसमोर प्राणांतिक उपोषण करीन.

९) मला निवडून दिल्यास गावातल्या सर्व मुलांमुलींना एम. ए., पीएच. डी. करण्याचं माझ्याकडे लागलं.

१०) माझ्या गावातल्या सर्व बंधू-भगिनींना मी वर्षभर विनामूल्य जेवायला घालीन.

"हा दहा कलमी जाहीरनामा." मी म्हणालो.

"पण यातलं कोणतंच आश्वासन पूर्ण करणं मला शक्य नाही. हे—हे म्हणजे फारच झाल्यासारखं वाटतं." उमेदवार म्हणाला.

"असू द्या हो! मतदारांची आणि अन्य लोकांची छान करमणूक होईल."

"आश्वासनं पूर्ण नाही झाली तर मला किमान पाच-सहा वेळा तरी आत्मर्पण, आत्मबलिदान, प्राणहुती वगैरे वगैरे करावं लागेल; ते कसं काय जमणार? फार तर एकदाच ती प्राणहुती, आत्मार्पण, आत्मबलिदान वगैरेपैकी एकच काही तरी करू शकेन. त्यानंतरची मरणं मी कशी मरणार? अशक्य आहे. आणि खरं सांगू का, पहिल्या खेपेलासुद्धा प्राणपणानं लढेन वगैरे जे म्हटलं आहे ना, तेसुद्धा मला जमणार नाही." तो उमेदवार घाबरून म्हणाला, " प्राणपणानं वगैरे म्हणजे जोक नाही. पटकन प्राण गेल्यावर दुसरा प्राण लगेच आणायचा कुठून? शिवाय मी स्वत: निष्प्राण झाल्यावर दुसरा प्राण आणायला जाणार तरी कसा आणि त्यानंतरच्या आश्वासनासाठी पंचप्राणांची कुरवंडी तरी कशी करणार?" अशी अडचण सांगून पुढची अडचण सांगताना तो बंडखोर अपक्ष उमेदवार मला म्हणाला, "बरं का, ती पंचप्राणांची कुरवंडी कशी करतात याची प्रोसिजरच मला माहीत नाही. कुरवंडी आपण घरी तयार करायची असते की ती बाजारात विकत मिळते, हेही मला माहीत नाही."

"जाहीरनाम्यात असंच दणदणीत लिहिलं की, मतदारही म्हणतात, गडी पॉवरबाज दिसतो हं. आपण यालाच मत देऊ या."

"ते सगळं खरं हो—" अपक्ष बंडखोर उमेदवार म्हणाला, "युनो, जागतिक बँक वगैरे जाऊ द्या हो! पण समजा—मी निवडून आलोच, तर वर्षभर गावजेवण घालणं कसं परवडणार? ग्रामपंचायतीत पैसे खाऊन-खाऊन किती खायला मिळणार? शिवाय 'खाणारी तोंडं मी धरून वीस आहेत. प्रत्येकाच्या वाटणीला चतकोर पैसेसुद्धा खायला येणार नाही? शिवाय सरपंचाची भूक मोठी; तो खाऊन उरेल त्यातून आम्हाला एक-दोन, एक-दोन घास खायला मिळणार."

"तुम्ही पहिल्यांदाच उभे राहिलेले दिसताय?" मी म्हणालो, "तुम्ही बिनधास्त राहा. जाहीरनाम्यातली आश्वासने अजिबात मनावर घेत नसतात. मतदारांनी मनातून जे ठरवलेलं असतं, त्यालाच मतं देतात. जाहीरनामा प्रसिद्ध करायची वहिवाट पडून गेली आहे, म्हणून काढायचा असतो." मी म्हणालो.

"ठीक आहे!" उमेदवार म्हणाला, "हा दहा कलमी जाहीरनामा काय भावानं दिला?"

''तसा भाव कमी आहे, कारण ग्रामपंचायतीच्या निवडणुकीचा आहे. कलमी शंभर रुपयेप्रमाणे एक हजार होतात. तथापि, दहा टक्के डिस्काऊंट वजा जाता नऊशे रुपयांचा कॅश मेमो मी तयार करतो.''

''हे घ्या पैसे—'' उमेदवार म्हणाला.

मी योग्य त्या तांत्रिक गोष्टी त्या जाहीरनाम्यात लिहून त्याला तो जाहीरनामा दिला.

एक पुढारी आपल्या शरीराचे अवयव—आवाक्याबाहेर गेलेलं पोट, मांड्या, गर्दन, (बल) दंड, वगैरे सावरत-सावरत आले. सतत पैशांचाच खुराक सुरू असल्यामुळे शरीर वजनदार झालं होतं.

''या, नमस्कार!'' मी म्हणालो, ''बसा.''

''तुम्ही इलेक्शनच्या जाहीरनाम्याचं दुकान काढलंय म्हनं? काढलंय न्हवं?'' फुडाऱ्यानं विचारलं.

''हे काय, तुम्ही आमच्या दुकानातच बसला आहात! कसला जाहीरनामा पाहिजे? आयडिया द्या म्हणजे त्याप्रमाणे कलमांचा माल दाखवतो.'' मी त्या तुंदिलतनु फुडाऱ्याला सांगितलं.

''मी कोनच्या पोलिटिकल पार्टीचा असेन, ह्ये तुमी वळकलं असेलच?'' फुडारी म्हणाले.

''हे काय विचारणं झालं?'' मी चेहऱ्यावर व्यावसायिक नम्र भाव आणून म्हणालो, ''तुम्ही थोर परंपरा असलेल्या देशभक्त पार्टीचे पुढारी आहात. ते कुठं झाकतं काय?'' (मनात : शरीराचं वजन कुठं झाकलंय काय?)

''मला वाटलं होतं, माझी अन् माझ्या पार्टीची वळख मलाच करून द्यावी लागते की काय!'' फुडारी म्हणाले.

''तुम्ही स्वत:च तुमची ओळख करून देणं म्हणजे सूर्यानं स्वत:च, मी सूर्य आहे, असं सांगण्यासारखं आहे.'' मी योग्य दृष्टांत सुचल्याचा आनंद चेहऱ्यावर दाखवत त्यांना म्हणालो, ''मी तुमची कसली सेवा करू?''

''तुमी कसली आमची शेवा करताय राव? आता आम्हीच जनतेची शेवा करायला निघालो आहोत. विलेक्शन आलंय तवा महिना-दीड महिना जनतेची शेवा केलीच पाहिजेल (मी मनात— ही सेवा केली की सत्तेचा मेवा पाच वर्षं पोटभर खायला मिळतो); जनतेला काय होवं, काय नगं हे समक्श जाऊन भेटून विचारलं पाहिजेल. आपला प्रेमाचा हात समद्यास्नी दावला पाहिजेल. जनतेत विस्वास म्हनत्यात, त्यो आपन निर्माण केला पाहिजेल.''

''नेहमी तुमच्या पक्षाचे पक्षश्रेष्ठी आणि कार्यकारिणीचे सदस्य निवडणुकीचा

जाहीरनामा तयार करतात ना?'' मी विचारलं

"थुत् त्यच्यायला!'' थुंकीयुक्त मातृप्रधान सौम्य गाली प्रदान करून फुडारी पुढं म्हणाले, ''पहिले नेते जंटलमेन होते. आता मारामाऱ्याच लई चालत्यात. कपडे फाटत्यात, काही बाही शिवीगाळीचं बोलतात. दुसरे दिवशी समदं पेपरात छापून येतं त्येचं बी त्यास्नी काय बी वाटत न्हाय. म्हनून मारामारी, कपडे फाडणं, वस्तूंची फेकाफेक करनं बंद करून डायरेक्ट रेडिमेड विलेक्शन जाहीरनामाच विकत आनायचा आन् आपल्या पार्टीचं नाव त्या जाहीरनाम्यावर टाकून, त्या जाहीरनाम्यापर्मानं इलेक्शन लढवायचं, असं आमच्या पक्षश्रेष्टीनं ठरवलं हाय. त्यांचाच प्रतिनिदी म्हनून शान जाहीरनाम्याची कलमं खरेदी करायला आलो आहे. शँपल दाखवा—''

''राज्याच्या म्हणजे आमदारांच्या निवडणुका आहेत काय?'' मी विचारलं

''व्हय, आमदारांच्याच निवडणुकी हायेत. त्यासाठी पावरबाज जाहीरनामा द्या. एकेक कलम वाचलं की, जन्ता आनि मतदार खूश झाले पाहिजेल.'' पुढारी तंबाखूची पिचकारी मारून म्हणाले.

''बरं, तुम्ही काय करा—मी तुम्हाला नमनाची पाच कलमं देतो. ही घातल्याशिवाय पुढचं सहावं कलम घालताच येत नाही.'' मी म्हणालो, ''संध्या करताना ब्राह्मणमंडळी कसं अगोदर 'केशवाय नमः', 'नारायणाय नमः', 'माधवाय नमः' असं म्हणतात आणि मग पुढची संध्या तसंच, 'पाणी प्रश्नाय नमः', 'सीमा प्रश्नाय नमः', 'पाणी तंटा प्रश्नाय नमः', 'बेकारी निवारणाय नमः' आणि 'भाववाढ रोखण्याय नमः' या पाच प्रश्नांना वंदन करूनच पुढची कलमं लिहायची.''

''व्हय! आमी बी प्रत्येक विलेक्शनच्या जाहीरनाम्यात हीच पाच कलमं हमेशा घालत असतो. त्याबिगर, विलेक्शनच्या जाहीरनाम्याला शोबाच येत न्हाय गा. आता तुमच्या भाशेत एकेक कलम नंबरवारीनं सांगा.'' फुडारी म्हणाले.

''मी ती पाच आणि आणखी काही कलमं सांगतो—'' मी म्हणालो आणि कलमं सांगू लागलो.

१) पिण्याच्या पाण्याचा प्रश्न आमचा पक्ष युद्धपातळीवर सोडवणार आहे. यापुढे खेड्या-पाड्यांतल्या जनतेलाही घराघरातून नळानं पाणीपुरवठा केली जाईल, दुर्बल घटक आणि निरनिराळ्या टक्यांमध्ये समाविष्ट असणाऱ्या सर्वांना 'तुमच्या घरात तुमचा नळ, खर्चासाठी आमचे आर्थिक बळ' या योजनेखाली बहुसंख्य लोकांना विनामूल्य नळ मिळतील.

२) नद्यांचा पाणी तंटा आम्ही, आपल्या राज्याला नव्वद टक्के पाणी, उरलेलं दहा टक्के पाणी त्या राज्याला देऊन सामंजस्यानं सोडवणार आहोत.

"सामंजस्यानं का काय म्हनं, त्यात तसा हा गुंता न्हाय सुटला तर?" फुडारी म्हणाले.

"अहो, हा गुंता सोडवला तर पुढच्या जाहीरनाम्यातलं महत्त्वाचं कलमच कटाप होईल की! काही प्रश्न चिघळत ठेवायचे असतात, म्हणजे मागल्या जाहीरनाम्यावरून पुढं चालू, असं रीतसर करता येतं." असं सांगून मी पुढं म्हणालो, "आता कलम तीन."

३) सीमा तंटा सोडवण्यासाठी आमचा पक्ष वचनबद्ध आहे. सीमा तंटा हा आमचा मानबिंदू आहे. कोणत्याही परिस्थितीत आम्ही सीमा तंटा सोडवणारच आहोत.

"एक लक्षात ठेवा, सीमा तंटा सुटणार नाही, तरीही जाहीरनाम्यात तसं लिहावंच लागतं." मी सांगितलं आणि चौथ्या कलमाकडे वळलो.

४) राज्यात दिवसेंदिवस बेकारीचं प्रमाण वाढत आहे. बेकारी निवारण करण्यासाठी आमचा पक्ष कटिबद्ध आहे. 'प्रत्येक हाताला काम, प्रत्येक कामाला दाम' या योजने अंतर्गत प्रत्येकाला काम मिळून राज्यात कुणीही बेकार राहणार नाही. बेकारीचं निवारण करण्यास आमचा पक्ष केवळ कटिबद्धच नाही, तर वचनबद्धसुद्धा आहे!"

"लई बेस कलम लिवलंय. आता म्होरलं कोनतं कलम हाय?" फुडाऱ्यानं विचारलं.

"भाववाढ रोखणं, हे एक कायमचं कलम असतं. हे पाचवं कलम असल्याशिवाय जाहीरनाम्याला शोभाच येत नाहीत. ते कलम असं—" मी म्हणालो.

५) भाववाढ रोखण्यास युद्धपातळीवरून प्रयत्न केले जातील.

"मगाशी एकदा युद्धपातळी झाली की; पुन्यांदा कशाला?" फुडाऱ्यानं विचारलं.

"त्याचं काय आहे," मी म्हणालो, "थोडीशी कलमं झाली की लगेच एखाद्या कलमाला युद्धपातळीवरून हा शब्द चिकटवावा. या शब्दामुळे काम किती झपाट्यानं चाललं आहे, असा भास चांगल्या प्रकारे निर्माण करता येतो." मी सांगितलं.

"आता हेच कलम पुढं चालू. जीवनावश्यक वस्तूंची भाववाढ तर रोखूच परंतु कुणी भाववाढ केलीच, तर त्याची मुळीच गय केली जाणार नाही. त्याच्याविरुद्ध कठोर कारवाई करण्यात येईल."

"ही आपली हमेशाची कलमं झाली. ती समदी आम्हीस्नी तोंडपाठ झाली. आमच्या घराण्यात तर माझ्या बापाला बी ही पाच कलमं तोंडपाठ होती,

म्हणून तर आमदारकीचं तिकीट लगोलग मिळालं व्हतं.'' फुडाऱ्यानं अप्रतिम माहिती सांगून माझे कान धन्य केले. फुडारी पुढं म्हणाले, ''आता म्होरली कलमं कोनती घालणार?''

''आपण काहीही घालू शकतो. जगातल्या कोणत्याही देशाला दमदाटी-सुद्धा देऊ शकतो.'' मी म्हणालो, ''ही घ्या कलमं.''

६) काश्मीर प्रश्न लगेच सुटला नाही तर त्यांचे परिणाम भोगायला पाकिस्ताननं तयार असावं. सुईच्या टोकावर मावेल एवढीही काश्मीरची भूमी कुणालाही घेऊ देणार नाही. त्यासाठी आम्ही राज्यातल्या महत्त्वाच्या शहरांतून प्रतीकात्मक मोर्चे काढून आणि कडक निषेधाची पत्रके काढून पाकिस्तानला चांगला धडा शिकवू.

७) दुर्बल घटकांसाठी मोफत जेवण आणि विनामूल्य कपडेलत्ते दिले जातील.

८) ज्यांच्या-ज्यांच्या मागं 'राखीव' हा शब्द आहे, त्या सर्वांना पदव्युत्तर शिक्षणापर्यंत फी माफ; शिवाय वह्या-पुस्तकं मोफत मिळतील.

९) राज्यात गृहहीन कुणीही राहणार नाही. प्रत्येकाला कमीत कमी वन् रूम किचनचा सेल्फ कंटेन्ड ब्लॉक दिला जाईल. फारच दुर्बल घटक असेल, तर टू-रूम किचन सेल्फ कंटेन्ड ब्लॉक देण्यास आमचा पक्ष बद्ध आहे.

१०) अधिकृत शासनमान्य गरिबांना प्रत्येकी दहा हजार रुपये कर्ज बिनव्याजी दिले जाईल. दोन वर्षांनीही तो ते कर्ज परत करू शकला नाही, तर त्या कर्जदारानं आता आणखी अधिक गरीब झालो असल्याचं साधं प्रतिज्ञापत्र लिहून दिल्यास त्याला ते कर्ज माफ करण्यात येईल. ते कर्ज माफ केल्यावर तोच गरीब नवीन कर्जाची मागणी करण्यास पात्र ठरेल.

''एवढी दहा कलमं पुष्कळ आहेत.'' मी म्हणालो, ''या दहा कलमांवर जनता खूष होऊन जाईल आणि तुमच्या पक्षावर मतांचा धो-धो पाऊस पडेल.''

''व्हय! कलमंच तुम्ही लै जंक्शान दिली हायेत. बरं, बिल किती झालं म्हणायचं?'' फुडाऱ्यानं विचारलं.

''राज्यपातळीवरच्या जाहीरनाम्यातील प्रत्येक कलमाला आम्ही दहा हजार रुपये चार्ज करतो. कारण जवळजवळ सहा कोटी मतदारांपर्यंत हा जाहीरनामा जायचा असतो.'' मी सांगितलं.

''रेट जरा भारीच वाटतो पन् एकमेकांचे कपडे फाडणं, डोकी फोडणं, प्रत्येकाच्या मातोश्रीला शिवीमध्ये गुंफणं—लई गदरोळ चालतो, त्यापेक्षा हे झकास. रेडिमेड दहा कलमी जाहीरनामा आणला की कसलीही झगझग नाही! हा घ्या एक लाख रुपयांचा चेक. पावती मात्र प्लीज करून, सव्वालाखाची द्या. माझे पन चार

पैसे कमिशन सुटलं पाहिजेल. (पंचवीस हजार रुपये म्हणजे चार पैसे काय?) ह्ये कमिशनचं पक्षश्रेष्टींना कळवू नका. उलट, तुमी दीड लाख म्हनत होता, पन मीच घासाघीस करून सव्वालाख रुपयांवर कांडं तोडून पक्षाचे पंचवीस हजार रुपये वाचवले, असे सांगणार हाय.'' फुडाऱ्यानं मला योग्य ते 'मार्गदर्शन' केलं. नंतर दहा कलमी जाहीरनामा घेऊन ते फुडारी गेले.

दुसऱ्या पक्षाचे पुढारी आले. ते म्हणाले, ''लोक सध्याच्या राजवटीला कंटाळले आहेत. म्हणून जनता—विशेषत: मतदार—खूष होईल, असा मस्त जाहीरनामा आम्हाला पाहिजे. 'स्वस्तात किंवा सवलतीत' हे जाहीरनाम्याचं सूत्र असावं. दहा कलमांत सगळं बसवा. आम्हाला आता सरकार स्थापन करायचं आहे. त्या दृष्टीनं आश्वासनांची खैरात करा.'' विरोधी पुढारी म्हणाले.

''ठीक आहे. तुम्ही आधी मतदारांच्या पोटाला हात घाला; मतं तुमचीच.'' मी म्हणालो.

''म्हणजे नेमकं काय करायचं?'' पुढाऱ्यानं विचारलं.

''विविध प्रकारे जनतेला स्वस्तात किंवा विनामूल्य खाऊ-पिऊ घालतो, अशी आश्वासनं द्यायची. आश्वासनं कशी घसघशीत असावीत, म्हणजे जाहीरनामा वाचताना लोकांना बरं वाटेल.''

''पण समजा, चुकून आमच्या पक्षाचंच सरकार आलं, तर सगळं पूर्ण कसं करायचं?'' पुढाऱ्यानं शंका विचारली.

''हे बघा, बोलून-चालून ही निवडणुकीच्या जाहीरनाम्यातली आश्वासनं असतात. लोक स्वत:च ती विसरून जातात. फार तर इथं हे आश्वासन, तिथं ते आश्वासन सुरू करायचं. त्या वेळी दणक्यात उद्घाटन समारंभ करायचा आणि लोक आश्वासनं विसरले की, जे काही सुरू केलं असेल, ते हळूच बंद करायचं.'' मी म्हणालो, ''आता ही घ्या दहा कलमं.''

१) फक्त एक रुपयात मागाल ते—झुणका-भाकर किंवा आमटी-भात किंवा उसळ-पाव किंवा आम्लेट-पाव किंवा डोसा-सांबार किंवा रोख एक रुपया. एक रुपया मागणाऱ्यानं स्वत: एक रुपया द्यायचा नाही; उलट ते अन्नकेंद्रच मागणाऱ्याला एक रुपया देईल.

२) सर्व गृहिणींना विनामूल्य घरं देण्यात येतील. नंतरही त्यांना भाडं भरावं लागणार नाही. सर्व टॅक्सेस, पाणीबिल, लाईटबिल आमचं सरकार भरत जाईल.

३) शालांत दहावीपर्यंत शिकत असलेल्या सर्व विद्यार्थ्यांना दररोज पाव लिटर दूध आणि लोणी लावलेले ब्रेड टोस्ट विनामूल्य दिले जातील. कोणत्याही

इयत्तेत कितीही वेळा नापास झालेल्या विद्यार्थ्यांनाही या योजनेचा लाभ ते विद्यार्थी दहावी पास होईपर्यंत मिळत राहील.

४) महाविद्यालयीन विद्यार्थ्यांना दुपारचं जेवण त्यांच्या महाविद्यालयात विनामूल्य मिळत राहील.

५) पहिल्यांदाच गरोदर आणि बाळंत अशा स्त्रियांचा सातव्या महिन्यापासून ते बाळंत झाल्यावर पुढील तीन महिन्यांपर्यंतचा खर्च आमचं नव्यानं सत्तेवर आलेलं सरकार करील. ही सवलत फक्त दोनच बाळंतपणांपर्यंत राहील. डिंकाचे आणि अळिवाचे लाडूसुद्धा बाळंतिणीला शासनाकडूनच पुरविले जातील.

६) सर्व शासकीय आणि शासन अनुदानित संस्थांतील सर्व कर्मचाऱ्यांना दरमहा सरसकट पाचशे रुपये सुखसोय-भत्ता देण्यात येईल. त्याच्या बदल्यात सर्व लाभार्थींनी आपापल्या कार्यस्थळी नेमून दिलेली कामं करावीत, अशी शासनाची अपेक्षा राहील.

७) राज्यातील सर्व स्त्रियांना दिवाळीमध्ये भाऊबीजेला शासन-बंधूकडून भाऊबीजेची ओवाळणी म्हणून शंभर रुपयांची नॅशनल सेव्हिंग सर्टिफिकेटं पाठविण्यात येतील.

८) कुटुंबप्रमुखानं पंचवीस हजार रुपयांचा विमा उतरवल्यास पहिली तीन वर्षे आमचे शासन विम्याचे हप्ते भरील.

९) पासष्टपेक्षा अधिक वय असणाऱ्या सर्व वृद्धांचा खर्च शासन करील.

१०) प्रत्येक कुटुंबाला नाटक-सिनेमा वगैरे बघता यावं म्हणून शासनातर्फे सरसकट शंभर रुपये मनोरंजन भत्ता दिला जाईल.''

''बरा आहे ना जाहीरनामा?'' मी विचारलं.

''झकास आहे! बिल किती झालं?'' पुढाऱ्यानं विचारलं.

''तुम्ही पंचाहत्तर हजार रुपये द्या. पण मी पावती एक लाख रुपयांची देतो.''

''हे कशासाठी?'' पुढाऱ्यानं विचारलं.

''असू द्या हो तुमचं कमिशन—'' मी सांगितलं.

''बरोबर आहे.'' पुढारी म्हणाला, ''चुकून आमचंच सरकार आलं, तर असली सवयही असलेली बरी. पुढं वारंवार घ्यावे लागतीलच.''

अशा प्रकारे माझा हा 'जाहीरनामे सप्लायर्स' हा व्यवसाय सुरू केला होता. नंतर मी हा व्यवसाय बंद केला. कारण लाखो लोकांना खोटी आश्वासनं देण्याचा आणि खोट्या आश्वासनांचं मधाचं बोट लावून लोकांना आशेला लावण्याचा व्यवसाय,

हे काही खरं नाही, असं मनातून वाटू लागलं. मनाला बोचणी लागली. असल्या व्यवहाराला आपला हातभार लागू नये, लागला तेवढा पुरे, असं ठरवून मी माझा हा अभिनव व्यवसाय बंद केला. मी व्यवसाय बंद केल्यानं कोणत्याही राजकीय पक्षाचं काहीही अडत नाही! सुरू करण्यापूर्वीही कुणाचे काही अडत नव्हतं. मतदारांना कसं झुलवावं याचं चांगलं ज्ञान सर्व राजकीय पक्षांना असतं. आपापल्या जाहीरनाम्यात आश्वासनं कसली द्यायची यांचे, त्यांचे कॅल्क्युलेटेड हिशेब असतात. त्यामुळे कसलंही आश्वासन कृतीत नाही आलं, तरी लोकही कुरकूर करत नाहीत. जाहीरनाम्यातली आश्वासनं हा कुरकूर करण्याचा विषय नसतो, हे जनतेला— विशेषत: मतदारांना—चांगला माहीत असतं.

൬൬൬

•१३•
चार किंचित नाटकं

(कॉलेजचं आवार. दोन-तीन मजली मुलांचं होस्टेल. मध्ये साधारण उंचीची कुंपणाची भिंत. भिंतीच्या या बाजूला मुलींचं होस्टेल. मुलांच्या होस्टेलमध्ये पहिल्या मजल्यावरची एक खोली. त्या खोलीची खिडकी मुलींच्या होस्टेलच्या दिशेला. खोलीत टिळक-आगरकरांचे फोटो. अर्धी चड्डी आणि घरगुती शर्ट घातलेला, चष्मा असलेला सोज्वळ विद्यार्थी अभ्यास करत बसलेला आहे.)

विद्यार्थी : तू काही म्हण, फिलॉसॉफी शिकवावी तर केळकर सरांनीच.

मित्र : खरं आहे. इंडियन फिलॉसॉफी आणि वेस्टर्न फिलॉसॉफी—दोन्हींचा अभ्यास केवढा दांडगा आहे! काय नॉलेज आहे!

विद्यार्थी : प्लेटो, स्पिनेझा, कांट, हेगेल वगैरेंचं पाश्चात्त्य तत्त्वज्ञान असू दे; नाही तर कपिल, कणाद, चार्वाक किंवा शंकराचार्य यांचं भारतीय तत्त्वज्ञान असू दे; केळकर शिकवत असताना त्यांच्या जिभेवर साक्षात् सरस्वती बसलेली असते.

मित्र : मलासुद्धा केळकर सरांची लेक्चर्स फार आवडतात.

विद्यार्थी : अरेच्या! आपण बोलत काय बसलोत? कॉलेजात जायची वेळ झाली आहे.

मित्र : मीही माझ्या रूमवर जातो.

(मुलींचं होस्टेल. तळमजल्यावरची खोली. एक नखरेल मुलगी त्या खोलीत राहते. शेजारच्या खोलीतल्या मैत्रिणीशी ती गप्पा मारत बसली आहे.)

मुलगी : तू 'हम आपके है कौन' हा सिनेमा पाहिलास का गं? तीन-चार वर्षं झाली असतील त्या पिक्चरला, तरीही पुन्हा बघावासा वाटतो. त्या पिक्चरमध्ये माधुरी दीक्षित काय चिकणी दिसतेय!

मैत्रीण : माधुरीच्यापुढं सलमान खान अगदीच बावळट दिसतो. माधुरीमुळे त्याचंही नाव फुकटात झालं.

मुलगी : खरं म्हणजे, सलमान खानऐवजी आमीर खानला घ्यायला पाहिजे होतं. निदान चेहरा तरी गोंडस आहे. हल्ली, 'आता क्या खंडाला' या गाण्यानं फेमसच झालाय.

मैत्रीण : गोंडस चेहरा बायकांचा असावा. असला चेहरा पुरुषांना शोभून दिसत नाही. पुरुषांचा चेहरा कसा रुबाबदार असावा. पुरुष म्हटला की तो धर्मेंद्रसारखा 'ही-मॅन' दिसला पाहिजे.

मुलगी : नाही तर शाहरुख खानला घ्यायला पाहिजे होतं. हल्ली तो फार पुढं आलाय. त्याचा रेटसुद्धा वाढलाय. एका पिक्चरला एक ते सव्वा कोटी रुपये मोजून घेतो आणि मगच तो काम करतो म्हणे. सव्वा कोटी रुपये म्हणजे टू मचच; नाही का गं वाटत?

मैत्रीण : मला शाहरुख खान अजिबात आवडत नाही. टायपिंग मशीनवर एकाच वेळी पाच-सहा कार्बन पेपर्स लावल्यावर शेवटची कॉपी म्हणजे अक्षरांच्या पुसटशा सावल्या वाटतात.

मुलगी : मध्येच टाईपरायटर कशाला काढलास? तू शाहरुख खानबद्दल काही तरी सांगतेस ना? ते सांग ना—

मैत्रीण : तेच तर सांगतेय ना! टाईपरायटरवरचा पहिला ओरिजनल कागद म्हणजे दिलीपकुमार, दिलीपकुमारची पहिली कार्बन कॉपी म्हणजे राजेंद्रकुमार, दुसरी कार्बन कॉपी म्हणजे मनोजकुमार, असे करत करत दिलीपकुमारची सहावी पुसट-पुसट कॉपी म्हणजे शाहरुख खान होय.

मुलगी : खरं आहे हं. शाहरुख खान तसंच करतो. तो दोन्ही ओठांचा चंबू करतो ना, तेव्हा तो चक्क अश्वमुखी दिसतो.

मैत्रीण : ए... रस्त्याकडे बघ, आपल्या कॉलेजातली पोरं घोळका करून चालली आहेत. काय गं, हे पुरुष विद्यार्थी असं गप्पा मारत जातात, तेव्हा ते आपसात काय बोलत असतील गं? तुला माहिती आहे काय?

मुलगी : नाही गं. आपण मुली-मुली जात असताना बोलतो ना, तसेच ते बोलतात.

मैत्रीण : अय्या! म्हणजे मुलंसुद्धा फाजील, चावट बोलतात वाटतं?

मुलगी : नाही तर काय! आपण माधुरी दीक्षितवरून कुठल्या कुठं आलो!

मुलगी : एन्. चंद्राच्या 'तेजाब'मुळे तर माधुरी पुढं आली.

मुलगी : पण माधुरीचे 'दिल तेरा आशिक', 'फूल', 'साहिबा', 'आँसू बने अंगारे', 'अंजाम' हे सगळे चित्रपट फ्लॉप गेले होते. तिचा कोणता तरी चित्रपट तर दुपारी साडेतीन वाजता लागला आणि पावणेचार वाजता पडलासुद्धा. तरीसुद्धा

माधुरी त्यातून सावरली. एवढंच नाही, तर गेली दहा वर्षे नंबर वन् वर आहे.

मैत्रीण : त्यामुळे जुही चावला, आयेशा झुल्का केव्हापासून नंबर वन्च्या वेटिंग लिस्टवर ताटकळत उभ्या आहेत. बरं का गं, 'राजा' पिक्चरमध्ये तर माधुरीनं कमालच केली. 'राजा'मध्ये संजय कपूर, माधुरी दीक्षितला म्हणतो, 'माझ्यावर जर तुझं खरं-खरं प्रेम असेल, तर कपडे उतरव.' आणि माधुरी लगेच शर्ट काढतेसुद्धा.

मुलगी : टिंब टिंबसुद्धा?

मैत्रीण : सूचकतेनं शर्टवरच निभावून नेलं.

मुलगी : अय्या! पावणेदहा वाजले. शर्ट काढण्यावरून बरी आठवण झाली. समोरच्या बॉईज होस्टेलमध्ये ती पहिल्या मजल्यावरची खिडकी बघ. तिथला मुलगा रोज या वेळी खिडकी उघडी ठेवून कपडे बदलत असतो.

(त्या विद्यार्थ्याची खोली. तोच मघाचा सरळ स्वभावाचा विद्यार्थी अर्ध्या चड्डीवर पँट घालतो. आधीचा शर्ट काढून चांगला बुटशर्ट घालतो. वह्या, पुस्तकं, पेन घेऊन कॉलेजला जायला निघतो. निघताना भिंतीवरच्या सरस्वतीच्या फोटोला नमस्कार करतो आणि निघतो.)

(पुन्हा त्या मुलीची खोली.)

मैत्रीण : अय्या, फाजीलच दिसतो. खिडकी उघडी ठेवून कपडे बदलतो म्हणजे काय? हल्लीची पोरं भारीच चावट आहेत. तू आपल्या होस्टेल सुपरिटेंडेंटबाईंना सांग ना.

मुलगी : मी त्याची कम्प्लेंट करणार आहे. खिडकी उघडी ठेवून कपडे बदलणे म्हणजे टू मचच आहे. पोरांनी लाज सोडलीय.

(होस्टेल सुपरिटेंडंट श्रीमती सुंदराबाई साखरदांडे यांची केबिन. आतमध्ये पन्नाशीला पोहोचलेल्या साधारण पूर्ण गोलाकृती साखरदांडेबाई बसल्या आहेत.)

मुलगी : मे आय् कम् इन् मॅडम?

साखरदांडेबाई : येस्! कम् इन्.

(मुलगी आत येते.)

मुलगी : मॅडम, एक कम्प्लेंट आहे. माझ्या खोलीसमोर बॉईज होस्टेलमध्ये पहिल्या मजल्यावरच्या खोलीत एक विद्यार्थी राहतो.

साखरदांडे मॅडम : बरं, मग? त्याचं काय? खिडकीतून तो प्रेमपत्रं पाठवतो की, गुलाबाची फुलं? की शिट्टी वाजवतो? शिट्टी वाजवत असेल तर त्याला म्हणावं, 'शिट्टी बजाना छोड दो.' की, 'मेरे सामनेवाले खिडकी में एक चाँद का टुकडा रहता है' असलं खिडकी-गीत गातो?

मुलगी : मॅडम, काहीतरीच काय? हे असलं काही बाही हिंदी सिनेमात असतं.

साखरदांडे मॅडम : मग कसली कॅम्प्लेंट आहे?

मुलगी : तिथला तो मुलगा आहे ना, पहिल्या मजल्यावरचा—त्याची खिडकी उघडी असते.

साखरदांडे मॅडम : हवा येण्यासाठी खिडकी उघडीच असावी लागते. याला काय कॅम्प्लेंट म्हणतात?

मुलगी : मी अजून कॅम्प्लेंट सांगितलेलीच नाही. तो मुलगा दररोज सकाळी कॉलेजला जायच्या वेळी खिडकी उघडी ठेवून कपडे बदलत असतो. मॅडम, तुम्हीच सांगा—हे असं करणं बरं दिसतं का? आपली भारतीय संस्कृती किती थोर आहे, असं सानेगुरुजींनी 'श्यामची आई'मध्ये म्हटलेलं आहे.

साखरदांडे मॅडम : खिडकी उघडी ठेवून कपडे बदलतो म्हणजे सिरियस मॅटर आहे. असं रोज करतो, की कधी कधी?

मुलगी : रोजचंच आहे हे. कॉलेजला निघण्यापूर्वी खिडकी उघडी ठेवून कपडे बदलतो.

साखरदांडे मॅडम : ठीक आहे. तू काय कर, दहा मिनिटं अगोदर मला बोलाव. त्याला चांगला रंगेहाथ पकडते आणि तस्साच प्रिन्सिपॉलपुढं नेऊन उभा करते. खिडकी उघडी ठेवून कपडे बदलतो काय? चावट, फाजील, मवाली वगैरे वगैरे कुठला!

(त्या मुलीची खोली. मुलगी आणि पृथ्वीसदृश आकाराच्या साखरदांडे मॅडम तिथं दबा धरून बसल्या आहेत.)

साखरदांडे मॅडम : किती वाजता कपडे बदलतो?

मुलगी : बरोबर पावणेदहा वाजता.

साखरदांडे मॅडम : फक्त दोन मिनिटं राहिलीत. मी इथं लपून उभी राहते आणि तो कपडे कसे कसे बदलतो, हे टक लावून बघते. असं केलं म्हणजे आय्‌विटनेस पुरावा म्हणतात, तसा पुरावा मिळेल.

(साखरदांडे मॅडम खोलीतल्या जमिनीवर उभ्या राहून त्या खिडकीकडे एकटक पाहतात. परंतु त्यांना तिथं काहीच दिसत नाही.)

साखरदांडे मॅडम : काय गं, मला तर इथून काहीसुद्धा दिसत नाही. खोटी कम्प्लेंट करतेस काय?

मुलगी : मॅडम, शप्पत खरं सांगते. खोटी कम्प्लेंट करत नाही.

साखरदांडे मॅडम : मला काहीच कसं दिसत नाही?

मुलगी : मॅडम, तसं कसं दिसेल? तुम्ही काय करा, या टेबलावर चढा. थांबा आधी थोडंसं. मी आधी टेबलावर खुर्ची ठेवते. त्या खुर्चीवर तुम्ही टाचा उंच करून उभ्या रहा. म्हणजे तो फाजील, चावट मुलगा खिडकी उघडी ठेवून कपडे कसे बदलतो, ते स्पष्ट दिसेल. तो रोज याच पद्धतीनं कपडे बदलत असतो. मॅडम, तुम्ही काही तरी बंदोबस्त करा.

(साखरदांडे मॅडम त्या मुलीकडं चक्रावून बघतात.)

साखरदांडे मॅडम : (स्वत:शी) ही पोरगीच एक नंबरची चाप्टर दिसते. आमच्या वेळी असलं काही नव्हतं बाई. हल्ली मुलीसुद्धा कमी नाहीत. त्यात टीव्हीवरच्या दहा-पंधरा चॅनेल्सनी पुरती वाट लावून टाकली आहे. या कार्टीलाच ते तसं खिडकीतून बघण्याची चटक लागली आहे.

--(२)--
भाजी मार्केट

(भाजी मार्केटातील भाजीचं एक दुकान. तरुण भाजीवाला भाजी विकत आहे. लेंगा, शर्ट, वगैरे साधा पोशाख. निरनिराळ्या भाज्या पद्धतशीर मांडून ठेवल्या आहेत. बटाटे, कांदे, सुरण, काकड्या, दुधी, टोमॅटो, वगैरे वगैरे. तिथं एक सुशिक्षित स्त्री—वय सुमारे तीस-बत्तीस. स्मार्ट, गोरी, चष्मा, पर्स वगैरे. भाजीसाठी मोठी पिशवी—अर्थात फॅशनेबल.)

बाई : (सुशिक्षितपणाच्या ऐटीत) काय रे, भाज्या ताज्या आहेत का? शिळ्या नाहीत ना?

भाजीवाला : होय बाईसाहेब, ताज्याच आहेत. शिळ्या पाहिजे असतील, तर उद्या मिळतील. या भाज्या उद्यापर्यंत शिळ्या होतील.

बाई : मला ताज्या आणि स्वच्छ भाज्या पाहिजेत. मी एकदम आठ दिवस पुरतील एवढ्या भाज्या घेणार आहे.

भाजीवाला : घरी गेल्यावर तुम्ही भाज्या शिळ्या करणार आहात काय?

बाई : शिळ्या कशाला होतील? आमच्याकडे फ्रिज आहे. फ्रिजमध्ये छान राहतात.

भाजीवाला : म्हणजे थंडगार शिळ्या भाज्या!

बाई : शिळ्या कशा होतील? एकसारखं शिळं-शिळं काय म्हणतोस?

भाजीवाला : बाईसाहेब, आठ दिवस ठेवलेल्या भाज्यांना आत्ताच मळ्यातून तोडून आणलेल्या भाज्या म्हणतात काय?

बाई : फार्म-फ्रेशसारख्याच त्या राहतात.

भाजीवाला : तुम्हाला काय काय पाहिजे?

बाई : मला बऱ्याच भाज्या घ्यायच्या आहेत. टॉमेटो लालभडक, टपोरे, मस्त दिसतात. कसे दिले? अर्धा किलो दे.

भाजीवाला : दहा रुपये किलो.

बाई : परवा तर आठ रुपये किलो होते.

भाजीवाला : सरकारच्या पाचव्या आयोगामुळे पगार वाढले, टोमॅटोचा भावही वाढला. हल्ली रोज भाव वाढत असतात.

बाई : एक किलो बटाटे दे. कांदे तीन किलो दे. नाही तर अडीच किलोच दे.

भाजीवाला : बाईसाहेब, कांदे पंचवीस रुपये किलो आहेत. तिकडे नाशिक जिल्ह्यात लासलगावला, वर-पक्षाची माणसं हल्ली मुलीच्या बापाकडे रोख हुंडा न मागता दोन क्विंटल कांदे द्या, पाच क्विंटल कांदे द्या, अशी मागणी करू लागले आहेत.

बाई : तर मग कांदे एकच किलो दे, सुरण अर्धा किलो दे. दुधी एक किलो दे.

भाजीवाला : दुधी एकदम फर्स्ट क्लास आहे. घरी न्यायचा आणि दुधी हलवा करून खायचा!

बाई : दुधी आठ रुपये किलो म्हणालास, पण मी सातच रुपये देणार. (असं म्हणून दुधी कोवळा आहे का, हे पाहण्यासाठी भाजीवाल्याची नजर चुकवून दुधीवर आपलं नख खुपसतात आणि तो कोवळे असल्याची खात्री करून घेतात.)

भाजीवाला : काकडी घ्या—एकदम कोवळी.

बाई : दे अर्धा किलो. टोमॅटो झाले, कांदे झाले, बटाटे झाले, सुरण झाला, काकड्या झाल्या. हं, आता एक रुपयाच्या मिरच्या, कोथिंबीर दे.

भाजीवाला : बाईसाहेब, मटार घ्या. दिल्ली मटार आहे. एकदम कोवळा माल आहे.

बाई : एक किलो दे. एकंदर पैसे किती झाले?

भाजीवाला : (तोंडानं पुटपुटत हिशेब करून) एकंदर अडुसष्ट रुपये पन्नास पैसे झाले.

बाई : हे घे. वरचे पन्नास पैसे सोडून दे.

भाजीवाला : ठीक आहे. हे उरलेले बत्तीस रुपये घ्या.

(हे सर्व झाल्यावर भाजीवाला बाईसाहेबांकडे आपादमस्तक न्याहाळून बघतो. काही तरी अंदाज करतो. बाईसाहेबांना विचारतो.)

भाजीवाला : बाईसाहेब, एक प्रश्न विचारू का? मघापासून विचारू की नको, असं मनात वाटत होतं.

बाई : काय विचारायचंय—विचार ना!

भाजीवाला : बाईसाहेब, तुम्ही कॉलेजात प्रोफेसर आहात काय? मला आपलं तसं वाटतं.

बाई : (चेहऱ्यावर छान-छान समाधान) होय, मी इथल्याच कॉलेजात प्रोफेसर आहे. तिथं इंग्लिश हा विषय शिकवते. मी इंग्लिशची प्रोफेसर आहे. डॉक्टरेटपण केली आहे.

भाजीवाला : डॉक्टरेट केली म्हणजे काय केलं?

बाई : मी एम्. ए. आहे. मग विशेष संशोधन केलं. तसं केलं म्हणजे डॉक्टरेट मिळते. त्याला पीएच्. डी. म्हणतात. म्हणजे मी एम्.ए., पीएच्. डी. आहे. त्यामुळे माझ्या नावामागं डॉक्टर हा सन्मान लावता येतो.

भाजीवाला : म्हणजे तुमचं शिक्षण एकदम सॉलिड झालं आहे, असं दिसतं. तरीच तुम्ही एवढ्या... पुंज... पुंज... तेजपुंज दिसताय.

बाई : पण मी प्रोफेसर आहे, हे तू कसं काय ओळखलंस? माझ्या चेहऱ्यावर प्रोफेसरचं तेज दिसतंय काय?

भाजीवाला : तेज तर दिसतंयच; पण तुम्ही टोमॅटो घेतले ना, तेव्हाच मी ओळखलं की, तुम्ही कुठं तरी प्रोफेसर असणार.

बाई : टोमॅटोचा आणि मी प्रोफेसर असण्याचा संबंध काय?

भाजीवाला : संबंध आहे ना! हे लालभडक पिकलेले टोमॅटो बघा. माझ्याकडून भाज्या घेताना तुम्ही सर्वांत अगोदर अर्धा किलो पिकलेले टोमॅटो घेतले, नंतर एक किलो कांदे, अर्धा किलो सुरण, काकड्या वगैरे बरंच काही घेतलं. सगळ्या भाज्या या पिशवीमध्ये एकावर एक अशा रचत गेलात.

बाई : बरं मग? पिशवीतून भाजी घेताना असंच एकावर एक रचत जावं लागतं.

भाजीवाला : ते ठीक आहे हो; परंतु तुम्ही सर्वांत आधी टोमॅटो घेतलेत. ते पिकलेले टोमॅटो या पिशवीत तळाशी आहेत. त्यावर कांदे, बटाटे, सुरण वगैरे वजनदार भाज्या रचल्या. विचार करा, तळाशी असलेल्या टोमॅटोचं काय झालं असेल?

बाई : असं म्हणतोय होय? हे मात्र माझ्या लक्षातच आलं नाही बघ.

भाजीवाला : पण माझ्या लक्षात आलं होतं ना? मी मुद्दामच गप्प राहिलो होतो. गंमत बघावी म्हटलं.

बाई : पण मी प्रोफेसर आहे, हे कसं ओळखलंस?

भाजीवाला : बाईसाहेब, रोज भाजी विकत घेणारी कोणतीही संसारी बाई ठराविक क्रमानं भाजी घेते. आधी कांदे, बटाटे, सुरण, काकड्या यांसारख्या टणक भाज्या; मग गवार, घेवडा; नंतर पालेभाजी, सर्वांत शेवटी पिशवीच्या वरच्या भागात टोमॅटो, केळी, सीताफळ वगैरे क्रमानं पिशवीत भाज्या ठेवते.

बाई : असं असतं होय? आमच्या घरातील मोलकरीणच हे सगळं करते ना, म्हणून मला यातलं फारसं कळत नाही.

भाजीवाला : संसारी बाई अशा पद्धतीनं भाजी घेत नाही. तुम्ही शिकलेल्या दिसता, पण घरसंसार सांभाळणाऱ्या दिसत नाहीत. म्हणून, तुम्ही कुठल्या तरी कॉलेजात प्रोफेसर असणार, असा अंदाज केला. आणि माझा अंदाज खरा ठरला.

बाई : तू म्हणतोस ते अगदी खरं आहे. कॉलेजात मी इंग्लिश शिकवते. शेक्सपिअरची नाटकं शिकवते. परंतु कोणत्याही नाटकात सर्व भाज्या घेऊन झाल्यावर सर्वांत शेवटी पिकलेले टोमॅटो घ्यावेत, हे सांगितलेलं नाही. हे हॅम्लेटला माहीत नाही, ऑथेल्लोला माहीत नाही किंवा ज्युलियस सीझरलाही माहीत नाही.

भाजीवाला : ते फक्त आम्हाला भाजीवाल्यांना आणि घरसंसार हुषारीनं करणाऱ्या संसारी बाईलाच माहीत असतं.

बाई : खरं आहे.

--(३)--
प्रोफेसर आणि म्हादबा

(लहान गावातला देशमुखांचा जुना भव्य वाडा. देशमुख— वय साधारण पन्नास. मुंबईच्या विद्वान प्रोफेसर पाहुण्यांना घेऊन येतात. प्रोफेसरांचं वयही साधारण पन्नासच. तिथंच देशमुखांच्या घरातला नोकर म्हादबा—वयानं प्रौढ—उभा आहे.)

देशमुख : प्रोफेसरसाहेब, वरती माडीवर तुमची राहण्याची व्यवस्था केली आहे. हवा, उजेड भरपूर आहे. तुमचं काम आरामात चालू द्या. आमचा हा म्हादबा गडी तुमच्या सेवेला ठेवलेला आहे. काही लागलं-सवरलं तर म्हादबाला सांगायचं. तो तुमची सगळी कामं करील. म्हादबा, तू इथंच थांबायचं हं.

म्हादबा : व्हय धनी. समदा दिवसभर इथंच ऱ्हातो.

प्रोफेसर : देशमुखसाहेब, मी तुमचा फार आभारी आहे. मी माझं काम इथं शांतपणे करू शकेन.

देशमुख : घर आपलंच आहे, असं समजून राहायचं. कसलाही संकोच करू नका. आमच्या घरातली सर्व लहान-थोर देशमुखमंडळी तुमच्या सेवेला हजर

आहेत.

प्रोफेसर : हा तुम्हा सर्वांचा मोठेपणा आहे.

देशमुख : बरं का म्हादबा, तू इथंच थांबायचं. साहेबांनी हाक मारली की, त्यांना काय पाहिजे असेल ते आणून द्यायचं. समजलं का?

म्हादबा : व्हय मालक. मी इथंच बाहेरच्या अंगाला बसून राहातो.

देशमुख : बरं आहे प्रोफेसरसाहेब, मी निघतो.

प्रोफेसर : ठीक आहे.

(रात्रीची वेळ. अंगणात आराखुर्चीवर प्रोफेसरसाहेब आराम करत आहेत. चांदणं पडलं आहे. म्हादबा बाजूलाच गुडघ्यांचं मुटकुळं करून निवांत बसला आहे. कुणाशी तरी गप्पा मारायच्या म्हणून प्रोफेसरसाहेब म्हादबाशी बोलत आहेत.)

प्रोफेसर : काय म्हादबा, देशमुखांकडे तू किती वर्षं कामाला आहेस?

म्हादबा : जन्मल्यापासनं इथंच हाय. माझा बाप बी इथंच जन्मला. माझ्या आज्यापासनं आम्ही देशमुखांकडे चाकरीला आहोत.

प्रोफेसर : एकाच घरात तीन-तीन पिढ्या चाकरी करता, म्हणजे कमाल आहे!

म्हादबा : मालक म्हनत व्हते, इथून कुनीबी दुसरीकडे जायचं न्हाय. समदा खर्च म्या स्वोता करीन. म्हनून आमच्या तीन पिढ्या या मालकांचंच अन्न खात आलो आहोत. मालकांनी नुस्ती हाक मारली तरी आम्ही धावत जातो.

प्रोफेसर : म्हादबा, खरंच कमाल आहे. मुंबईमध्ये घरकामाची माणसं तीन महिनेसुद्धा टिकत नाहीत; इथं तर तीन पिढ्या एकाच घरात टिकून आहेत.

म्हादबा : तुम्ही मुंबईमध्ये लै-लै भारी प्रोफ्रसर आहेत म्हने? मालक सांगत होते, तुम्ही मायंदाळ बुकं शिकलात.

प्रोफेसर : अरे, प्रोफेसर म्हटलं की हे सगळं करावंच लागतं. शिवाय आम्हालाही तीन पिढ्यांची परंपरा आहे बरं का म्हादबा.

म्हादबा : म्हंजे काय, नीट उलगडून सांगा.

प्रोफेसर : माझे आजोबा प्रोफेसर होते, वडील प्रोफेसर होते आणि तिसऱ्या पिढीतला मीही प्रोफेसर आहे. त्यामुळे घराण्याला बुद्धीचा मोठा वारसा आहे.

म्हादबा : खूप शिकलात, म्हंजे पगार बी दाबून मिळत असंल? मी असं ऐकलं की, मुंबईत शिकलेल्या माणसाला पहिला पगारच दाणकन शंभर रुपये मिळतो. तुम्ही तर मोठे आहात, तुम्हाला दोनशे रुपये पगार दर महिन्याला सहज मिळत असेल.

प्रोफेसर : म्हादबा, तू कुठल्या जमान्यातले पगार सांगतोस? शंभर आणि

दोनशे रुपये पगाराचे दिवस पन्नास वर्षांपूर्वीच गेले. म्हादबा—तुला आश्चर्य वाटेल मुंबईतल्या मोठमोठ्या ऑफिसातल्या झाडूवाल्याला झाडू न मारल्याबद्दलसुद्धा दरमहा तीन हजार रुपये पगार मिळतो. जर त्यानं अधून-मधून झाडू मारला, तर त्याला जादा एक हजार रुपये इन्सेंटिव्ह म्हणून देतात. अशा प्रकारे झाडूवाल्यालासुद्धा दरमहा चार हजार रुपये मिळतात.

म्हादबा : आयला! कमाल हाय! झाडू न मारता दरमहा तीन हजार रुपये आणि झाडू मारल्याबद्दल एक हजार रुपये बोनस? प्रोफेसरसाहेब, असं जर हाय, तर तुम्हास्नी दर महिन्याला किती पगार मिळत असेल?

प्रोफेसर : मला सगळे मिळून नवीन स्केलप्रमाणे पंधरा हजार रुपये मिळतात.

म्हादबा : वर्षाला की महिन्याला? आकडा जंक्शन हाय, म्हनून इचारतोय.

प्रोफेसर : अरे, मला प्रत्येक महिन्याला पंधरा हजार रुपये मिळत असतात.

म्हादबा : च्या मारी त्या पगाराच्या! दर महिन्याला पंधरा हजार रुपये म्हंजे चंगळच म्हणायची की! तुम्ही रोज केळ्याचं शिक्रण करून खाल्लं तरी पैसे संपनार न्हाईत. एवढे पैसे कशापायी मिळतात?

प्रोफेसर : अरे, हा सरकारी नियमाप्रमाणे प्रोफेसरांना मिळणारा पगार आहे.

म्हादबा : माजा हिशोब कच्चा हाये. वर्षाचा पगार किती हुईल बरं?

प्रोफेसर : महिन्याच्या पगाराला बारानं गुणलं की, वर्षाचा पगार निघतो. माझा पगार या हिशेबानं वर्षाला मला एक लाख ऐंशी हजार रुपये मिळतो.

म्हादबा : साहेब, तुमचा पगार मात्र एकदम जंक्शन हाय. माझ्या बापाला उभ्या जिंदगीत एवढी रक्कम मिळाली नव्हती. माझा पगार तर जेवून-खाऊन दरमहा दोनशे रुपये हाय. बाकी काही लागलं-सवरलं तर मालक देत्यात. काही कमी पडू देत न्हाईत.

प्रोफेसर : त्याचं काय म्हादबा, जो माणूस शिकून खूप मोठा होतो, त्याला एवढा मोठा पगार मिळतो. तू काहीच शिकला नाहीस म्हणून तुला पगार कमी मिळतो.

म्हादबा : खरं हाय. तुम्ही लई म्हंजे लई शहाने हायेत. म्हनून तुम्हास्नी जंक्शन पगार हाय. मी अंगठाछाप अडानी माणूस हाय.

प्रोफेसर : सगळं जग शहाण्या माणसांच्या कर्तबगारीवर चालतं.

म्हादबा : साहेब, तुम्ही माझ्यापरीस लै-लै शहाणे हायेत, असं मला कळलंय. प्रोफेसरसाहेब, एक प्रश्न विचारू का? पंधरा हजार रुपये पगारवाला शानपना तुमच्याकडे हाय, म्हणून एक प्रश्न इचारायचा हाय.

प्रोफेसर : अरे, विचार ना. त्यासाठी परवानगी कशाला पाहिजे? तुझा

कोणताही प्रश्न असू दे, मी लगेच त्या प्रश्नाचे उत्तर देईन.

म्हादबा : मी असं ऐकलंय की, एक प्रानी (प्राणी) हाय. प्रानी म्हंजे काय? एक जनावर.

प्रोफेसर : बरं मग, त्या जनावराचं काय झालं?

म्हादबा : अजून काही झालं न्हाई, जनावर हाय ना? बाकीच्या जनावरापरास ते निराळंच जनावर हाय. आपला बैल घ्या. बैल कसा बैलासारखा असतो — चार पाय, एक शेपूट, दोन शिंगं. असं दिसलं की बैल हाय, असं कळतं.

प्रोफेसर : ते सगळं मला माहीत आहे. पुढं बोल.

म्हादबा : पुन्हा एक बार—चार पाय, एक शेपूट अन् दोन शिंगं एवढ्यासाठी सांगतोय की, मी आत्ता काय सांगणार हाय, ते नीट ध्यानमंदी यावं.

प्रोफेसर : म्हादबा, उगीच घोळ घालू नकोस हे सगळं मला लहानपणापासून माहीत आहे.

म्हादबा : तुमच्या ध्यानामंदी आल्यावर चार पाय, एक शेपूट अन् दोन शिंगं पुन्हा मी अजिबात सांगणार न्हाई. मुद्दा पटल्यावर पुन्हा पुन्हा चार पाय, एक शेपूट अन् दोन शिंगं सांगत बसू नये. तसं ऐकणाऱ्याला कंटाळा येईल.

प्रोफेसर : म्हादबा, हुषार आहेस. मघापासून एकच वाक्य पुन: पुन्हा घोळवून-घोळवून सांगतोस. आता तुला कसला प्रश्न विचारायला आहे, तो विचार.

म्हादबा : एक जनावर हाय. त्या जनावराला पाच पाय—किती म्हणतोय? पाच! पाच पाय, झालंच तर शेपट्या दोन—हां, दोन शेपट्या!

प्रोफेसर : तुम्ही खेड्यातली माणसं बोलण्याची लांबड फार लावता. आता शिंगं किती ते लवकर सांग.

म्हादबा : सांगणारच होतो, एवढ्यात तुम्ही मध्येच बोललात. त्या जनावराला शिंगं तीन हायेत. टोटलमध्ये सांगायचं म्हंजे पाच पाय, दोन शेपट्या आणि तीन शिंगं हायेत. तुम्ही लई फाड-फाड इंग्लिश बोलणारे प्रोफेसर आहात. अशा या प्राण्याचं नाव काय, तेवढं सांगा. मला ठाव न्हाय, म्हणून विचारतोय.

प्रोफेसर : हे बघ, असलं अफलातून जनावर कुठं असतं आणि त्याचं नावं काय, हे मला अजिबात माहीत नाही.

म्हादबा : आता हो! कमालच म्हणायची न् काय? तुम्ही मुंबईचे एक्स्प्रेस आणि जंक्शन शिकलेले प्रोफसर हाये. त्यापाई तुमास्नी दर महिन्याला पंधरा हजार रुपये पगार मिळतो. तरी बी त्या जनावराच साधं नाव बी म्हैत न्हाई म्हणता? दर महिन्याला पंधरा हजार रुपये पगार घेणाऱ्या माणसाला समद्या जगाची खडान्खडा माहिती असाय पाहिजे.

प्रोफेसर : तसं नसतं बाबा.

म्हादबा : आमच्या गावात हणम्या नावाचं एक बेनं ऱ्हातंय. त्याला काही बी इचारा. ठ्या करून उत्तर देतं. हणम्या, तुक्याची बायको कुठं हाय? असं इचारा, लगेच म्हणतो, आता या घडीला पाटलाच्या शेतावरच्या खोलीत हाय. शिरप्याच्या मुलाचं नाव काय? हणम्या म्हणतो, उगी आपलं शिरप्याचं पोरगं म्हणायचं; खरा कर्ता करवता सरपंच हाय. समद्या गुप्त, शिक्रेट, प्रायव्हेट बातम्या — काय बी इचारा; हणम्याला समदं काही ठाव असतं.

प्रोफेसर : म्हादबा, मी हणम्या नाही; मी प्रोफेसर आहे. प्रोफेसर झाला म्हणून काय झालं? त्याला सर्व गोष्टी माहीत असतातच असं नाही?

म्हादबा : साहेब, ही गुप्त गोष्ट कुणाला सांगू नका. नाही तर सरकारच्या कानावर ही गोष्ट गेली, तर सरकार तुमच्या पगारातून खटाक् करून एक हजार रुपये कट करून म्होरल्या महिन्यापासून चौदा हजार रुपयेच पगार देईल.

प्रोफेसर : तसं काही नसतं.

म्हादबा : तर मग त्या जनावराचं नाव आठवून सांगा. नावं म्हणजे म्हादबा, गेनबा, शिरपती, हणम्या, शिवा—असली नाव न्हवं.

प्रोफेसर : मग कसलं नाव सांगू? देशमुख, कुलकर्णी, जोशी, पवार, जाधव—अशी आडनावं सांगायची का?

म्हादबा : तसं बी न्हवं. माझा मुद्दा म्हंजे मराठीमधी पाइंट म्हनत्यात, त्यो निराळा हाय. नाव म्हंजे, आपण समद्या बैलास्नी मिळून बैलं म्हंतो, समद्या गाईंना मिळून गाय म्हंतो, समद्या म्हशींना मिळून म्हैस म्हणतो; तसं त्या पाच पायवाल्या जनावराचं नाव काय? त्ये सांगा, असं मी तुम्हास्नी म्हणालो व्हतो.

प्रोफेसर : म्हादबा, तू म्हणतोस त्या जनावराचं नाव मला माहीत नाही.

म्हादबा : खरं म्हंजे तुमच्यासारख्या पंधरा हजार रुपये पगार घेणाऱ्या माणसाला त्या जनावराचं नावच न्हाई; तर नाव, गाव, तालुका, जिल्हा असा कंप्लीट ॲड्रेस माहीत पायजे. असलं जनावर असणंच मुळात शक्य न्हाय, असं म्हणून मोकळं व्हऊ नका.

प्रोफेसर : मी पुन्हा ठामपणे सांगतो, तू म्हणतोस तसलं जनावर असणं शक्य नाही. तू उगीच काही तरी सांगतोस.

म्हादबा : प्रोफेसरसायेब, आपण पैज लावू या. मी म्हणतोय, तसलं जनावर हाय. तुम्ही म्हणता, न्हाय.

प्रोफेसर : ठीक आहे. तुझी इच्छा असेल तर पैज लावू या.

म्हादबा : डोस्कं खाजवून-खाजवून तुम्ही इचार करायचा आणि तुम्ही त्या

जनावराचं नाव सांगायचं आणि मी बी माझं टकुरं खाजवून-खाजवून मला त्या जनावराचं नाव समाजतं का, त्ये बघतो.

प्रोफेसर : तू म्हणतोस पैज लावायची. जो जनावराचं नाव सांगेल, तो जिंकणार. हरणाऱ्यानं जिंकणाऱ्याला पैजेचे पैसे द्यायचे.

म्हादबा : एकदम करेक्ट!

प्रोफेसर : पैज किती रुपयांची लावायची? शेवटी पैज मीच जिंकणार आहे.

म्हादबा : शंभर रुपये - विरुद्ध दहा रुपये, अशी पैज लावू या.

प्रोफेसर : म्हादबा, पैजेची नेहमी एकच रक्कम असते. अशा दोन-दोन नसतात.

म्हादबा : दोन रकमा मुद्दाम सांगतोय. पैज म्हटली की कुणी तरी जिंकणार, कुणी तरी हरणार.

प्रोफेसर : बरोबर आहे, पुढं बोल.

म्हादबा : समजा, पैजमधे तुम्ही हरलात, तर तुम्ही मला शंभर रुपये द्यायचे. मी हरलो, तर मात्र तुम्हाला दहा रुपये द्यायचे.

प्रोफेसर : ही असली विषम पैज कशी चालेल?

म्हादबा : साहेब, चालवून घ्या. पण एक सांगा, विषम म्हंजे काय?

प्रोफेसर : विषम म्हणजे जे एकासारखं एक नसतं ते. शंभराला शंभर आणि दहासारखे का?

म्हादबा : सारखे नाहीत, हे मलाबी ठाव हाय.

प्रोफेसर : तू हरलास तर तूसुद्धा मला शंभर रुपयेच दिले पाहिजेत.

म्हादबा : साहेब, तुमचं विषम की काय म्हणत्यात, त्ये आता मी सांगतो. तुम्ही सॉलिड इद्वान हायेत आणि मी हाय अडानी गोळा. तुमचा पगार दर महिन्याला पंधरा हजार रुपये आणि माझा पगार फकस्त दोनशे रुपये हाय. याला विषम म्हणायचं न्हाई तर काय म्हणायचं?

प्रोफेसर : ठीक आहे. चालेल, तू हरलास तर फक्त दहा रुपये तू मला द्यायचे. तुझा मुद्दा पटला.

म्हादबा : आता पैज इस्टार्ट! तुम्ही तुमचं डोस्कं खाजवनं सुरू करा आणि मी बी माझं टकुरं खाजवायला सुरू करतो. हं! एकदम सुरू!

प्रोफेसर : म्हादबा, मी खूप डोकं खाजवलं. तू म्हणतोस ते जनावर मला माहीत नाही. जनावरच माहीत नाही, म्हणून त्याचं नावही माहीत नाही. त्यामुळे त्या जनावराचं नाव, गाव, तालुका, जिल्हा वगैरे कंप्लीट ॲड्रेसही मला माहीत नाही. म्हणून मी पैज हरलो आहे, असं कबूल करतो. मी पैज हरलो, तर शंभर रुपये तुला

द्यायचे ठरले आहेत. हे घे शंभर रुपये. (प्रोफेसर म्हादबाला दहा-दहाच्या दहा नोटा देतात. म्हादबा घेतो.)

म्हादबा : प्रोफेसरसाहेब, मी तुमचा फार फार थँक्यू हाय.

प्रोफेसर : बरं म्हादबा, मी तर पैज हरलो आहे. मी तुला शंभर रुपयेही लगेच दिले आहेत. आता, त्या पाच पाय, दोन शेपट्या आणि तीन शिंगं असलेल्या त्या अफलातून जनावराचं नाव तू सांग. मी तर हरलो आहेच.

म्हादबा : प्रोफेसरसाहेब, मला तरी कुठं ठाव हाय? मी पन तुमच्या पर्मानं पैज हरलो. मी तसं कबूल करतो. मी हरलो तर मी तुम्हाला दहा रुपये द्यायचे, असं ठरलं होतं. मी बोलल्यापर्मानं वागणारा माणूस हाय. मी हरल्याचे हे घ्या दहा रुपये.

(आताच्या दहा नोटांतीलच एक नोट प्रोफेसरांना देतो.)

म्हादबा : राम राम प्रोफेसरसायेब, झोपा आता. लई रात झाली आहे.

(प्रेक्षकांना उद्देशून)

मंडळी, ह्येला म्हणत्यात लई शिकलेला इष्टुरफाकडा प्रोफेसर आणि ह्याला म्हंत्यात अंगठेबहाद्दर म्हादबा! राम राम मंडळी, बसल्या-बसल्या नव्वद रुपयांचा धंदा झाला!

--(४)--

घटस्फोट

(कोर्ट : न्यायाधीश स्थानापन्न झाले आहेत. पिंजऱ्यात एक सुंदर, दिसायला फक्कड, नखरेल स्त्री उभी आहे. ती गरोदर आहे. साधारण सातवा महिना आहे.)

न्यायाधीश : बाई, अखेर तुम्हाला घटस्फोटच पाहिजे तर? पूर्ण विचार केला आहे ना? की भावनेच्या भरात निर्णय घेतलात?

बाई : मी पूर्ण विचार केला आहे. मला घटस्फोटच पाहिजे. या नवऱ्याबरोबर आता यापुढं क्षणभरही राहण्याची माझी इच्छा नाही. मी अक्षरशः वैतागले आहे.

न्यायाधीश : घटस्फोटाचं कारण जे तुम्ही सांगितलं आहे, तेच आहे, की न सांगता येण्यासारखं दुसरं काही आहे?

बाई : तुम्ही काय समजायचं ते समजून घ्या. असल्या टिनपाट नवऱ्याबरोबर संसार करण्याची माझी अजिबात इच्छा नाही.

न्यायाधीश : बाई, तुम्हाला टिनपाट नवरा नको, तर मग फ्लॉवरपॉट नवरा पाहिजे काय?

बाई : फ्लॉवरपॉट नको आणि जॅकपॉटही नको. सगळे शेवटी टिनपाटच असतात.

न्यायाधीश : बाई, तुम्ही तुमच्या नवऱ्याबद्दल मत व्यक्त करू शकता. 'सगळे नवरे टिनपाट असतात,' असं विधान करणं कायद्याच्या दृष्टीनं आक्षेपार्ह आहे. कारण सगळ्या नवऱ्यांमध्ये इथं उपस्थित असलेले वकील, साक्षीदार, पुरुष कर्मचारी आणि मी स्वत: यांचा समावेश होऊ शकतो याची जाणीव मी तुम्हाला करून देत आहे. हे विधान मागं घ्या आणि फक्त तुमच्या नवऱ्याला टिनपाट म्हणायचं असेल, तर तसं पुन्हा म्हणा.

बाई : बरं, ते विधान मी मागं घेते आणि आपल्या सांगण्याप्रमाणे माझ्या नवऱ्याला पुन्हा एकदा टिनपाट म्हणते. त्याला एकदा किंवा दोनदा टिनपाट म्हणून चालणार नाही; हजारदा म्हटलं तरी कमीच आहे.

न्यायाधीश : बाई, तुमच्या त्या तथाकथित टिनपाट नवऱ्याबरोबर तुमचं लग्न होऊन किती वर्षं झाली?

बाई : सहा वर्षं झाली. माझ्या बापानं या पापाच्या पितराच्या गळ्यात मला घातली आणि तो उलथला.

न्यायाधीश : बाई, बाप उलथला, असं तुम्ही आता म्हटलं. उलथला म्हणजे नेमकं काय झालं?

बाई : उलथला म्हणजे गचकला! खपला! चचला! चांगल्या भाषेत सांगायचं म्हणजे, कैलासवासी झाला. फिल्मी भाषेत 'स्वर्गीय' झाला.

न्यायधीश : वा! तुमचा शब्दसंग्रह दांडगा आहे. वडिलांच्या परलोकगमनासाठी तुम्ही किती क्रियापदं वापरलीत... नवऱ्यासाठी शेलकी विशेषणं वापरलीत!

बाई : बाप आणि नवरा दोघेही त्याच लायकीचे आहेत. एकाला जोड्यानं मारावं आणि दुसऱ्याला खेटरानं बडवावं. त्यातला एक खपला, दुसरा अजून खपायचा आहे.

न्यायाधीश : बाई, अर्जात घटस्फोटाचं कारण तुम्ही सांगितलं आहेच, परंतु तुमच्या तोंडून पुन्हा ऐकण्याची इच्छा आहे.

बाई : असला पाप्याचं पितर असलेला, मरतुकडा, हाडकुळा, गालफडं बसलेला, बरगड्या स्पष्ट दिसणारा, टकल्या, काळाकुट्ट टिनपाट नवरा मला मुळीच आवडत नाही. एवढ्या कारणावरूनच मला घटस्फोट मिळावा, असा माझा आग्रह आहे. माझ्या जागी एखादी सिनेमा नटी असती, तर तिनं सहा वर्षांत दहा लग्नं करून बारा घटस्फोट घेतले असते.

न्यायाधीश : बाई, लग्नांची संख्या आणि घटस्फोटांची संख्या सारखीच असावी लागते. दोन-तीन जादा घटस्फोट ॲडव्हान्समध्ये घेऊन ठेवण्याची कायद्यात तरतूद नाही.

बाई : बारा म्हणजे मोजून दहा, अकरा, बारा नव्हे; मी आपला बोलण्याचा एक भाग सांगितला.

न्यायाधीश : बाई, तुमचा टिनपाट फेम नवरा आवडत नव्हता, तर तुम्ही असल्या नवऱ्याबरोबर संसार कसा काय केलात?

बाई : कुंकवाला आधार म्हणून एकंदरीत बरं असतं. पण आता माझं मत बदललं आहे.

न्यायाधीश : बाई, तुम्हाला मुलं किती आहेत?

बाई : तीन. दोन मुलगे आणि एक मुलगी.

न्यायाधीश : अरे वा! तुमच्या संसाररूपी वेलीवर तीन सुंदर फुलंही उमललेली आहेत.

बाई : नुसतं फुलं म्हणा. संसाररूपी वगैरे सगळं काही फालतू आहे. न्यायाधीश महाराज, ते सगळं जाऊ दे; माझा घटस्फोट लौकर मंजूर करा, अशी विनंती करते, म्हणजे मी मोकळी होईन.

न्यायाधीश : तुम्हाला भलतीच घाई झालेली दिसते?

बाई : न्यायाधीश महाराज, मिळमिळीत वैवाहिक जीवनापेक्षा ढळढळीत घटस्फोट उत्तम! म्हणून घटस्फोट लौकर मिळावा, अशी विनंती आहे.

न्यायाधीश : मी तुमचा घटस्फोटाचा अर्ज मंजूर करतो. करतो म्हणजे करणारच. पण त्यापूर्वी मी तुम्हाला एक आपुलकीचा सल्ला देत आहे—आणखी तीन महिन्यांनी मी तुमचा घटस्फोटाचा अर्ज मंजूर करतो.

बाई : न्यायाधीश महाराज, घटस्फोटासाठी मुहूर्त वगैरे बघावा लागतो काय?

न्यायाधीश : बाई, उपरोधिक बोलून माझ्या बोलण्याचा विपर्यास करणं, हे कंटेंप्ट ऑफ कोर्ट, असं मानलं जाईल. घटस्फोट लांबणीवर टाकणं तुम्हा दोघांच्या हिताचं आहे.

बाई : नवऱ्याचं गेलं जहन्नममध्ये. जहन्नम फार लांब असेल तर, जवळच्याच खड्ड्यात गेलं. मला त्याचं हित झालेलं आवडणार नाही. एक नंबरचा फालतू इसम आहे. बेसिकली टिनपाट तर आहेच.

न्यायाधीश : नवऱ्याला जहन्नममध्ये पाठवायचं की, जवळच्याच खड्ड्यात पाडायचं किंवा गाडायचं, ते तुमचं तुम्ही ठरवा. जाता-जाता एक शंका सांगून ठेवतो. जहन्नुममध्येसुद्धा अन्य धर्मांच्या लोकांना घेत नसावेत, असं मला वाटतं. म्हणून खड्डा बेस्ट.

बाई : तुम्ही काय सांगणार होतात, ते सांगा.

न्यायाधीश : बाई; घटस्फोट घ्या, परंतु थोडासा समंजसपणा दाखवा. आता तुम्ही गरोदर असून तुम्हाला सहावा संपून सातवा महिना लागत आहे, असे समजतं.

बाई : समजतं नव्हे, नक्की आहे.

न्यायाधीश : दोन-तीन महिन्यांनी तुम्हाला आणखी एक मूल होईल.

बाई : घटस्फोटाचा आणि मूल होण्याचा काय संबंध? आधी घटस्फोट द्या; नंतर मी सवडीनं बाळंत होईन.

न्यायाधीश : योग्य वेळी, असं म्हणा. ही क्रिया तुमच्या सवडीवर अवलंबून होत नसते, हे पूर्वानुभवावरून तुम्हाला माहीत असेलच.

बाई : सवडीनं न होता योग्य वेळी बाळंत होईन. तुमचा सल्ला कृपया सांगा.

न्यायाधीश : सध्या तुम्हाला ऑल रेडी तीन मुलं आहेतच. दोन-तीन महिन्यांनी तुम्हाला आणखी एक मूल होईल. अशा प्रकारे चार मुलं ही सम संख्या झाल्यावर तुमच्या नवऱ्याकडे दोन आणि तुमच्याकडे दोन मुलं—वाटणी होऊन येतील. आताच घटस्फोट दिला तर, दोन मुलं कुणाकडे आणि तिसरं मूल कुणाकडे, यावर भांडण सुरू होईल. म्हणून तुम्ही फक्त दोन-तीन महिने वाट पाहा.

बाई (फणकाऱ्यानं) : न्यायाधीश महाराज, मी जर अशी नुसतीच वाट पाहत बसले असते, तर मला आधीची तीन मुलंही झाली नसती. तुम्ही आताच मला घटस्फोट देऊन मोकळं करा.

न्यायाधीश : तथास्तु! तुमचा घटस्फोट मी आताच मंजूर करतो.